I0631554

समकालीन
राज्यशास्त्र

राज्यशास्त्राच्या उपविद्याशाखा आणि अभ्यासपद्धती

संपादक
डॉ. प्रकाश पवार

डायमंड पब्लिकेशन्स

समकालीन राज्यशास्त्र : राज्यशास्त्राच्या उपविद्याशाखा आणि अभ्यासपद्धती
संपादक : डॉ. प्रकाश पवार

Samkalin Rajyashastra : Rajyashastrachya Upavidyashakha ani Abhyaspadhati
Sampadak : Dr. Prakash Pawar

प्रथम आवृत्ती : २०१२

ISBN 978-81-8483-476-5

© डायमंड पब्लिकेशन्स, पुणे

अक्षरजुळणी
डायमंड पब्लिकेशन्स, पुणे

मुखपृष्ठ
शाम भालेकर

प्रकाशक
डायमंड पब्लिकेशन्स
१२५५ सदाशिव पेठ
लेले संकुल, पहिला मजला
निंबाळकर तालमीसमोर, पुणे ४११ ०३०.
☎ ०२० – २४४५२३८७, २४४६६६४२
diamondpublications@vsnl.net
www.diamondbookspune.com

प्रमुख वितरक
डायमंड बुक डेपो
६६१ नारायण पेठ, अप्पा बळवंत चौक
पुणे ४११ ०३०. ☎ ०२० – २४४८०६७७

या पुस्तकातील कोणत्याही भागाचे पुनर्निर्माण अथवा वापर इलेक्ट्रॉनिक अथवा यांत्रिकी साधनांनी– फोटोकॉपिंग, रेकॉर्डिंग किंवा कोणत्याही प्रकारे माहिती साठवणुकीच्या तंत्रज्ञानातून प्रकाशकाच्या आणि लेखकाच्या लेखी परवानगीशिवाय करता येणार नाही. सर्व हक्क राखून ठेवले आहेत.

ऋणनिर्देश

'समकालीन राज्यशास्त्र : राज्यशास्त्राच्या उपविद्याशाखा आणि अभ्यासपद्धती' हे पुस्तक वेगवेगळ्या विषयांवरील चर्चासत्रांमधून साकारले आहे. जगातील धर्म आणि राजकारण, आशियातील सामाजिक चळवळी, राज्यशास्त्र व लोकप्रशासनाचे बदलते स्वरूप, संशोधनपद्धती अशी चार चर्चासत्रे राज्यशास्त्र ज्ञानशाखा समजून घेण्यासाठी घेण्यात आली होती. या चर्चासत्रांना आर्थिक निधी बीसीयुडी, पुणे विद्यापीठ यांनी दिला होता. त्या आर्थिक बळावर आधारित ही चर्चासत्रे साकारली आहेत. या चार चर्चासत्रांमध्ये डॉ. जयंत लेले, डॉ. राजेंद्र व्होरा, डॉ. सुहास पळशीकर, डॉ. नितीन बिरमल, डॉ. राजेश्वरी देशपांडे, गेल ऑमव्हेट, महेश गावसकर, डॉ. संज्योत आपटे, डॉ. एकनाथ खांदवे, डॉ. भारत पाटणकर यांनी या विषयांच्या संदर्भात चर्चा केल्या होत्या. त्या मुद्यांचा या पुस्तकात समावेश केला आहे. या चारही चर्चासत्रांचे नियोजन यशस्वी करण्यात डॉ. नितीन बिरमल यांनी बहुमोल योगदान केले होते. याशिवाय विशेष म्हणजे २००९-२०१२ या काळात अण्णासाहेब मगर महाविद्यालय, हडपसर व २००५-२००८ या काळात प्रा. रामकृष्ण मोरे महाविद्यालय, आकुर्डी या दोन महाविद्यालयांमध्ये ही चर्चासत्रे पार पडली. त्यासाठी या दोन महाविद्यालयांनी मदत केली. विशेष म्हणजे या दोन महाविद्यालयांच्या राज्यशास्त्र विभागातील अभ्यासाचाच एक भाग म्हणून ही चर्चासत्रे आहेत. या कारणामुळे या दोन्ही महाविद्यालयांच्या प्राचार्यांचे मनःपूर्वक आभार. पुणे विद्यापीठाच्या राज्यशास्त्र व लोकप्रशासन अभ्यासक्रम पूर्नरचनेच्या वेळी झालेल्या चर्चांचादेखील या पुस्तकात समावेश केला गेला आहे. यामुळे डॉ. सोनखासकर आणि डॉ. एकनाथ खांदवे यांचेही विशेष आभार. याशिवाय कोल्हापूर विद्यापीठातील चर्चासत्रांचादेखील हे पुस्तक लिहिण्यासाठी उपयोग झाला आहे. या विद्यापीठातील राज्यशास्त्र विभागातील डॉ. वासंती रासम व डॉ. अशोक चौसाळकर यांच्याबरोबर झालेल्या औपचारिक चर्चादेखील उपयुक्त ठरल्या आहेत. त्यांचेदेखील मनःपूर्वक आभार. अशा प्रकारच्या

कामास डॉ. व. कृ. क्षिरे आणि मिलिंद बोकील यांनी सातत्याने प्रेरणा दिली. त्यामुळेच हे काम पुढे सरकत राहिले. त्यांचा मी ऋणी आहे.

'समकालीन राज्यशास्त्र : राज्यशास्त्राच्या उपविद्याशाखा आणि अभ्यासपद्धती' हे पुस्तक पाच भागांमध्ये विभागले आहे. पहिल्या भागात 'राज्यशास्त्र : एक चिकित्सक दृष्टिक्षेप' या संदर्भातील डॉ. सुहास पळशीकर यांचे दोन लेख आहेत. 'राज्यशास्त्र : एक चिकित्सक दृष्टिक्षेप' हा लेख 'विचारशलाका' या नियतकालिकात यापूर्वी प्रकाशित झाला होता. तो पुन्हा छापण्यास 'विचारशलाका'चे संपादक डॉ. नागोराव कुंभार यांनी मान्यता दिली. त्याबद्दल डॉ. नागोराव कुंभार यांचे मनःपूर्वक आभार. तसेच डॉ. सुहास पळशीकर यांच्या दोन लेखांमुळे गेल्या साठ वर्षांतील राज्यशास्त्राचा चिकित्सक दृष्टिक्षेप या पुस्तकात आला आहे. त्यांच्या या लेखांमुळे राज्यशास्त्राच्या अभ्यासाला नव्या दिशा मिळाल्या आहेत. त्यांचा मी विशेष ऋणी आहे. 'राजकीय अर्थकारण' या विषयावर डॉ. नितीन बिरमल यांचा अभ्यासपूर्ण लेख आहे. यांचादेखील मी विशेष ऋणी आहे. राज्यशास्त्राची चिकित्सा, राजकीय अर्थकारण व राजकीय प्रक्रिया हे संशोधनावर आधारीत लेख या पुस्तकातील पहिल्या भागात आहेत. या पुस्तकातील दुसरा भाग हा सामाजिक चळवळी या अभ्यासक्षेत्राशी संबंधित आहे. या विभागात डॉ. जयंत लेले, डॉ. राजेंद्र व्होरा व डॉ. वैशाली पवार यांचे तीन स्वतंत्र लेख आहेत. राजकीय अर्थकारणाच्या संदर्भात चळवळींचे विश्लेषण, चळवळ आणि राजकारण यांचा घनिष्ठ संबंध व चळवळींतून सार्वजनिक धोरण कसे घडते या मुद्द्यांची चिकित्सा या दुसऱ्या भागात केली आहे. या विभागातील लेखांचे संपादन करताना डॉ. यशवंत सुमंत यांच्याशी केलेल्या चर्चा उपयुक्त ठरल्या. त्याबद्दल त्यांचे ही मनपूर्वक आभार. तिसरा भाग हा राजकीय इतिहास आणि राजकीय सिद्धान्त या दोन उपविद्याशास्त्राचे विश्लेषण करणारा आहे. डॉ. निता बोकील यांनी राजकीय इतिहासावर अभ्यासपूर्ण लेख लिहिला आहे. चौथ्या भागात डॉ. वैशाली पवार, डॉ. सुधाकर परदेशी, डॉ. सुचित्रा परदेशी यांनी लोकप्रशासन आणि राजकीय भूगोल या दोन अभ्यासशाखांवर अभ्यासपूर्ण लेख लिहिले आहेत. विभाग पाच हा राज्यशास्त्राच्या संदर्भात अभ्यासपद्धती यावर आधारलेला आहे. अनुमानपद्धती, सर्वेक्षण : नमुना पाहणी, साकलिक माहिती आणि क्षेत्रीय अभ्यासपद्धती या वेगवेगळ्या अभ्यासपद्धतींवर डॉ. प्रकाश पवार, डॉ. नितीन बिरमल व डॉ. वैशाली पवार यांचे तीन लेख या विभागात आहेत. त्यामुळे या पुस्तकासाठी लेखन केलेल्या सर्व अभ्यासकांचे मनःपूर्वक आभार!

अण्णासाहेब मगर महाविद्यालयाचे प्राचार्य, आर. एम. मिसाळ यांनी संशोधनकार्यात मदत केली, त्याबद्दल त्यांचा मी ऋणी आहे. कला आणि वाणिज्य महाविद्यालय, कळंब (ता. इंदापूर जि. पुणे) महाविद्यालयाचे प्राचार्य रमेशचंद्र सूर्यवंशी यांच्या प्रेरणेमुळे हा प्रकल्प पूर्ण होत आहे. त्याबद्दल त्यांचा मी ऋणी आहे. या महाविद्यालयाच्या राज्यशास्त्र विभागाचे विभागप्रमुख व महाविद्यालयाचे उपप्राचार्य व्ही. डी. लोखंडे यांचेही सहकार्य लाभले. त्याबद्दल त्यांचे मनःपूर्वक आभार. ग्रंथालय हा संशोधनाचा आधार असतो. त्यामुळे या महाविद्यालयातील ग्रंथपाल डी. बी. सांगळे व त्यांचे सर्व सहकारी यांचाही मी आभारी आहे. विवेक घोटाळे यांनी पुस्तकांची वेळोवेळी मदत केली. त्यांचाही मी ऋणी आहे. 'समकालीन राज्यशास्त्र: राज्यशास्त्राच्या उपविद्याशाखा आणि अभ्यासपद्धती' हे पुस्तक प्रकाशित करण्याची सर्व जबाबदारी डायमंड पब्लिकेशन्सने उचलली. त्याबद्दल प्रकाशक दत्तात्रेय पाष्टे आणि निलेश पाष्टे यांचे मी मनःपूर्वक आभार मानतो.

डॉ. प्रकाश पवार

प्रस्तावना

राज्यशास्त्र ज्ञानक्षेत्राचा आशय आणि कौशल्ये

तिसऱ्या जगातील धर्म आणि राजकारण, आशियातील सामाजिक चळवळी, राज्यशास्त्र व लोकप्रशासनाचे बदलते स्वरूप आणि संशोधनपद्धती अशी चार चर्चासत्रे राज्यशास्त्र ज्ञानशाखा समजून घेण्यासाठी घेण्यात आली होती. या चर्चासत्रांना आर्थिक निधी बीसीयुडी, पुणे विद्यापीठ यांनी दिला होता. या तीन चर्चासत्रांमध्ये गेल ऑमव्हेट, जयंत लेले, राजेंद्र व्होरा, सुहास पळशीकर, राजेश्वरी देशपांडे, नितीन बिरमल व महेश गावस्कर यांनी या विषयांच्या संदर्भात चर्चा केल्या होत्या. त्या मुद्यांचा या पुस्तकात समावेश केला आहे. या चार चर्चासत्रांचे नियोजन करण्यात नितीन बिरमल यांनी बहुमोल योगदान केले होते. याशिवाय विशेष म्हणजे अण्णासाहेब मगर महाविद्यालय, हडपसर (२००९-२०१२) व प्रा. रामकृष्ण मोरे महाविद्यालय, आकुर्डी (२००४-२००८) या दोन महाविद्यालयांनी या कामात त्यांची मदत केली आहे. त्यामुळे या दोन महाविद्यालयांच्या राज्यशास्त्र विभागातील अभ्यासाचाच हा एक प्रकल्प आहे.

सार्वजनिक जीवनात उपस्थित झालेल्या सर्वांत मोठ्या प्रश्नांच्या संदर्भात राज्यशास्त्राने कोणती कामगिरी केली, असा प्रश्न उपस्थित केला जातो (शहा घनश्याम, २००१). सार्वजनिक प्रश्न सोडविण्यासाठी कोणते ज्ञान आणि तंत्रे राज्यशास्त्राने दिली, असा त्याचा अर्थ होतो. राज्यशास्त्राने या संदर्भात ज्ञानक्षेत्रात काही फेरबदल केले आहेत. किंबहुना राज्यशास्त्राने त्यांची क्षमता विकसित करण्याचा प्रयत्न जाणीवपूर्वक केला आहे.

राज्यशास्त्र ज्ञानशाखेचा अभ्यास करण्याच्या अभ्यासक्षेत्राच्या स्वरूपात विशेष बदल झाले. तपशीलवार, चिकित्सक (चौकस), काटेकोरपणे व शिस्तशीरपणे अभ्यास करण्यासाठी या ज्ञानक्षेत्राची विभागणी पोटविभागांमध्ये केली गेली. यामुळे राज्यशास्त्रातील उपशाखांत विशेष अभ्यास केला गेला. विशेष अभ्यास करण्यातून राज्यशास्त्रातील समस्या सोडवली गेली. छोट्या-छोट्या भागांमध्ये विषयाची विभागणी करण्यातून ज्ञानक्षेत्र काटेकोर ठरवले गेले. अभ्यासपद्धतीने (शिस्त) अभ्यासाला अचूकपणा दिला गेला. संदिग्धपणे नव्हे, तर केवळ विशिष्ट क्षेत्रावर लक्ष केंद्रित करून सविस्तरपणे

अभ्यास उपशाखेत केला जातो. अशा प्रकारच्या अभ्यासासाठी राज्यशास्त्र या विषयात राजकीय सिद्धान्त, लोकप्रशासन, आंतरराष्ट्रीय संबंध आणि राजकीय प्रक्रिया या मुख्य चार उपशाखांमध्ये वर्गीकरण केले गेले आहे. राज्यशास्त्राच्या या उपशाखांच्या विस्तारासाठी एकूण सहा वेळा जागतिक पातळीवर फेररचना करण्यात झाली.

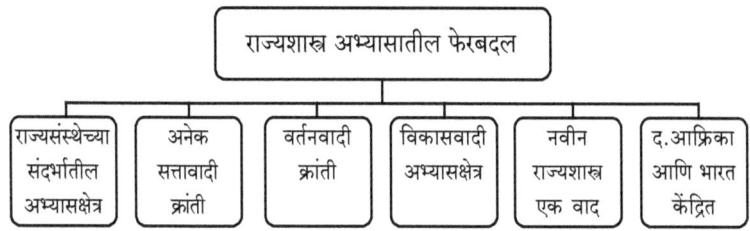

राज्यशास्त्र अभ्यासातील फेरबदल
राज्यसंस्थेच्या संदर्भातील अभ्यासक्षेत्र
अनेक सत्तावादी क्रांती
वर्तनवादी क्रांती
विकासवादी अभ्यासक्षेत्र
नवीन राज्यशास्त्र एक वाद
द.आफ्रिका आणि भारत केंद्रित

एक– सामाजिक शास्त्रे, नीतिशास्त्र किंवा तत्त्वज्ञान यांच्यापासून वेगळे ज्ञानक्षेत्र ठरविण्याची एकोणिसाव्या शतकाच्या ऐंशीच्या दशकात पहिली क्रांती झाली. तेव्हा सामाजिक शास्त्रे, नीतिशास्त्र किंवा तत्त्वज्ञान यांच्यापेक्षा वेगळे आणि राज्याच्या संदर्भातील अभ्यासक्षेत्र निश्चित केले गेले. सार्वजनिक आणि खाजगी असा फरक केला गेला. 'सार्वजनिक' या मुद्यास राजकीय अर्थ प्राप्त झाला. **दोन–** दुसरी क्रांती- विसाव्या शतकाच्या प्रारंभी दोन दशकांत अनेक सत्तावादी क्रांती घडून आली. या क्रांतीने राज्यशास्त्राच्या अभ्यासविषयांमध्ये फेरबदल केले. अभ्यासपद्धती आणि अभ्यासक्षेत्र यांच्याबदल फेररचना केली. औपचारिक संस्थांच्याखेरीज शासनसंस्था बाह्य घटक म्हणून दबाव गट आणि राजकीय पक्षांचा अभ्यास करण्यावर अनेकसत्तावादी क्रांतीने भर दिला होता. **तीन–** तिसरी क्रांती या दोन क्रांत्यांच्या तुलनेत जास्त व्यापक व राज्यशास्त्राच्या ज्ञानक्षेत्राचे विशेष असे अभ्यासक्षेत्र ठरविणारी ठरली. त्या क्रांतीस 'वर्तनवादी क्रांती' संबोधिले जाते. या क्रांतीमधून राजकीय प्रक्रिया आणि धोरणविश्लेषण या क्षेत्रांतील ज्ञानाचा आग्रह धरला गेला. **चार–** तिसऱ्या क्रांतीमधून विकासवादी अभ्यासक्षेत्राची रचना करण्यात आली. हीदेखील एक क्रांती घडून आली. **पाच–** साठीच्या दशकाच्या शेवटी 'नवीन राज्यशास्त्र' असा छोटा वाद राज्यशास्त्रात झाला. **सहा–** वरील पाच प्रकारचे फेरबदल अमेरिका आणि युरोपकेंद्रित होते. मात्र हा सहावा बदल दक्षिण आशिया आणि भारतातील राज्यशास्त्रात घडून आला. राज्यशास्त्र अमेरिका आणि युरोप यांच्यापेक्षा वेगळे व स्वतंत्रपणे नव्वदीच्या दशकात वाढले. भारतीय राज्यशास्त्रात तपशीलवार, चिकित्सक (चौकस), काटेकोरपणे व शिस्तशीरपणे राजकीय प्रक्रियेचा अभ्यास झाला. ही राज्यशास्त्रातील समकालीन क्रांती होय. या संदर्भातील मोठे उदाहरण म्हणजे दिल्ली येथील 'सेंटर फॉर द स्टडी ऑफ डेव्हलपिंग सोसायटीज' या संशोधनसंस्थेतील योगेंद्र यादव, सुहास पळशीकर, पीटर डिसूझा यांनी दक्षिण आशियातील लोकशाहीविषयक तयार केलेला अहवाल हे आहे. याशिवाय या कामात स्टॉकहोममधील

सात

'इंटरनॅशनल इस्न्टिट्यूट ऑफ डेमोक्रसी अँड इलेक्टोरल असिस्टन्स' ही संस्था सहभागी होती. भारत, पाकिस्तान, बांगलादेश, नेपाळ आणि श्रीलंका या पाच देशांमधील अभ्यासकांनी एकत्र येऊन दक्षिण आशियातील लोकशाहीविषयीचा अहवाल तयार केला आहे. लोकशाहीचा अभ्यास उत्तर गोलार्धाच्या वैचारिक वर्चस्वातून मुक्त होऊन केला गेला. जनसमूहांचा राष्ट्रवाद, शक्तिशाली राज्यसंस्थेच्या उभारणीची निकड आणि आधुनिकतेचा विचार या तीन घटकांमधून दक्षिण आशियाई लोकशाही साकारली (यादव योगेंद्र, सुहास पळशीकर, पीटर डिसूझा, २०१० : ८). हा राजकीय प्रक्रिया आणि राजकीय सिद्धान्त यांचा अभ्यास आहे. अशाप्रकारे राज्यशास्त्र या ज्ञानक्षेत्रात एकूण सहा फेरबदल झाले आहेत.

I

राज्यशास्त्रातील अभ्यासविषयक फेरबदलांचे स्वरूप

राज्यशास्त्र या ज्ञानशाखेचा स्वतंत्रपणे विकास एकोणिसाव्या शतकाच्या ऐंशीच्या दशकात झाला. या आधीच्या दशकांमध्ये राज्यशास्त्राचा अभ्यास सामाजिक शास्त्रे, नीतिशास्त्र किंवा तत्त्वज्ञान या विषयांमध्ये केला जात होता. एकोणिसाव्या शतकाच्या ऐंशीच्या दशकापूर्वी राज्यशास्त्राचा अभ्यास तत्त्वज्ञानी, निरीक्षक, पत्रकार, वकील यांनी केला होता. यामुळे राज्यशास्त्रावर तत्त्वज्ञानी, निरीक्षक, पत्रकार, वकील या प्रकारची छाप होती. यावरून असे दिसते की, प्रारंभीची तीन दशके राज्यशास्त्र हा विषय नागरीकशास्त्र म्हणून अभ्यासण्याची प्रथा होती. शासनसंस्थेसाठी किंवा देशासाठी नागरिक घडविण्याची जबाबदारी किंवा नागरिकांची कर्तव्ये काय आहेत, हीच या विषयाची मुख्य भूमिका होती. या चौकटीत राज्यशास्त्र विषय बंदिस्त झाला होता. राज्यसंस्थेच्या संदर्भात अभ्यास करण्याची परंपरा एकोणिसाव्या शतकाच्या ऐंशीच्या दशकाच्या आरंभी सुरू झाली. एकोणिसाव्या शतकातील शेवटची दोन दशके राजकीय तत्त्वज्ञान आणि राज्यसंस्थेचे स्वरूप हा अभ्यासाचा विषय होता. विसाव्या शतकातील प्रारंभी अनेकसत्तावादी क्रांती घडून आली. या क्रांतीचा आरंभ विसाव्या शतकाच्या प्रारंभीच झाला होता. याचे उदा. म्हणजे ऑर्थर बेंटले (१८७०-१९५७) यांचे 'द प्रोसेस ऑफ गव्हर्मेंट' हे पुस्तक १९०८ मध्ये प्रकाशित झाले होते (The Process of Government : A Study of Social Pressures (1908). Chicago: University of Chicago Press.). त्यांनी अनेकसत्तावादी आणि गटवादी दृष्टिकोनांचा पुरस्कार केला होता. राजकीय व्यवहाराचे स्पष्टीकरण त्यांनी गटांच्या वर्तनाद्वारे केले होते. यामुळे औपचारिक संस्थांच्याखेरीज शासनसंस्था बाह्यघटक म्हणून दबाव गट आणि राजकीय पक्षांचा अभ्यास सुरू झाला (Dryzek John S. Revolutions Without Enemies: Key Transformations in

Political Science, American Political Science Review Vol. 100, No. 4, November 2006: 488). अनेकसत्तावादाच्या क्रांतीमध्येच वर्तनवादी क्रांतीची बीजे होती, कारण ऑर्थर बेंटले यांनी मूल्यरहित दृष्टिकोनावर भर दिला होता. ऑर्थर बेंटले यांच्या लेखनामुळे तीस आणि चाळीस या दशकांत वर्तनवादी दृष्टिकोन स्वीकारला गेला. अनेकांना त्यामध्ये रस घ्यावासा वाटला. पन्नास, साठ आणि सत्तर या दशकांत अमेरिकेत राज्यशास्त्र विषयाच्या अभ्यासकांनी वर्तनवादी क्रांती केली. अनेकसत्तावादी क्रांतीनंतर ही दुसरी मोठी क्रांती घडून आली. काही अभ्यासक अनेकसत्तावादी क्रांतीचा समावेश वर्तनवादामध्येच करतात. वर्तनवाद आणि विकासवाद या चौकटीत अभ्यास केले गेले. विसाव्या शतकातील तिसऱ्या आणि चौथ्या दशकांत राज्यशास्त्राच्या अभ्यासविषयांच्या कक्षा विस्तारल्या गेल्या.

राज्यशास्त्र या ज्ञानशाखेत मुख्यत: राज्यसंस्थेचा अभ्यास केला जातो. राज्यसंस्थेचा अभ्यास म्हणजेच राज्य, शासन, कायदेमंडळ, कार्यकारीमंडळ, न्यायमंडळ या संस्थांचा आणि त्या संस्थांकडील सत्ता व अधिकार यांचा अभ्यास होय. हा अभ्यास केवळ औपचारिक अभ्यास म्हणून परिचित होता. ॲरिस्टॉटलने माणसाला सामाजिक प्राणी संबोधिले, हे जगप्रसिद्ध आहे. तसेच मानवप्राणी राजकीय स्वरूपाचा असतो. त्याचे कल्याण कसे साधावे, हा प्रश्न ॲरिस्टॉटलने ऐरणीवर आणला. अर्थातच मानवाला चांगले जीवन जगणे शक्य व्हावे, म्हणून राज्यसंस्था असावी, अशी धारणा या पाठीमागील आहे. मानवाचे कल्याण साधता येण्यासाठी राज्यसंस्था असावी, अशी चर्चा ॲरिस्टॉटलने केली (नगरराज्य). परंतु ॲरिस्टॉटलने नीतिशास्त्रास राज्यशास्त्राची एक शाखा मानले. यातून राजकीय विषयात इतर सर्व घटकांचा (नीतिशास्त्र, धर्म, तत्त्वज्ञान इ.) अभ्यास करण्याची पद्धत पडून राज्यशास्त्राची व्याप्ती पसरट झाली. थोडक्यात, राज्यशास्त्र विषयात प्राचीनकाळी काटेकोरपणा आणि निश्चितता नव्हती. याशिवाय राज्यशास्त्र या विषयात राज्यसंस्थेचा सौक्ष्मिक (Micro Politics) अभ्यास करण्याऐवजी साकलिक (Macro Politics) अभ्यास केला जात होता. राज्य, राष्ट्र, आंतरराष्ट्रीय संबंध या प्रकारच्या घटकांचा अभ्यास आणि विश्लेषण करणारी राज्यशास्त्र ही एक विद्याशाखा होती. राज्यशास्त्र विद्याशाखेच्या अभ्यासाची कक्षा या अर्थाने मर्यादित होती. राजकीय प्रक्रियेच्या अभ्यासानंतर राज्यशास्त्र विद्याशाखेची अभ्यासाची कक्षा विस्तारली गेली. व्यक्ती, छोटे गट, स्थानिक प्रक्रिया यांच्या वर्तनाचे आणि प्रवृत्तीचे विश्लेषण करणारी राज्यशास्त्रातील अभ्यासशाखा म्हणजेच सौक्ष्मिक राज्यशास्त्र होय. राजकीय वर्तनाचे स्पष्टीकरण आणि स्थानिक राजकीय प्रक्रियेचा अभ्यास यांचा समावेश सौक्ष्मिक राज्यशास्त्रात होतो. या प्रकारचा अभ्यास राज्यशास्त्रात केला जात नव्हता.

निकोलॉय मॅकिएव्हेलीने (१४५९-१५१७) 'द प्रिन्स' (१५१३) व 'द डिस्कोर्सेस' (१५१३) या दोन ग्रंथांमध्ये राज्यशास्त्रविषयक कल्पना नव्याने मांडली. पंधराव्या शतकात निकोलॉय मॅकिएव्हेली (१४५९-१५१७) यांनी धर्म आणि नीती या दोन घटकांचे

राज्यशास्त्राबरोबरचे संबंध स्पष्ट करत या दोन घटकांपासून राज्यशास्त्रास वेगळे केले. व्यक्तिगत धर्म आणि व्यक्तिनीती यांची राजकारणापासून फारकत केली. अशा प्रकारची कल्पना करण्यामुळे नीतिशास्त्र आणि धर्मशास्त्र यांना राज्यशास्त्राची शाखा मानले गेले नाही. राज्यशास्त्रावरील नीतिशास्त्र आणि धर्मशास्त्र यांचा प्रभाव कमी केला गेला. अर्थातच राज्यशास्त्राचे अभ्यासक्षेत्र स्पष्ट व निश्चित झाले. राज्यशास्त्रात आर्थिक-सामाजिक घटकांचा अभ्यास सत्तेच्या संदर्भात निकोलॉय मॅकिएव्हेलीने केला होता. राज्यसंस्था कशी टिकवावी, राज्याचे बळ कसे वाढवावे, सत्ताधारी व्यक्तीने उद्दिष्टे कशी साध्य करावीत आणि त्यासाठी साधनसामग्रीचा वापर कसा करावा, या प्रश्नांची चर्चा निकोलॉय मॅकिएव्हेलीने केली आहे. निकोलॉय मॅकिएव्हेली, टॉमस हॉब्ज, जॉन लॉक आणि जे जाक रूसो यांनी राजकीय संघटनेची संकल्पना मांडली. त्यांच्या राजकीय संघटनेचा मुख्य आधार लोकशाही हा होता. घटनावाद, सहमती (Consensus), संमती (Consent) या संदर्भात निकोलॉय मॅकिएव्हेली, हॉब्ज, लॉक आणि रूसो यांनी राजकीय संघटनेची संकल्पना मांडली होती. यामुळे राज्यकर्त्यांच्या सत्तावापराला नागरिकांनी दिलेली मान्यता हा राज्यशास्त्राच्या अभ्यासाचा मुख्य विषय ठरला. राज्यसंस्थेच्या आज्ञापालनास नागरिक या नात्याने दिलेली मान्यता ही संमती ठरते. संमती हे नागरिकांच्या राजकीय आज्ञापालनाच्या जबाबदारीचे स्पष्टीकरण करणारे तत्त्व म्हणून राज्यशास्त्रात त्यांचा अभ्यास केला जातो. राज्यसंस्थेला नागरिकांनी संमती कधी दिली, कोणत्या अटीवर दिली, त्या संमतीची व्याप्ती काय, या राजकीय तत्त्वप्रणालीशी संबंधीत प्रश्नांचा अभ्यास राज्यशास्त्राचा अभ्यासविषय झाला. या राज्यशास्त्राला परंपरागत संबोधिले जाते. परंपरागत राज्यशास्त्राच्या अभ्यासाचे क्षेत्र म्हणजे राजकीय तत्त्वज्ञान व राजकीय मूल्य हे होते. कायदा आणि रचना अशा औपचारिक घटकांचा तुलनात्मक अभ्यास केला जात होता. राजकीय आदर्शांचा चिंतनात्मक अभ्यास केला जात होता. राजकारणाचे विश्लेषण करण्यासाठी इतिहासाचा वापर केला जात होता. अनुमान या अभ्यासपद्धतीचा वापर केला जात होता आणि पुरावे म्हणून इतिहासातील उदाहरणे दिली जात होती. या चौकटीतील राज्यशास्त्रास परंपरागत, तत्त्वज्ञानात्मक, संस्थात्मक, आदर्शीकरण झालेले राज्यशास्त्र म्हटले जात होते. राज्यसंस्थेच्या केवळ संस्थांचा अभ्यास हा औपचारिक अभ्यास म्हणून परिचित आहे. या अभ्यासाची व्याप्ती वाढविण्यात आली. त्यामधून संस्थांच्या व्यवहारांचा अभ्यास सुरू झाला. संस्थांचा व्यवहार हा विविध कृतिशील राजकीय कर्त्या घटकांकडून घडतो. त्यामुळे पक्ष, दबाव गट, सामाजिक-आर्थिक परिस्थिती यांचा अभ्यास केला गेला. यातूनच राजकीय समाजशास्त्र, राजकीय अर्थशास्त्र इत्यादी उपशाखांचा उदय झाला.

एकोणिसाव्या शतकाच्या उत्तरार्धात राज्यशास्त्र विषयाच्या अभ्यासक्षेत्राबद्दल क्रांती घडून आली. वर्तनवादी अभ्यासकांनी याआधीच्या राज्यशास्त्राची व्याख्या करून

त्यास परंपरागत ठरवले. राज्यशास्त्राला औपचारिक संस्थांच्या अभ्यासातून बाहेर काढले. रचना व कार्य यांच्या अभ्यासाखेरीज राजकीय प्रक्रियेचा अभ्यास करण्याचा मुद्दा वर्तनवादी अभ्यासकांनी ऐरणीवर आणला. पन्नाशीच्या दशकात आधुनिक राज्यशास्त्राचा विकास झाला. आधुनिक राज्यशास्त्रात राज्यसंस्थेच्या संदर्भातील कल्पना (idea), संकल्पना (concept), विचार आणि सिद्धान्त यांच्याखेरीज राजकीय प्रक्रियेचा अभ्यास केला. राजकारण, राजकीय रचना आणि राजकीय प्रक्रिया हे पन्नाशीनंतरच्या राज्यशास्त्राचे अभ्यासक्षेत्र होते. गॅब्रियल आमंड, डेव्हिड इस्टन यांनी पन्नाशीनंतर राजकारण, राजकीय रचना आणि राजकीय प्रक्रिया या क्षेत्रांत राज्यशास्त्राचा अभ्यास केला. रचनाकार्यवाद (गॅब्रियल आमंड), आदानप्रदान प्रत्यादान सिद्धान्त (डेव्हिड इस्टन), राजकीय विकास (हंटिंग्टन), संसूचनलक्ष्यी दृष्टिकोन (कार्ल डॉइश) राजकीय संस्कृती, नागरी संस्कृती (आमंड व व्हर्बा) राजकीय सहभाग, राजकीय भरती, राजकीय सामाजिकीकरण अशा पद्धतीने अमेरिकेत अभ्यास झाला. या राज्यशास्त्राचा अभ्यास अनुभवनिष्ठ अभ्यासपद्धतीनुसार केला गेला. मूल्यरहित दृष्टिकोन, अनौपचारिक राजकीय संबंधांचा अभ्यास आणि आंतरविद्याशाखीय दृष्टिकोनावर आधारित विश्लेषण करण्यात आले होते. हा आधुनिक राज्यशास्त्राचा अर्थ असल्यामुळे यात राजकीय प्रक्रियेच्या अभ्यासाला महत्त्व प्राप्त झाले. म्हणजेच परंपरागत राज्यशास्त्रात प्रत्यक्ष राजकीय प्रक्रियांचा अभ्यास होत नाही आणि आधुनिक राज्यशास्त्रात राजकीय प्रक्रियेचा अभ्यास होतो, असे दिसते. हा मुख्य फरक परंपरागत आणि आधुनिक राज्यशास्त्रातील होता.

औपचारिक संस्थांच्या सहमतीचा किंवा संमतीचा अभ्यास राजकीय प्रक्रियेतून अमेरिकन राज्यशास्त्रज्ञांनी पन्नास व साठीच्या दशकात केला. या चौकटीच्या बाहेर अमेरिकन राज्यशास्त्र गेले नाही. औपचारिक संस्थांच्या अधिमान्यतेचा, सहमतीचा किंवा संमतीचा अभ्यास करत अमेरिकन राज्यशास्त्र तिसऱ्या जगाकडे सरकले होते. परंतु, औपचारिक संस्थांच्या सार्वजनिक धोरणास विरोध करणाऱ्या सामाजिक चळवळींचा अभ्यास व्यापकपणे केला जात नव्हता. संमतीशिवाय संघर्षाचा अभ्यास राज्यसंस्थेच्या संदर्भात करण्याची पद्धत मार्क्सवादी विचारातून पुढे आली होती. उत्पादनशक्ती, उत्पादनसंबंध, वर्गसंघर्ष, राज्यसंस्थेवरील भांडवलदारांचे नियंत्रण, राज्यविलयांचा सिद्धान्त अशा प्रकारच्या सिद्धान्तांमधून राजकीय संघर्षांचा अभ्यास केला गेला. या प्रकारचा अभ्यास अमेरिकेत केला गेला नाही. कार्ल मार्क्सच्या संघर्षाच्या राजकारणात आंतोनिओ ग्रामची (१८९१-१९३७) यांनी मोलाची भर घातली. आंतोनिओ ग्रामचीने सांस्कृतिक वैचारिक प्रभुत्वाची संकल्पना मांडली. यामधून राज्यशास्त्राच्या अभ्यासक्षेत्रात संघर्षांचा, सांस्कृतिक-वैचारिक प्रभुत्वाचा, सांस्कृतिक-वैचारिक प्रभुत्वाच्या ऱ्हासाचा अभ्यास केला गेला. ऐंशीनंतर या प्रकारच्या अभ्यासाला गती आली. सामाजिक चळवळींवरील अभ्यास या पद्धतीने झाले. तिसरे जग आणि आशिया खंडातील राज्यशास्त्राच्या अभ्यासात

संघर्षाचा मुद्दा कळीचा ठरला गेला. वंश, जात, वर्ग, लिंगभेद, पितृसत्ताक पद्धती यांचा अभ्यास केला गेला. विकासाचे राजकारण हा अभ्यासविषय पश्चिमी होता; तर वंश, जात, वर्ग, लिंगभेद, पितृसत्ताक पद्धती या कल्पनांच्या आधारे समूहांचे स्वातंत्र्य, समता, न्याय, सामाजिक न्याय, गटांचे हक्क, मानवी हक्क, विस्थापिस्तांचे हक्क, स्त्री-पुरुष समता, स्त्रीमुक्तीचा विचार, पर्यायी सार्वजनिक धोरण, अस्मितेचे राजकारण असे विविध विषय नव्वदीनंतरच्या राज्यशास्त्रात आले. यामुळे हा अभ्यास वेगळा ठरला आहे. निवडणूकविषयक अभ्यास, स्त्रीवादी अभ्यास, पर्यावरणवाद, विविध समाजांचे अभ्यास (दलित अभ्यास, अल्पसंख्याकांचा अभ्यास) केले गेले. यातून राज्यशास्त्र विषयाची व्याप्ती वाढत गेली. स्त्रीवादी अभ्यास, पर्यावरणवाद, विविध समाजांचे अभ्यास यांमुळे राज्यशास्त्राचे स्वरूप आंतरविद्याशाखीय राहिले. परंतु स्त्रिया, पर्यावरण, विविध समाजांच्यावरील अभ्यास राज्यशास्त्राच्या तंतोतंत चौकटीत करण्याचे मोठे आव्हान या विषयाच्या समोर आहे. या विषयावरील अभ्यासात जनरल अभ्यास केले जातात. चळवळींमधून साकारलेला संघर्ष आणि राज्यसंस्था यांचा भक्कमपणे संबंध जोडलेला नसतो.

वर नोंदविलेल्या गोष्टीवरून असे म्हणता येते की, राजकारण हा एक मानवी व्यवहार आहे. तो सर्जनशील असतो आणि तो जाणीवपूर्वक केला जातो. थोडक्यात राजकारण म्हणजे योगायोग, यदृच्छेने, दैवयोगाने किंवा अपघाताने घडलेल्या घटना नसतात. राजकारण म्हणजे स्वकष्टाने व स्वसामर्थ्याने सामूहिक कृती केलेली असते. राजकारण मोजमाप करून केले जाते. राजकारणाचे क्षेत्र तर्कशुद्ध किंवा बुद्धिनिष्ठ असते. राजकारण तर्कशुद्ध पद्धतीने किंवा सयुक्तिकपणे केले जाते. राजकारण म्हटले, की त्यात संघर्ष, सामूहिक कृती, सार्वजनिक कल्याणाबाबतची मतमतांतरे, सामूहिक हिताबाबतच्या विविध व्याख्या, सत्तेची समीकरणे आणि प्रचलित सत्ता-समीकरणातील फेरबदलांचा शोध या बाबी ओघाने येतातच. पण त्याचबरोबर विचार आणि विचारधारांच्या टकरावातून साकार होणाऱ्या सार्वजनिक हितबुद्धीची (पब्लिक रिझन) जडणघडणही राजकारणाच्याद्वारा होत असते. राजकीय कृतीच्या किंवा व्यवहाराच्यामागे तर्कमीमांसा किंवा तार्किकता असते. यामुळे राजकारणात दोष काढून कार्यक्षमता वाढविण्यावर भर असतो. वाया जाणाऱ्या गोष्टी कमी करण्यासाठी त्यांची पुनर्मांडणी केलेली असते. म्हणजेच बुद्धिनिष्ठ पुनर्संघटन केलेले असते. त्यामुळे हा मार्ग अत्यंत खडतर असतो. राजकारणाचे हे सर्व आयाम आपल्या सामाजिक आणि सार्वजनिक जीवनावर प्रभाव टाकतात. त्याचे निर्धारणही करतात. राजकारणाच्या सर्व आयामांच्या संदर्भात राज्यशास्त्राचा हा अभ्यास अधिकाधिक संवेदनक्षम व्हायला हवा. तसेच त्याला त्याच्या अंगभूत आंतर विद्याशास्त्रीय स्वरूपाचे भानही उत्तरोत्तर व्हायला हवे.

सर्वसाधारणत: आजवर राज्यशास्त्राचा रूढ अभ्यास हा उदारमतवादी नागरी-

जीवनमूल्ये व्यवस्थेची परिवर्तनलक्ष्यी चिकित्सा आणि सार्वजनिक धोरणनिर्मिती या चौकटीत होत आला आहे. आता या अभ्यासाला आणखीही एक नवी बाजू प्राप्त होत आहे. त्यानुसार सार्वजनिक जीवनातील विविध प्रकारच्या भूमिका समर्थपणे पेलण्याचे प्रशिक्षणही राज्यशास्त्राद्वारे दिले जावे, अशी अपेक्षा आहे. इतकेच नव्हे, तर इतर सामाजिक शास्त्रे समजून घेण्यासाठीही राज्यशास्त्राचा अभ्यास आवश्यक असल्याची जाण वाढत आहे. परिणामत: राज्यशास्त्राचा विकास हा शासन संस्थाविषयक अभ्यास, वर्तनवादी अभ्यास, आंतरराष्ट्रीय संबंधविषयक अभ्यास, लोकप्रशासन आणि राजकीय सिद्धान्त अशा विविध उपशाखांमध्ये सुस्पष्टपणे विभागला गेला आहे. यांपैकी राजकीय सिद्धान्त (पॉलिटिक थिअरी) उपशाखा ही इतर संलग्न उपशाखांच्या अभ्यासासाठीचा पायाभूत अभ्यास म्हणून पाहिली जाते. त्याचबरोबर 'विकास-अभ्यासां'सारख्या (डेव्हलपमेंट स्टडीज) मूलत: आंतरविद्याशास्त्रीय असलेल्या अभ्यासक्षेत्राचीही राज्यशास्त्राशी सरमिसळ होत आहे. त्यातून एका परीने, राज्यशास्त्रांचे आंतरविद्याशाखीय रूप उत्तरोत्तर अधोरेखित होत आहे. याशिवाय राज्यशास्त्राच्या उपशाखांच्या अंतर्गत स्वरूपात फेरबदल होत आहे. राजकीय सिद्धान्त या उपशाखेत स्थानिक विचारांच्या कल्पना, उत्तर आधुनिकतावाद कल्पना, बहुसंस्कृतिवाद कल्पना, नवीन हक्क कल्पना, गटांचे हक्क कल्पना, पोलिसीराज्य, नवउदारमतवाद, रचनावाद अशा विविध नवीन कल्पनांचा अभ्यास करण्यासाठी चौकटींचा उपयोग केला जात आहे. आंतरराष्ट्रीय संबंध या उपअभ्यासशाखेतदेखील संबंधांच्याशिवाय काही सिद्धान्तांचा अभ्यास करण्याकडे कल वाढला आहे. लोकप्रशासन या उपशाखेत 'सार्वजनिक धोरण' ही नवीन उपशाखा आकाराला आली आहे. ही शाखा खरेतर राज्यशास्त्र व लोकप्रशासन यांच्यातील दुराव्याचे संबंध कमी करणारी शाखा ठरणार आहे. राजकीय प्रक्रिया आणि सार्वजनिक धोरणनिश्चिती या दोन घटकांचा सार्वजनिक धोरणांशी परस्परपूरक संबंध आहे.

राजकीय प्रक्रिया या उपअभ्यास शाखेत नव्वदीच्या दशकानंतर मोठे बदल झाले आहेत. राजकीय अर्थकारण, राजकीय समाजशास्त्र या चौकटीत राजकीय प्रक्रियेचा अभ्यास होत आहे. याशिवाय निवडणूक अभ्यास किंवा 'सेफॉलॉजी' या चौकटीतही अभ्यास केला जात आहे. आर. बी. मैकेलम (ब्रिटन, १८९८-१९७३), एंटनी ग्रीन (ऑस्ट्रेलिया), माइकल बॅरर्न (अमेरिका), डेव्हिड बटलर (अमेरिका) यांनी विदेशात 'निवडणूक अभ्यास' किंवा 'सेफॉलॉजी' या अभ्यासशाखेचा विकास केला; तर भारतात सीएसडीएस या संस्थेतील योगेंद्र यादव व सुहास पळशीकर यांनी या उपविद्याशाखेच्या अभ्यासात विशेष भर घातली आहे. आर. बी. मैकेलम (१८९८-१९७३) हे आधुनिक इतिहास आणि राज्यशास्त्राचे प्राध्यापक होते. यांनी १९५२ मध्ये इंग्लंडमधील होऊन गेलेल्या निवडणुकांचे विश्लेषण शास्त्रीय पद्धतीने केले होते. त्यांनी १९४५ मधील इंग्लंडच्या सार्वत्रिक निवडणुकीचे विश्लेषण केले होते. डेव्हिड बटलर, रॉबर्ट मॅकॉझे

यांनी निवडणुकांचे विश्लेषण करण्यासाठी सिंगोमीटरची कल्पना मांडली होती. सिंगोमीटरच्या मार्फत निवडणुकांचे विश्लेषण त्यांनी केले. एंटनी ग्रीन हे ऑस्ट्रेलियातील निवडणूक विश्लेषक आहेत. ते राज्यशास्त्र आणि समाजशास्त्राचे प्राध्यापक आहेत. त्यांनी मतदारांचे विभाजन, फट किंवा भेद (क्लीव्हिज) ही संकल्पना राज्यशास्त्रात निवडणुकांचे विश्लेषण करण्यासाठी वापरली. मालक, धार्मिक पंथ, शहरी, कामगार, दर्जा, ग्रामीण, केंद्र या घटकांच्या आधारे मतदारांचे विभाजन करून त्या मतदारांच्या राजकीय वर्तनातील फट किंवा फरक समजून घेण्याचा प्रयत्न करणारी संकल्पना म्हणजे मतदारांचे विभाजन होय (क्लीव्हिज).

मार्केट रिसर्च किंवा निवडणूक निकालांची दिशा किंवा अंदाज व्यक्त करणे (भविष्यवाणी) या एकाच घटकाच्यापुरता अभ्यास म्हणजे सेफॉलॉजी नव्हे. मार्केट रिसर्च किंवा निवडणूक निकालांची दिशा किंवा अंदाज व्यक्त करणे (भविष्यवाणी) या घटकाच्या बाहेर या उपशाखेच्या कक्षा रुंदावलेल्या आहेत. निवडणुकीचे संख्याशास्त्रीय विश्लेषण करणारी शाखा म्हणजे सेफॉलॉजी होय. निवडणूक आयोगाकडील ऐतिहासिक माहिती (डेटा), लोकमत, पक्षांच्या लोकमतांमधील बदल, लोकशाहीचे आर्थिक व सामाजिक आधार, प्रचारमोहिमांमधील अर्थकारण, निवडणूक निकालांची दिशा किंवा अंदाज व्यक्त करणे (भविष्यवाणी) अशा प्रकारचे निवडणूक अभ्यासाचे स्वरूप या शाखेतून पुढे आले आहे. या शाखेच्या अभ्यासासाठी सर्वेक्षण पद्धत, संख्याशास्त्र आणि अनुमान पद्धत यांचा वापर केला जातो. संख्याशास्त्र आणि अनुमान या दोन क्षमतांचा विकास या उपशाखेच्या अभ्यासासाठी करण्यावर लक्ष केंद्रित केले जाते. याशिवाय संगणकीय कौशल्यांचा विकास करावा लागतो. एसपीएसएसचा वापर करण्याची क्षमता अपेक्षित आहे. याशिवाय संकेतस्थळ तयार करणे आणि संकेतस्थळावरील माहिती योग्य पद्धतीने वापरण्याची क्षमता विकसित करावी लागते. महाराष्ट्रात या विषयाचा अभ्यास करण्याची कक्षा विस्तृत झाली आहे. पुणे विद्यापीठातील राज्यशास्त्र व लोकप्रशासन विभागाने राजकीय प्रक्रियेचा अभ्यास विस्तृतपणे केला आहे. या विभागात राजकीय अर्थकारण, राजकीय समाजशास्त्र, राजकीय इतिहास, निवडणूक अभ्यास किंवा सेफॉलॉजी अशा उपशाखांचा कसदार अभ्यास केला आहे.

पदवी पातळीवरील विद्यार्थ्यांमध्ये राज्यशास्त्र हा सर्वाधिक लोकप्रिय विषय बनलेला आहे. पण त्यामुळेच या विषयाच्या बाबतीत दोन विशेष जबाबदाऱ्या निर्माण होतात. एका बाजूला या विषयाकडे वळणाऱ्या बहुसंख्य विद्यार्थ्यांच्या राज्यशास्त्रविषयक गरजांची विशेषत्वाने दखल घ्यावी लागते; तर दुसऱ्या बाजूला अशी दखल घेत असतानाच ह्या विषयाचा अधिकाधिक व्यवस्थित व पद्धतशीरपणे

अभ्यास करता येईल, याबाबतची दक्षताही घ्यावी लागते. राजकीय विश्लेषणाची नवी तंत्रे म्हणून कल्पना, संकल्पना, प्रारूपे आणि सिद्धान्त यांची कौशल्ये आत्मसात करण्याचे आव्हान विषयांच्यासमोर आहे. समाज प्रगत करण्यासाठी राज्यशास्त्राचा अभ्यास वैचारिक चौकटीत आणि तत्त्वप्रणालीच्यामध्ये केला जातो. सार्वजनिक जीवनात सर्वसामान्य माणसाला जे सामाजिक व राजकीय अनुभव येतात, त्यांच्याशी राज्यशास्त्र या विषयाची एक स्वाभाविक जवळीक असल्याने, या विषयाची लोकप्रियता अधिक वाढते हे खरेच! पण त्याचबरोबर प्रशासकांना, तसेच स्वयंसेवी संस्था, प्रसारमाध्यमे यांसारख्या क्षेत्रात वावरणाऱ्या मंडळींना राज्यशास्त्राचे अध्ययन अत्यंत उपयुक्त ठरत असल्यानेही या विषयाचे आकर्षण विद्यार्थ्यांमध्ये वाढत आहे. अलीकडील काळात तर आपल्याकडे 'स्कूल ऑफ गव्हर्नमेंट' चा विचार व उपक्रम मूळ धरू लागल्याने, राजकारणात ज्यांना आपली कारकीर्द घडवायची आहे, त्यांनादेखील राज्यशास्त्र उपयुक्त व मार्गदर्शक ठरावे, अशी अपेक्षा व्यक्त केली जात आहे. तात्पर्य, सर्वसामान्य माणसाचे राजकारणाबाबतचे कुतूहल भागविण्यापासून ते प्रत्यक्ष राजकीय जीवनात राज्यशास्त्राची उपयुक्तता व व्यवहार्यता पटत चालल्यामुळे या विषयाचे आकर्षण वाढतच आहे. असे असले, तरी राज्यशास्त्राला असलेली मागणी आणि त्याकडून असलेल्या अपेक्षांच्या संदर्भात राज्यशास्त्राच्या अध्ययनाची आणि त्याविषयी उपलब्ध असलेल्या पाठ्य-पुस्तकांची अवस्था पाहता, त्यात आमूलाग्र सुधारणा होण्याची गरज आहे. सर्वात पहिली बाब म्हणजे, राजकीय संस्थांचा अभ्यास हा प्राधान्याने राजकीय प्रक्रियेच्या संदर्भात अधिकाधिक होण्याची गरज आहे. सध्या तसा तो होत नाही, म्हणून ही त्रुटी तत्काळ भरून काढणे गरजेचे आहे. दुसरी बाब म्हणजे, ह्या अभ्यासाचा विचार हा महाविद्यालयीन पातळीवरील शिक्षणाच्या व्यापक संदर्भात व्हायला हवा. त्यासाठी आणि त्या दृष्टीनेही राज्यशास्त्राच्या अध्यापकांचे मोठ्या प्रमाणात उद्‌बोधन होण्याची, तसेच सध्या उपलब्ध असलेली सुमारदर्जाची राज्यशास्त्रावरील पाठ्यपुस्तके कठोरपणे रद्दबातल ठरवून मोडीत काढण्याची गरज आहे (सुमंत यशवंत).

II

राज्यशास्त्रांतर्गत सर्व उपशाखांचा प्राथमिक परिचय या गोष्टीचा समावेश राज्यशास्त्राच्या पदवी अभ्यासक्रमाच्या विद्यार्थ्याने करून घ्यावा, अशी अपेक्षा असते. राज्यशास्त्राच्या पदवी अभ्यासक्रमाच्या विद्यार्थ्याने महाविद्यालयीन शिक्षणाच्या तीन वर्षांच्या काळामधील शिकावयाच्या बाबी पुढीलप्रमाणे आहेत.

१) राजकीय सिद्धान्त : या उपशाखेत मूलभूत राजकीय संकल्पना (राज्यसंस्था, शासन, समता, स्वातंत्र्य, बंधुभाव, न्याय, हक्क), विविध राजकीय विचारसरणी (चिद्‌वाद, आदर्शवाद, उदारमतवाद, मार्क्सवाद, नवउदारमतवाद, नवमार्क्सवाद, रचनावाद, उत्तर आधुनिकतावाद कल्पना, बहुसंस्कृतिवाद कल्पना, नवीन हक्क कल्पना, गटांचे हक्क कल्पना, पोलिसीराज्य), पश्चिमी तसेच पौर्वात्य राजकीय विचारवंत (प्लेटो, ॲरिस्टॉटल, मॅकिएव्हेली, हॉब्ज, लॉक, रूसो, कार्ल मार्क्स, लेनिन, माओ, गांधी, आंबेडकर, नेहरू) इत्यादींचा अभ्यास अभिप्रेत आहे.

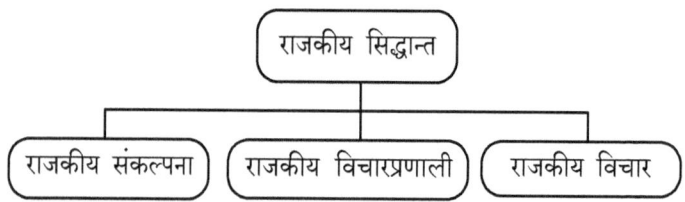

२) राजकीय प्रक्रिया : या उपशाखेत भारतीय व बिगरभारतीय राजकीय व्यवस्थांचा अभ्यास म्हणजेच त्यांची संविधाने, शासनसंख्या, प्रशासकीय व्यवस्था, राजकीय पक्ष व चळवळी यांचा अभ्यास अपेक्षित आहे. सर्वसाधारणपणे संस्थांचा अभ्यास हा ऐतिहासिक व समाजशास्त्रीय दृष्टिकोनातून केला जावा आणि प्रक्रियांचा अभ्यास राजकीय अर्थकारण व राजकीय समाजशास्त्राच्या चौकटीत केला जावा, अशी अपेक्षा आहे.

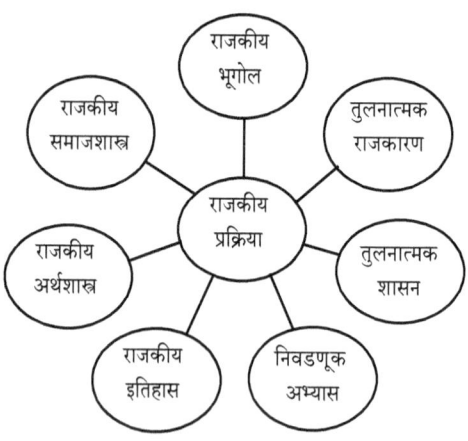

३) जागतिक राजकारण : या उपशाखेत जागतिक राजकारणाची चौकट समजून घेणे, आंतरराष्ट्रीय संबंधांबाबतचे सिद्धान्त आणि देशोदेशीच्या परराष्ट्रीय धोरणांचा तसेच

संयुक्त राष्ट्रे, आंतरराष्ट्रीय नाणेनिधी, विश्व व्यापार संघटना (डब्ल्यू. टी. ओ.) जागतिक बँक तसेच विविध क्षेत्रीय संघटनांचा अभ्यास अपेक्षित आहे.

४) **लोकप्रशासन :** या उपशाखेत लोकप्रशासन, सार्वजनिक धोरण, संघटना, शासनव्यवहार इ. गोष्टींचा अभ्यास लोकप्रशासनात केला जातो.

लोकप्रशासन
प्रशासकीय सिद्धान्त
विकासलक्ष्यी प्रशासन
तुलनात्मक प्रशासन
सेवक प्रशासन
नव लोकप्रशासन
सार्वजनिक धोरण

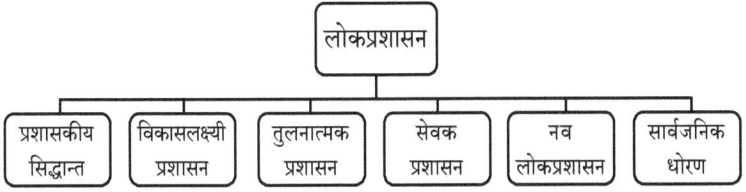

राज्यशास्त्राच्या अध्ययनाच्या नवीनक्षमता किंवा कौशल्ये

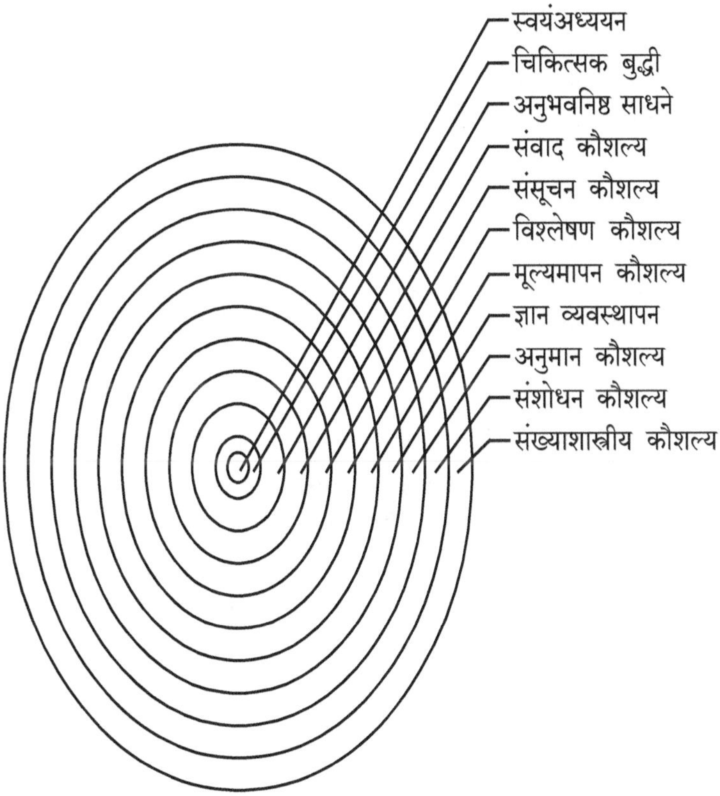

स्वयंअध्ययन
चिकित्सक बुद्धी
अनुभवनिष्ठ साधने
संवाद कौशल्य
संसूचन कौशल्य
विश्लेषण कौशल्य
मूल्यमापन कौशल्य
ज्ञान व्यवस्थापन
अनुमान कौशल्य
संशोधन कौशल्य
संख्याशास्त्रीय कौशल्य

पदवी अभ्यासक्रमाच्या पातळीवर राज्यशास्त्र विषयाची निवड कशी केली जाते? ज्याच्याकडे कमीत कमी कौशल्ये आहेत किंवा अकुशल विद्यार्थ्यांनी राज्यशास्त्र विषय निवडावा, अशी निंदाव्यंजक प्रतिमा या विषयाची तयार झाली आहे किंवा 'प्रशासकीय नोकरीसाठी तयारी करण्याचा विषय' अशी एक प्रतिमा तयार केली जाते. या प्रतिमा एकतर राज्यशास्त्रावर बाहेरून लादलेल्या आहेत. शिवाय कौशल्यांचा विकास न केल्यामुळे राज्यशास्त्र जास्त लोकप्रिय, परंतु क्षमतेच्या प्रतीक्षेत असलेले पुढे आले आहे. पदवी अभ्यासक्रमाच्या पातळीवर राज्यशास्त्रात पुढील काही अध्ययनाच्या नवीनक्षमता किंवा कौशल्यांची गरज आहे.

अ) स्वयंअध्ययनाची क्षमता :

राज्यशास्त्राच्या पदवी अभ्यासक्रमाच्या विद्यार्थ्याने वर्गात दिल्या जाणाऱ्या नोट्स व बाजारात मिळणारी गाईड्सच्या ऐवजी, त्या विषयावरील चांगली अभ्यासपूर्ण पुस्तके वाचणे ही क्षमता विकसित केली पाहिजे. मराठी भाषेतील राज्यशास्त्रविषयक साहित्याचा प्राथमिक परिचय करण्याबरोबरच इंग्रजीमध्ये उपलब्ध असलेल्या राज्यशास्त्रविषयक साहित्याचा प्राथमिक परिचय करणे, ही क्षमता विकसित करणे आवश्यक आहे. राज्यशास्त्र व इतर सामाजिक शास्त्रांवरील शब्दकोश, ज्ञानकोश, संकल्पना-कोश, चरित्र-कोश इ. प्रकारच्या कोशवाङ्मयाची ओळख होणे व त्याचा वाढता उपयोग करण्याची सवय लागणे म्हणजे स्वयंअध्ययनाची क्षमता वाढणे होय. वाचलेल्या साहित्याचा संक्षेप करता येणे व सारांश सांगता येणे, तसेच त्यावर आधारित टिपणे काढणे हे देखील लेखनकौशल्य विकसित करण्याचे तंत्र आहे.

ब) चिकित्सक बुद्धीचा विकास :

राज्यशास्त्राच्या पदवी अभ्यासक्रमाच्या विद्यार्थ्याने प्रश्न उपस्थित करणे आणि प्रश्नांचे तार्किक युक्तिवाद आणि सर्वसाधारण मते यांतील फरक समजून घेण्याची क्षमता विकसित करावी. विद्यार्थ्याने निश्चित उदाहरणांचे दाखले देऊन साधार विधाने करावीत. राजकीयीकरण झालेल्या समकालीन समस्यांकडे, प्रश्नांकडे (ईश्यूज) वस्तुनिष्ठपणे कसे पहावे, हे शिकणे, म्हणजे राजकारण समजण्याची क्षमता विकसित करणे होय. तार्किक किंवा अनुभवगम्य आधार व पुराव्यांवर भर देणे व ते आधार / पुरावे तपासण्याची क्षमता स्वत:च्या ठिकाणी निर्माण करणे, अशाप्रकारे चिकित्सक बुद्धीचा विकास करावा.

क) अनुभवनिष्ठ साधने हाताळण्याची क्षमता विकसित करणे :

अनुमानाबरोबरच अनुभवनिष्ठ साधने हाताळण्याची क्षमता विकसित करणे महत्त्वाचे आहे. यामध्ये पुढील गोष्टींचा समावेश करता येईल.

१) तक्ते वाचता येणे.

२) सरासरी व टक्केवारी यांतील फरक समजण्याइतपत; तसेच जनगणना अहवाल, निर्वाचन आयोगाने गोळा केलेली संख्याशास्त्रीय माहिती स्वतंत्रपणे वाचून समजून घेण्याइतपत संख्याशास्त्रीय व सांख्यिकी कौशल्ये आत्मसात करणे.

३) शासकीय अहवाल, तसेच शासनाने विविध क्षेत्रांसंबंधीची गोळा केलेली माहिती अभ्यासता येणे व तिचा राज्यशास्त्रीय अभ्यासात अधिकाधिक उपयोग करता येणे.

४) जिल्हा, राज्य व देशपातळीवरील राजकीय प्रक्रिया व घडामोडींबाबतचे तौलनिक आकलन वाढवून तौलनिक विश्लेषणाची क्षमता विकसित करणे.

ड) संवाद व संसूचन कौशल्यांचा विकास :

मराठी, इंग्रजी, हिंदी आणि शक्यझाल्यास अन्य भारतीय भाषांसंबंधीची भाषिक कौशल्ये आत्मसात करणे. नेमके लेखन करता येण्याची कौशल्ये विकसित करावीत. माहितीचे वर्गीकरण आणि विश्लेषण, माहितीचे नीटनेटके वर्णन, माहितीच्या आधारे विधान करणे, माहितीमधून मुद्दा स्पष्ट करणे, माहितीमधील सार्वत्रिक नियमांचा शोध घेणे ही कौशल्ये विकसित करावीत. म्हणजे वाङ्मयचौर्य किंवा शब्दबंबाळ या मार्गांचा वापर होणार नाही. लघु आणि दीर्घोत्तरी प्रश्नांची उत्तरे, शोध-निबंध आणि तत्सम अभ्यासपर लेखन करणे. मौखिक संसूचन कौशल्ये : यात संवाद कौशल्य, संभाषण कौशल्य, भाषण कौशल्य, चर्चेत बोलता येण्याची कला, निबंध सादरीकरण ही कौशल्ये अवगत करणे. प्राथमिक संगणकीय कौशल्ये संपादणे. उदा. इंटरनेट, एसपीएसए या प्रणालीची ओळख इ.

प्रस्तुत पुस्तक राज्यशास्त्राच्या पदवी अभ्यासक्रमाच्या विद्यार्थ्यांना विविध क्षमता आणि कौशल्य देणारे पुस्तक आहे. काटेकोर व निश्चित वर्णनकौशल्य, विश्लेषण कौशल्य, मूल्यमापन कौशल्य, चिकित्सक विचार कौशल्य, ज्ञान व्यवस्थापन कौशल्य, अनुमान कौशल्य, तर्कशास्त्रीय विचार करण्याचे कौशल्य, संशोधन कौशल्य यांचा विकास हे पुस्तक करेल, अशी अपेक्षा आहे. प्रस्तुत पुस्तकात राजकीय सिद्धान्त, राजकीय प्रक्रिया व लोकप्रशासन या तीन मुख्य उपविद्याशाखांची चिकित्सकपणे चर्चा केली आहे.

संदर्भग्रंथ :

पवार प्रकाश, २०१०, सार्वजनिक धोरण, प्रतिमा प्रकाशन, पुणे

यादव योगेंद्र व सुहास पळशीकर, २०१०. लोकशाही जिंदाबाद, पुणे. समकालीन प्रकाशन.

सुमंत यशवंत, २०१२, भारतीय लोकशाहीचे चर्चाविश्व : काही निरीक्षणे, महाराष्ट्र राज्यशास्त्र व लोकप्रशासन परिषद, जानेवारी २०१२.

Dr Dryzek Johns, 2006, Revolutions without Enemies; key transformations in Political Science, American Political Science, Review Vol., 100, No.4

Shah Ghanshyam, 2001, Political science in india : A Discipline and intellectual pursuit, Dept. of Politics and Pub.Admi. University of Pune 411007.

(पुणे विद्यापीठाच्या अभ्यासक्रम पुनर्रचनेचे टीपण येथे वापरले आहे.)

अनुक्रम

विभाग चार
लोकप्रशासन व सार्वजनिक धोरण

विभाग पाच
राज्यशास्त्राच्या संदर्भात अभ्यासपद्धती

विभाग एक

राज्यशास्त्र : एक चिकित्सक दृष्टिक्षेप

प्रकरण १

राज्यशास्त्र : एक चिकित्सक दृष्टिक्षेप

डॉ. सुहास पळशीकर

राज्यशास्त्र हे सर्वश्रेष्ठ शास्त्र आहे (Politics is the master science) असे म्हणण्याची रीत आहे. तसे म्हटल्याने आपल्या विषयाचा दर्जा आपोआपच वरचा असल्याचे सिद्ध होते, असा राज्यशास्त्राच्या अभ्यासकांचा समज असावा! इंग्रजीत 'Politics' हा शब्द अनेक वेळा 'Political Science' याला पर्यायी शब्द म्हणून वापरतात आणि राजकारण किंवा राजकीय व्यवहार या अर्थानेही वापरतात. यामुळेच 'राज्यशास्त्र' सर्वश्रेष्ठ असल्याची गैरसमजूत पसरली. वास्तविक 'सर्व सार्वजनिक निर्णयांचा मुख्य आधार राजकीय व्यवहार हा असल्याने राजकीय व्यवहारांचे क्षेत्र : राजकीय निर्णयांचे क्षेत्र सर्वश्रेष्ठ आहे.' असा सूर उपरोक्त इंग्रजी विधानात अभिप्रेत आहे. (मॅकेंझी, ११) राज्यशास्त्र हे त्या राजकीय व्यवहारांचा अभ्यास करणारे शास्त्र असून इतर सामाजिक शास्त्रांपैकीच एक आहे. विषयाची निश्चितता, अभ्यासपद्धतीचा नेमकेपणा, संशोधनाची व्याप्ती आणि दिशा इ. घटकांच्या आधारे पाहिल्यास राज्यशास्त्र हे सामाजिक शास्त्रांमध्ये सर्वश्रेष्ठ वगैरे ठरण्याचे कारण नाही; पण तसा अभिमान अभ्यासकांचे नीतिधैर्य वाढवण्याच्या दृष्टीने कदाचित उपयुक्त असेल, एवढेच.

राज्यशास्त्राचा विकास :

तत्त्वज्ञान आणि नीतिशास्त्र यांत राज्यशास्त्राचे मूळ सापडते. म्हणूनच प्लेटोच्या विचारांमध्ये प्रथम राजकीय मूल्यांविषयीचा विचार सापडतो, असे मानले जाते. चांगला समाज निर्माण करून व्यक्तीचे हित/कल्याण साधणे हे राजाचे/राज्याचे

उद्दिष्ट मानून, प्राचीन ग्रीक तत्त्वज्ञांनी राजकीय संघटनेचा विचार केला. ॲरिस्टॉटलनेही नीतिशास्त्र आणि राजकीय मूल्यविचार यांचा एकत्रितच विचार केला. प्लेटो आणि ॲरिस्टॉटल यांचे तत्त्वचिंतन हा राज्यशास्त्रांचा आरंभबिंदू मानल्यास, राजकीय तत्त्वचिंतनाची परंपरा जवळपास अशीच हजार वर्षांएवढी प्रदीर्घ आणि जुनी ठरते. ॲरिस्टॉटलच्या अभ्यासाला तत्त्वचिंतनाखेरीज प्रत्यक्ष तत्कालीन राजकीय संघटनेच्या अभ्यासाची जोड मिळाल्याने, आजच्या राज्यशास्त्राचे जनकत्व त्यांच्याकडे असल्याचे मानले जाते. तेव्हापासून समाजशास्त्राचा आधुनिक काळात उदय होईपर्यंतच्या काळात राजकीय प्रश्नांचा तत्त्वज्ञान आणि नीतिशास्त्र यांच्या चौकटीत केलेला विचार, असेच राज्यशास्त्राचे स्वरूप राहिले. याच अर्थाने सेंट ऑगस्टीन किंवा मॅकिएव्हेली किंवा हॉब्ज-रूसो यांना आपण राजकीय तत्त्वज्ञ किंवा तत्त्वचिंतक असे म्हणतो. मात्र, मॅकिएव्हेलीपासून एक फरक घडून यायला सुरुवात झाली. एका बाजूला कृतीचे (आणि नीतिमत्तेचे) खासगी आणि सार्वजनिक क्षेत्र परस्परांपासून भिन्न मानले जायला प्रारंभ झाला आणि सार्वजनिक क्षेत्रातही पुन्हा राजकीय क्षेत्राचे विभिन्नीकरण संकल्पनात्मक पातळीवर घडून येत राहिले (रन्सीमन, २२-४२). या वैचारिक प्रक्रियेमुळे 'राजकीय' म्हणजे काय, या प्रश्नांची पुनर्व्याख्या होत गेली. या पुनर्व्याख्येमुळेच नीतिशास्त्राच्या चौकटीत राज्यशास्त्राचा अभ्यास बंदिस्त न राहता, युरोपात उभ्या राहणाऱ्या नवनव्या राजकीय संस्थांच्या अनुषंगाने राज्यशास्त्राचा अभ्यास आकार घेऊ लागला. 'राज्यसंस्था' आणि तिचे स्वरूप यांची चर्चा तत्त्वज्ञानाबरोबरच घटनात्मकतज्ज्ञ, कायदेतज्ज्ञ इ. मंडळी करू लागली, नवे कायदे आणि नव्या राजकीय संरचना सुचविल्या जाऊ लागल्या (ब्लॉडेल : ६१६). एकोणिसाव्या शतकात समाजशास्त्राच्या उदयामुळे राज्याच्या 'शास्त्रीय' अभ्यासालाही दिशा आणि गती मिळाली. शिवाय याच शतकात मार्क्सच्या लिखाणामुळे राजकीय संस्थांच्या आर्थिक-सामाजिक चिकित्सेचा मार्गही मोकळा झाला.

तरीही एकोणिसाव्या शतकाच्या शेवटच्या टप्प्यापर्यंत 'राज्यशास्त्र' या नावाचा स्वतंत्र विषय काही अस्तित्वात नव्हता. एक तर ज्याला आपण आज राज्यशास्त्रीय लेखन म्हणतो, ते लेखन त्या काळी बहुश: औपचारिक विद्यापीठीय वर्तुळाबाहेरच्या निरीक्षकांनी, तत्त्वज्ञांनी किंवा पत्रकार-वकील यांनी केले आहे आणि दुसरे म्हणजे युरोपात राज्यशास्त्राचा अभ्यास इतर सामाजिक शास्त्रे, तत्त्वज्ञान, नीतिशास्त्र यांपैकी कशाचा तरी घटक म्हणून व्हायचा. १८७१ मध्ये फ्रान्समध्ये राजकीय विषयक शास्त्रांचा विभाग (School of Political Sciences) सुरू झाला. (सरकारी पदांसाठीच्या उमेदवारांचे प्रशिक्षण हे त्यांचे मुख्य काम होते.) इंग्लंडमध्ये १८९५ मध्ये 'लंडन

स्कूल ऑफ इकॉनॉमिक्स ॲन्ड पॉलिटिक्स' स्थापन झाल्यावर राजकीय विषयांच्या स्वतंत्र अभ्यासाला चालना मिळाली. अमेरिकेतही १८४५ ते १८६० या काळात 'Moral Philosophy' या विषयात राजकीय तत्त्वज्ञान शिकविले जाई. १८५७ पासून १८८० पर्यंत इतिहास आणि राज्यशास्त्र हे संयुक्त अभ्यासविषय असत. १८८० पासून मात्र स्वतंत्रपणे 'राज्यशास्त्र' असा विषय अस्तित्वात आला. १८८६ पासून 'Political Science Quarterly' हे नियतकालिक प्रसिद्ध होऊ लागले. येथून पुढील वीस वर्षांत अमेरिकेत राज्यशास्त्राचा विकास वेगाने झाला. १९०३ मध्ये अमेरिकेत 'पोलिटिकल सायन्स असोसिएशन' स्थापन झाली व १९०६ पासून तिच्यावतीने 'American Political Science Review' हे नियतकालिक सुरू झाले.

१८८० ते १९२० या काळात राज्यशास्त्राच्या अभ्यासात मुख्यत: राजकीय तत्त्वज्ञान, राज्यसंस्थेचे स्वरूप, शासनयंत्रणेची तत्त्वे व कार्यपद्धती आणि त्या त्या देशाची घटनात्मक शासनव्यवस्था यांचा अभ्यास होत असे. त्यातही पहिल्या दोन विषयांवर अधिक भर असायचा. आदर्श राजकीय पद्धत कोणती/कशी असावी आणि उच्च राजकीय मूल्ये प्रत्यक्षात कशी येतील, या प्रश्नांचा मागोवा राज्यशास्त्राचे अभ्यासक घेत असत. १९२० नंतर प्रत्यक्ष प्रशासनिक कारभाराची तत्त्वे, युरोपातील इतर देशांच्या राज्ययंत्रणांचा तुलनात्मक अभ्यास यांचा राज्यशास्त्रात समावेश झाला. त्याचबरोबर राजकीय पक्षांसारख्या 'शासनबाह्य' घटकांच्या अभ्यासालाही सुरुवात झाली. या अर्थाने १९२० नंतर राज्यशास्त्राच्या कक्षा काहीशा रुंदावल्या. १९२० ते १९४५ या काळात अमेरिकेत राज्यशास्त्राच्या स्वरूपाविषयी प्रदीर्घ वाद झाला. शिकागो विद्यापीठातील चार्ल्स मेरियम यांच्या प्रभावाखाली राजकीय प्रक्रिया कशी घडते, याचा वेध घेणारे अभ्यास या काळात पार पाडले गेले. त्यामुळे शासनसंस्थेच्या कार्यपद्धतीपलीकडे जाऊन कायदेमंडळाची निर्णयप्रक्रिया, मतदानप्रक्रिया, विविध समाजगटांचे राजकारण यांचे अभ्यास या काळात झाले. मेरियम यांनी 'शास्त्रीयते'च्या मुद्यावर सर्वाधिक भर दिला. राज्यशास्त्र हे 'शास्त्र' ठरले पाहिजे, राज्यशास्त्रातील लेखनात शास्त्रीय कसोट्या पाळल्या गेल्या पाहिजेत, त्याकरिता संशोधनपद्धतीत शिस्त आणि काटेकोरपणा पाहिजे, या मुद्यांचा मेरियमने आग्रह धरला. याच दरम्यान शास्त्रीय अभ्यासपद्धती आणि सांख्यिकी पद्धतींचा आग्रह धरणारी पुस्तके प्रसिद्ध झाली. राज्यशास्त्राच्या अभ्यासाद्वारे वस्तुनिष्ठपणे धोरणे ठरविण्यास मदत झाली पाहिजे, यावर मेरियमचा कटाक्ष होता. राज्यशास्त्र धोरणविषयक अभ्यासशाखेत (Policy Sciences) समाविष्ट व्हावे, अशी त्यांची धारणा होती.

या काळातील मेरियमच्या विरोधकांची राज्यशास्त्राविषयीची भूमिका भिन्न

होती. जागृत नागरिक घडविणे आणि कर्तबगार/कार्यक्षम प्रशासक तयार करणे, ही राज्यशास्त्राची उद्दिष्टे आहेत, असे त्यांचे म्हणणे जोते. त्यामुळे एका मर्यादेच्या पलीकडे शास्त्रीयतेचा, वस्तुनिष्ठतेचा आणि धोरणविषयक शास्त्र बनण्याचा आग्रह त्यांना अमान्य होता. त्यांच्यापैकी काही जण आकाशवाणीवरून नागरिकांना प्रशिक्षण देणाऱ्या कार्यक्रमांतही भाग घेत. (आपल्याकडेही राज्यशास्त्र हा 'नागरिकशास्त्राचाच' भाग बरेच वेळा मानला जातो.) प्रत्यक्ष शास्त्रीयता विरुद्ध नागरिकत्वाचे शिक्षण हा वाद वरवरचाच होता. कारण राजकारणात आपण 'मार्गदर्शन' करावे, असे मानणाऱ्या मेरियमविरोधकांप्रमाणेच, 'लोकशाहीचे रक्षण' या मुद्द्यात खुद्द मेरियमलाही रस होता आणि शास्त्रीयताविरोधकांना प्रशासक घडविणे आवश्यक वाटत होते, ही बाब राज्यशास्त्राला धोरणप्रक्रियेत स्थान मिळावे, या उद्दिष्टांशी पूरकच होती. तरीही राज्यशास्त्र किती/कसे शास्त्रीय असावे, असा वाद खेळला गेला. त्यातून (अ) राज्यशास्त्रात शासन यंत्रणेखेरीजच्या राजकीय घटकांचे संशोधन करावे आणि (ब) राज्यशास्त्राच्या संशोधनात किमान वस्तुनिष्ठता आणि शिस्तशीर अभ्यासपद्धती असावी, हे मुद्दे प्रकर्षाने पुढे आले.

आधुनिक राज्यशास्त्र :

या पार्श्वभूमीवरच १९५० नंतर अमेरिकी राज्यशास्त्रात दुसरा उठाव झाला. 'परंपरागत राज्यशास्त्रीय अभ्यास विरुद्ध आधुनिक विश्लेषणपद्धती' असे त्या उठावाचे स्वरूप होते. त्यालाच 'वर्तनवादी क्रांती' असे जास्त नाट्यपूर्ण नाव आहे. दुसऱ्या महायुद्धापूर्वीच शास्त्रीयतेचा आग्रह धरला जात होता, हे आपण वर पाहिलेच आहे. १९५० नंतरच्या काळात राष्ट्र-राज्यांचे स्वरूप बदलले, नव्या राष्ट्र-राज्यांच्या राजकीय प्रवासाचा अभ्यास करण्याची गरज निर्माण झाली; त्याचबरोबर बदललेल्या आंतरराष्ट्रीय परिस्थितीत राष्ट्रा-राष्ट्रांचे संबंध, जागतिक शांतता, लोकशाही पद्धतीच्या टिकाऊ शासनसंस्थांचा विकास इ.नवे प्रश्न उभे राहिले. या पार्श्वभूमीवर फक्त इंग्लंड-अमेरिकेची तुलना करणारे तुलनात्मक शासनसंस्थांचे अभ्यास अपुरे वाटू लागले. तसेच निव्वळ वर्णनपर अभ्यासाबद्दलही असमाधान निर्माण झाले. राज्यशास्त्राच्या अभ्यासाच्या जुन्या पद्धतींबद्दल चर्चा सुरू झाली. औपचारिक, संस्थात्मक स्वरूपाच्या अभ्यासातील फोलपणावर टीका होऊ लागली. (अ) प्रत्यक्ष राजकीय प्रक्रिया समजून घेण्यावर भर असावा, (ब) शासनयंत्रणेबरोबरच व्यक्तीचे राजकीय वर्तन अभ्यासले जावे, (क) आदर्श तत्त्वांपेक्षा वस्तुस्थिती काय आहे, याचे विश्लेषण केले जावे, (ड) राज्यशास्त्राची शास्त्रीय परिभाषा असावी, (इ) वस्तुस्थितीचे विश्लेषण करता येईल, अशाप्रकारचे राजकीय सिद्धान्त विकसित करावेत,

(फ) राज्यशास्त्राचा अभ्यास करण्यासाठी प्रमाणभूत शास्त्रीय पद्धतींचा विकास आणि स्वीकार व्हावा, (ग) विविध ज्ञानशास्त्रांमधील सिद्धान्त, संकल्पना आणि अभ्यासपद्धती यांचे सहकार्य घेऊन आपला विषय विकसित करावा आणि (ह) मूल्यात्मक तटस्थतेचा अंगीकार अभ्यासकांनी करावा, या मुद्द्यांभोवती आधुनिक राज्यशास्त्रीय विश्लेषण पद्धती उभ्या राहिल्या. १९५० ते १९६० या दशकात हा आधुनिक दृष्टिकोन आणि जुना (पारंपरिक) दृष्टिकोन यांचा तीव्र संघर्ष झाला. हा संघर्ष वैचारिक होता, तसाच विद्यापीठीय विभाग आणि राज्यशास्त्राच्या संघटना ताब्यात घेण्याविषयीही होता! या दशकादरम्यान आधुनिक दृष्टिकोनाच्या पुरस्कर्त्यांनी विद्यापीठीय विभाग व राज्यशास्त्रीय संघटना तर ताब्यात घेतल्याच, पण नव्या प्रकारच्या संशोधनासाठी निधीही मिळवला. या दरम्यान अनेक नव्या संकल्पना आणि प्रारूपे अस्तित्वात आली (रचना- कार्यवाद, गटसिद्धान्त, संसूचन सिद्धान्त, विकासाचे प्रारूप, राजकीय संस्कृतीसारख्या संकल्पना ही त्याची काही उदाहरणे) आधुनिक दृष्टिकोनाच्या पुरस्कर्त्यांनी सर्वेक्षणाची पद्धती विकसित करून राज्यशास्त्रीय संशोधनाला शास्त्रीयतेची किमान झालर मिळवून दिली. सांख्यिकी विश्लेषण, आशय विश्लेषण, विशिष्टलक्ष्यी अभ्यास (Case Study), मानवशास्त्रीय विश्लेषण पद्धती, इ. इतर अभ्यासपद्धतीही या काळात पुढे आल्या. त्यामुळे १९५० पूर्वीच्या शास्त्रीयतेच्या आग्रहाचा धागाही कायम राहिला. या संकल्पनात्मक आणि अभ्यासपद्धतीविषयक घडामोडींमुळे नव्या दृष्टिकोनाला प्रतिष्ठा आणि संशोधकप्रियता प्राप्त झाली. वरील वैशिष्ट्यांचा कमी-अधिक आग्रह धरणाऱ्या सर्वांचा ढोबळमानाने 'वर्तनवादी' असा उल्लेख केला जातो. मात्र 'वर्तनवाद' असा कोणताही बांधेसूद सिद्धान्त राज्यशास्त्रात नाही. राजकीय वर्तन (व्यक्तीचे/ गटांचे) निरीक्षणाधीन असू शकते, व्यक्तींच्या वर्तनात अनेक साधर्म्ये असतात; म्हणून राजकीय दृष्टिकोनांची जडणघडण, त्यावर प्रभाव पाडणारे घटक, प्रत्यक्ष राजकीय वर्तनाची वारंवारता यांचा शास्त्रशुद्ध अभ्यास करण्याचा प्रयत्न ही वर्तनवादाची ठळक वैशिष्ट्ये होत. या अर्थाने १९५० नंतरच्या राज्यशास्त्रात 'वर्तनवाद' ही अभ्यासाची प्रभावशाली चौकट (Paradigm) होती, असे दिसते. त्यातूनच अमेरिकेत व इतरत्रही लोकांची राजकीय मूल्यरचना, दृष्टिकोन आणि प्रत्यक्ष राजकीय वर्तन यांचे अभ्यास फार मोठ्या प्रमाणावर १९५० नंतरच्या काळात आकाराला आलेले दिसतात; त्यामुळे व्यक्ती/गटांच्या पातळीवर राजकारणाचे कोणते विविध अर्थ असतात, राजकीय प्रक्रिया सूक्ष्म पातळीवर कशी घडते/पोचते, याविषयीची माहिती उपलब्ध होऊ शकली आहे.

दुसऱ्या महायुद्धानंतर उदयाला आलेली राज्यशास्त्राच्या अभ्यासाची दुसरी

प्रभावशाली चौकट ही 'राजकीय विकासा'ची होती. १९५० ते १९७० ही दोन दशके या चौकटीने गाजवली. संस्थांची निर्मिती, लोकशाहीकरण आणि आधुनिक मूल्यांचा स्वीकार विविध राजकीय समाजांमध्ये कसकसा होतो; त्यातील धोके कोणते, नवी राष्ट्र राज्ये अस्थिरता-स्थिरता या आसावर सारखे हेलकावे का घेत आहेत, राजकीय आधुनिकता म्हणजे काय, यांसारख्या प्रश्नांचा अभ्यास राजकीय विकासाच्या अभ्यास चौकटीत झाला. राष्ट्र-राज्यांना सामोरी जाणारी आव्हाने, त्यातून आकारणारे राजकीय पेचप्रसंग आणि या पेचप्रसंगांतून बाहेर पडण्याचे मार्ग यांचा अभ्यास व्यवस्था प्रारूपाच्या मदतीने केला गेला. राजकीय व्यवस्थेची संतुलन साधण्याची क्षमता आणि समावेशनाची क्षमता या संकल्पनांभोवती विकासाचे अनेक अभ्यास गुंफले गेले. या अभ्यासामुळे राज्यशास्त्राच्या अभ्यासाचे भौगोलिक क्षेत्र विस्तारले. अनेक नवस्वतंत्र देशांच्या राजकीय प्रक्रियांचे अभ्यास केले गेले.

वर्तनवाद आणि विकास या दोन्ही अभ्यासचौकटी लोकप्रिय आणि प्रभावी ठरल्या, तरी त्यांत पद्धतीशास्त्रीय आणि तत्त्वप्रणालीय त्रुटी होत्या. दुसऱ्या महायुद्धानंतर सामाजिक शास्त्रांविषयीचे नेतृत्व उत्तर अमेरिकेकडे गेल्यामुळे मुख्यत: या अभ्यास चौकटींचा प्रसार झाला. तथापि वर्तनवादात कृती आणि दृष्टिकोन यांचा संबंध, सहसंबंध आणि कार्यकारणभावाचा प्रश्न आणि वर्तनवादाच्या पद्धतीत न सामावणारे वर्तनाचे आकृतिबंध यांविषयीचे प्रश्न अनुत्तरित राहिले. त्याचप्रमाणे सर्वेक्षण आणि सांख्यिकी विश्लेषणाची विश्वासार्हता, त्यांच्या अन्वयार्थाचा प्रश्न यांसारखे मुद्देही वादग्रस्तच राहिले. म्हणूनच वर्तनवादी अभ्यास अद्यापही चालू असले, तरी १९६०-६५ नंतरच वर्तनवादाचा दबदबा आणि शास्त्रीयतेचा दावा उणावला असल्याचे दिसते. विकासलक्ष्यी अभ्यासचौकट जास्त समस्याप्रधान होती. तिची लोकशाही आणि स्थिरताविषयक गृहिते वादग्रस्त होती. टीकाकारांच्या मते, दुसऱ्या महायुद्धानंतरच्या काळात 'उदारमतवादी लोकशाही' व्यवस्थेचे श्रेष्ठत्व सिद्ध करण्याचा छुपा आणि भोंगळ प्रयत्न, असे राजकीय विकासाच्या चौकटीचे स्वरूप होते. त्यामुळेच बहुधा, १९७० नंतर ही चौकट बव्हंशी लुप्तप्राय झाली आहे.

अर्थ, व्याप्ती आणि अभ्यासशाखा :

राज्यशास्त्राची उत्क्रांती कशी झाली, याचा धावता आढावा वर घेतला; परंतु राज्यशास्त्र म्हणजे काय, हा प्रश्न उरतोच. शास्त्राबद्दलच्या चुकीच्या आणि संकुचित कल्पना असणाऱ्यांना (Scientism च्या पुरस्कर्त्यांना) या प्रश्नाचे एकच एक बांधेसूद, सर्वसंमत, सुटसुटीत उत्तर हवे असते. राज्यशास्त्राची अशी 'व्याख्या' उपलब्ध नाही. 'अधिकृत' व्याख्या दिलेली नाही. दोन ढोबळ विधानांच्या साहाय्याने राज्यशास्त्राचा

अर्थ समजून घेता येईल-राजकीय विषयांचा (वस्तू, व्यवहार, मूल्ये, इ.) शास्त्रीय अभ्यास म्हणजे राज्यशास्त्र आणि राज्यशास्त्राचे अभ्यासक ज्या ज्या विषयांचा अभ्यास करतात, ते राज्यशास्त्र. आधुनिक काळात सामाजिक शास्त्रांतर्गत विशेषीकरणामुळे राज्यशास्त्राचाच विशेषत्वाने अभ्यास करणारे अभ्यासक असतात. हाताळलेल्या/अभ्यासलेल्या विषयांकडे पाहिल्यास राज्यशास्त्रात त्यांना (सर्वांना मिळून) काय अभिप्रेत आहे, याचा अंदाज येतो. ही पद्धत स्वीकारण्याचा फायदा असा की, कित्येकदा अधिकृतपणे त्या विषयात समाविष्ट नसलेले अभ्यासविषय अनौपचारिकपणे अभ्यासले जाऊन विषयाची व्याप्ती रुंदावली जाते. उदाहरणार्थ- स्त्रीवाद किंवा पर्यावरणवाद यांच्या प्रभावाने राज्यशास्त्रात प्रथम अनौपचारिकपणे अभ्यास होतील आणि मग स्त्रीवादी राज्यशास्त्र साकारेल. त्यासाठी राज्यशास्त्र म्हणजे काय, हे शोधणाऱ्याने विविध देशांत राज्यशास्त्रज्ञ कशाचा अभ्यास करणार, हे पाहणे उपयुक्त ठरते. विविध देशांच्या राज्यशास्त्रविषयक नियतकालिकांतील लेख पाहूनही याचा अंदाज घेणे शक्य आहे, हा झाला राज्यशास्त्र म्हणजे काय, हे शोधण्याचा अनुभवजन्य मार्ग. संकल्पनात्मक पातळीवर राजकीय विषयांचा शास्त्रीय अभ्यास ही व्याख्या ठीकच आहे, पण त्यामधील 'शास्त्रीय' आणि 'राजकीय' दोहोंच्या अर्थावरून रणकंदने माजतात. 'शास्त्रीय'चे दोन अर्थ संभवतात, एक- संकुचित, नैसर्गिक शास्त्रांबद्दलच्या चुकीच्या कल्पनेतून येणारा अर्थ असा की निश्चित हेतूने, वस्तुनिष्ठ रीतीने प्रयोग निरीक्षणवादी तंत्रशुद्ध शास्त्रीय पद्धतींनी काढलेले सुस्पष्ट निष्कर्ष म्हणजे शास्त्रीय अभ्यास. त्याऐवजी जिज्ञासेपोटी, अनाग्रही पद्धतीने आणि शिस्तीने माहिती गोळा करून विविध प्रक्रिया उकलण्याची धडपड (Science = Knowledge) असा शास्त्रीय अभ्यासाचा अर्थ घेतल्यास, पांढरा ॲप्रन घालून अपरात्री प्रयोगशाळेत न जाताही शास्त्रीय संशोधन होऊ शकते, हे आपल्याला पटू शकते. क्वचित कधी आलेली कृतक शास्त्रीयतेची लाट सोडल्यास, राज्यशास्त्रातील शास्त्र या दुसऱ्या अर्थाचे आहे, असेच मानले जाते. खरे तर सर्वच शास्त्रांचा हा दुसराच अर्थ मुख्य असतो, ही गोष्ट अलाहिदा !

इंग्रजीतील Politics हा शब्द ग्रीक City-State (Polis) वरून आला आहे, हे सर्वज्ञातच आहे. तेव्हा 'राजकीय' म्हणजे 'नगरराज्याच्या व्यवहारांशी संबंधित' असा अर्थ सूचित होतो. भारतीय तत्त्वचिंतनाच्या काळात/(आणि प्राचीन भारतीय तत्त्वचिंतनाच्या काळातही) नगरराज्याच्या)/गणराज्याच्या व्यवहारांचा आवाका सामाजिक व्यवहार असा होता. म्हणजे त्यात नीतिशास्त्र, शिक्षण, सामाजिक संस्था यांचाही समावेश होई. पुढे प्रबोधनानंतरच्या काळात संस्कृती, धर्म, नैतिकता इ. क्षेत्रे

राज्यव्यवहारापासून दूर स्वायत्त झाली. नियमन, युद्ध, परकियांशी संपर्क ही काही काळ राज्याची मुख्य क्षेत्रे बनली, त्यामुळे 'राजकीय'चा अर्थ 'राज्यविषयक' असा बनला. राष्ट्रराज्यांचा उदय आणि सामाजिक शास्त्राचे विभिन्नीकरण यांमुळे वरील अर्थाला बळकटी आली. 'राज्यसंस्थेचा अभ्यास करणारे शास्त्र' ही व्याख्या पक्की झाली. विसाव्या शतकाच्या पूर्वार्धात संकल्पनात्मक दृष्ट्या आणि व्यवहार दृष्ट्याही सदर व्याख्या अपुरी वाटू लागली. राजकीय व्यवहार हे सत्ताविषयक व्यवहार असतात. सत्ता मिळवणे आणि टिकवणे हे राजकारणाचे गाभ्याचे वैशिष्ट्य असते; म्हणून सत्ता, सत्ता मिळविणे व टिकवणे, सत्तासंबंध यांच्याभोवती 'राजकीय'चा अर्थ गुंफला जाऊ लागला. त्यातून सत्तासंबंधीचा अभ्यास करणारे शास्त्र, अशी कल्पना पुढे आली. परंतु अनेकांना ही कल्पना अभिजनवादी वाटते; कारण सत्ता मिळवणे, टिकवणे ही अभिजनांचीच धडपड असते. या व्याख्येत प्रतिनिधित्वसंमती, अधिमान्यता या साखळीकडे दुर्लक्ष होते. त्याचप्रमाणे मूल्यांसाठीचा संघर्ष, चळवळी, लोकशाही सहभाग यांनाही स्थान मिळत नाही. केवळ सत्ताधारी आणि सत्ताकांक्षी यांचे वर्चस्व, प्रभुत्व हेच अभ्यासाच्या केंद्रस्थानी येतात. १९५० नंतर राज्यशास्त्रात जी नवी विश्लेषणे आली, त्यांना सत्तालक्ष्यी व्याख्या उपयुक्त पण अपुरी वाटली. त्यातून जे नवे प्रयत्न झाले, त्यांपैकी डेव्हिड ईस्टन यांची व्याख्या सर्वाधिक मान्यता पावली (लॉब्लेड, ६१७). प्रत्येक समाजात मौलिक (Valued) गोष्टीमूल्ये, वस्तू, सेवा इ. मर्यादित असतात. त्यांचे वाटप निर्धारित पद्धतीने व्हावे लागते. ते सर्वांवर बंधनकारक असावे लागते. सर्वांसाठी बंधनकारक असे निर्णय घेण्याची प्रक्रिया राजकारणाच्या केंद्रस्थानी असते, असे ईस्टनने सुचविले. त्यानुसार मूल्यविषयक अधिकारपूर्ण निर्धारण (Authoritative Allocation of Values) हे 'राजकीय'चे गाभ्याचे वैशिष्ट्य ठरते. या अधिकारयुक्त मूल्यनिर्धारणासाठी, त्याच्या निमित्ताने होणाऱ्या आंतरक्रिया म्हणजे राजकीय आंतरक्रिया होत. मात्र हे मूल्यनिर्धारण सार्वत्रिक म्हणजे सर्व समाजासाठीचे असले पाहिजे. (ईस्टनच्या या व्याख्येत १९५० नंतर प्रचारात आलेली राजकीय व्यवस्था ही संकल्पना मध्यवर्ती आहे.) गेल्या अर्धशतकात सत्ताकेंद्रित आणि मूल्यनिर्धारणकेंद्रित संकल्पना प्रभावी ठरल्याचे आढळते. दोहोंच्या मदतीने राज्यशास्त्राच्या अभ्यासकांनी पूर्वीच्या संस्थात्मक अभ्यासांना निर्णयक्रिया, सत्तासंबंध, लोकसहभाग, राजकीय अभिवृत्ती इत्यादींच्या अभ्यासाची यशस्वीपणे जोड देऊन राज्यशास्त्राच्या अभ्यासाच्या कक्षा रुंदावल्या.

राज्यशास्त्राच्या उपशाखांचा आढावा घेतल्यास त्याच्या व्याप्तीचा अंदाज येतो. १९४८मध्ये युनेस्कोने चार अभ्यासशाखा मानल्या. १) राजकीय तत्त्वे,

सिद्धान्त, २) राजकीय संघटना, ३) राजकीय पक्ष, लोकमत आणि ४) आंतरराष्ट्रीय संबंध (गर्गे : १६३-१६४) हे वर्गीकरण आज अपुरे आहे, हे उघडच आहे. १९६८ मध्ये अमेरिकन पोलिटिकल सायन्स असोसिएशनने राज्यशास्त्रांचे तीन भागांत सुटसुटीत वर्गीकरण केले. अ) समकालीन राजकीय व्यवस्था, आ) आंतरराष्ट्रीय कायदा, संघटना व राजकारण, इ) राजकीय सिद्धान्त आणि तत्त्वज्ञान. पण १९७३ मध्ये त्याच संघटनेने राज्यशास्त्राच्या आठ उपशाखा सुचवल्या १) परदेशी राजकीय संस्था आणि वर्तन २) आंतरराष्ट्रीय कायदा, संघटना, राजकारण ३) पद्धतीशास्त्र ४) राजकीय स्थैर्य, अस्थिरता, बदल ५) राजकीय सिद्धान्त ६) सार्वजनिक धोरण जडणघडण व आशय ७) लोकप्रशासन ८) अमेरिकी राजकीय संस्था, क्रिया, वर्तन (ग्रीन स्टाइन पॉल्सबी, ix - xii). यावरून राज्यशास्त्राच्या अभ्यासातील विविधता आणि विषयाची व्याप्ती पुरेशी स्पष्ट होते.

राज्यशास्त्रात नेमका कशाचा अभ्यास केला जातो, याचे जास्त संक्षिप्त उत्तर देणे शक्य आहे. राजकीय सिद्धान्त आणि तत्त्वज्ञान यांचा राज्यशास्त्राला पूर्वापार वारसा लाभला आहे. प्राचीन काळापासूनच्या तत्त्वचिंतकाचे विचार आणि राजकीय मूल्यसंकल्पना यांच्या अभ्यासाचे आकर्षण आजही कमी झालेले नाही, त्याचबरोबर मूल्ये आणि व्यवहार यांचा एकत्रित विचार करणारे मूल्यात्मक सिद्धान्तन (Normative Theory) आणि अनुभवजन्य सिद्धान्तन (Empirical Theory) अभ्यासकांना आकर्षित करीत असतात. हा झाला अभ्यासाचा एक गट. प्रत्यक्ष राजकारण कसे घडते, याची जिज्ञासा हे राज्यशास्त्राच्या अभ्यासकांना असलेले दुसरे आकर्षण. यालाच 'राजकीय प्रक्रिया' असे म्हणता येईल. या गटात संस्थात्मक रचना, तिचे मूल्यमापन, निर्णय प्रक्रिया, सत्तासंबंध, राजकीय वर्तन, गट, पक्ष, चळवळी, राजकारणाची आर्थिक-सामाजिक परिमाणे यांचा; तसेच तुलनात्मक अभ्यासांचा समावेश करता येईल. राजकीय व्यवहारांचा एक घटक म्हणजे प्रशासकीय व्यवहार, याचा अभ्यास लोकप्रशासनात होतो. तर्कत: याचा समावेश राजकीय प्रक्रियेच्या अभ्यासात होऊ शकतो; पण प्रशासनयंत्रणेत भरती होण्यासाठी प्रशिक्षण देणे, प्रशासनतज्ज्ञांनी प्रशासनयंत्रणेत स्वत: भरती होणे या कारणांमुळे अमेरिकेत दीर्घकाळ लोकप्रशासन या स्वतंत्र उपशाखेचे अस्तित्व आहे. अमेरिकेत १९२० नंतर 'लोकप्रशासन' या स्वतंत्र शाखेचा उदय झाला. पुढे १९३५ नंतर 'अमेरिकन सोसायटी फॉर पब्लिक ॲडमिनिस्ट्रेशन' स्थापन झाली. १९४० पासून ' Public Administration Review' हे स्वतंत्र नियतकालिकही प्रसिद्ध होऊ लागले. खरेतर या वेळेपासून लोकप्रशासनाचे अनेक अभ्यासक ती राज्यशास्त्राची उपशाखा न मानता, स्वतंत्र अभ्यासविषय मानू

लागले. तथापि तसे केल्यास लोकप्रशासन हे प्रशासकीय शास्त्रे - व्यवस्थापनशास्त्र यांचा घटक बनण्याची शक्यता निर्माण होते, त्यामुळे १९४० पासून लोकप्रशासनाच्या अभ्यासकांत द्विधा मन:स्थिती आढळते- व्यवस्थापनशास्त्राचा भाग बनायचे की राज्यशास्त्राचा, असा प्रश्न आहे (मॅकेंझी : ५१). अमेरिकेत (आणि म्हणून भारतातही!) अनेक विद्यापीठांत लोकप्रशासनाचे स्वतंत्र विभागही आहेत (अधिक तपशिलासाठी पहा : पळशीकर १९९५ - ७०२ ते ७०७). एकूण गेल्या अर्धशतकात लोकप्रशासन विषयात जे काही झाले, त्याचा राज्यशास्त्राच्या अभ्यासविषयाशी फारसा संबंध नाही (वॅल्डो : ८०). तरीही व्यवहारत: लोकप्रशासन ही राज्यशास्त्राची उपशाखा मानणे आवश्यक ठरते (त्या विषयाचा राज्यशास्त्रात समावेश होत असेल तर! तो स्वतंत्र विषय मानल्यास हा प्रश्न उद्‌भवणारच नाही.) राज्यशास्त्र या अभ्यासविषयाचा चौथा गट म्हणजे आंतरराष्ट्रीय राजकारणाचा अभ्यास. राष्ट्र-राज्यांच्या उदयानंतर स्वाभाविकपणेच ह्या अभ्यासाविषयाचे महत्त्व वाढले. त्याची स्वतंत्र नियतकालिके आहेत, स्वतंत्र विद्यापीठीय विभागही आहेत. मात्र आंतरराष्ट्रीय राजकारणाच्या अभ्यासकांनी जाणीवपूर्वक वेगळा ‘विषय’ (अभ्यासशाखा म्हणून) स्थापन करण्याचा प्रयत्न केलेला नाही. वास्तविक आंतरराष्ट्रीय संबंध हा राज्यशास्त्राला जवळचा, पण तरीही स्वतंत्र असा विषय बनू शकतो. परराष्ट्रधोरण, आंतरराष्ट्रीय व्यापार, आंतरराष्ट्रीय कायदा व संघटना, शांतता, नि:शस्त्रीकरण आणि युद्धे, युद्धनीती यांचा समावेश करून एक स्वायत्त अभ्यासशाखा विकसित करणे शक्यच नव्हे; तर आवश्यकही आहे; तथापि आंतरराष्ट्रीय संबंधांच्या अभ्यासकांना एरवीच इतकी प्रतिष्ठा आणि शासकीय पाठबळ मिळते, की त्यामुळे त्यांना वेगळी अभ्यासशाखा स्थापणे बहुधा आवश्यक वाटले नसावे. सारांश; राजकीय सिद्धान्त व तत्त्वज्ञान, राजकीय प्रक्रिया, लोकप्रशासन आणि आंतरराष्ट्रीय संबंध ही राज्यशास्त्राच्या अभ्यासाची चार प्रमुख क्षेत्रे मानता येतात. या चार क्षेत्रांपैकी लोकप्रशासन आणि आंतरराष्ट्रीय संबंधित ही तशी दूरस्थ - सीमावर्ती क्षेत्रे झाली. त्या क्षेत्रांमधील संशोधन ‘राजकीय’ विषयांशी थोडेफार संबंधित असते, पण त्याचा गाभा राजकीय प्रक्रियेशी फटकून वागणारा असाच आहे. ‘राजकीय प्रक्रिया’ ही उपशाखा मानली, तरीही तिच्या अभ्यासाचे अनेक मार्ग संभवतात. केवळ राजकीय घटकांचा अभ्यास करून राजकारण समजत नसते; म्हणून राजकीय समाजशास्त्र, राजकीय मानसशास्त्र, राजकीय मानवशास्त्र, राजकीय भूगोल, राजकीय अर्थशास्त्र अशा आंतरअभ्यासशाखीय जुळणीतून अभ्यासाचे नवे मार्ग गेल्या अर्धशतकात पुढे आलेले दिसतात. हे विषय जसे राज्यशास्त्रात अभ्यासले जातात, तसेच त्या त्या अभ्यासविषयांतही अभ्यासले जातात/जाऊ

शकतात. ही आंतरअभ्यासशाखीय दृष्टी हे १९५० नंतरच्या आधुनिक विश्लेषणपद्धतीचे एक योगदान आहे. यातून राजकीय प्रक्रियेचे विविध तपशील हे राज्यशास्त्राच्या अभ्यासाच्या कक्षेत अंतर्भूत झाले आहेत.

मराठीतून राज्यशास्त्र :

सरतेशेवटी राज्यशास्त्राची आपल्याकडे काय स्थिती आहे, याचा थोडक्यात विचार करू. ब्रिटिश राज्यशास्त्राचा प्रभाव भारतात १९६० पर्यंत अबाधित राहिला. त्यातही लंडन स्कूल आणि लास्कीचे Grammar of Politics यांचा प्रभाव सर्वाधिक. भारतात राज्यशास्त्र (किंवा Civics किंवा Political Philosophy) यांचा अभ्यास दुसऱ्या महायुद्धापूर्वीच सुरू झाला होता. १९३९ पासून 'Indian Journal of Political Science' हे नियतकालिक सुरू झाले. पुढे १९५५ पासून 'Indian Journal of Public Administration' प्रसिद्ध होऊ लागले. १९६० नंतर अमेरिकी राज्यशास्त्राचा प्रभाव भारतातही पडण्यास सुरुवात झाली. अभ्यासक्रम, क्रमिक पुस्तके, संशोधनाची प्राधान्ये यांवर हा प्रभाव दिसू लागला. १९७५ नंतर संशोधनाला निधी पुरवणाऱ्या सामाजिक शास्त्र परिषदेने (Indian Concil of Social Science Research – ICSSR) राज्यशास्त्रातील संशोधनाचा आढावा घेण्याचे काम हाती घेतले. त्यानुसार राजकीय व्यवस्थाविषयक संशोधन, राजकीय प्रक्रियाविषयक संशोधन आणि राजकारणावर प्रभाव पाडणाऱ्या चल घटकांविषयीचे संशोधन (उदा. जात, धर्म) यांचा आढावा घेणारे तीन खंड १९७९ ते १९८१ दरम्यान प्रसिद्ध झाले. त्यात विविध तज्ज्ञांचे लेख असल्यामुळे चिकित्सेत साधर्म्य आणि एकवाक्यता नाही. राजकीय तत्त्वज्ञानविषयक संशोधनाचा आढावा घेणारा खंड १९८६ मध्ये, तर आंतरराष्ट्रीय संबंधांचा १९८८ मध्ये प्रसिद्ध झाला आहे. (या सर्व खंडांचे प्रकाशक अलाईड पब्लिशर्स आहेत.) तरीही १९७५ ते १९९५ या काळाचा आढावा नव्याने घेण्याची निकड आहे. तसेच या आढाव्यांमध्ये भारतीय भाषांमधील संशोधन/लेखनाचा समावेश नाही. प्रादेशिक पातळीवर आपापल्या भाषांमध्ये असा संशोधनात्मक आढावा घेण्याचे प्रयत्नही होत नाहीत. नाकर्ती विद्यापीठे आणि सामाजिक शास्त्रे निरुपयोगी मानणारी राज्यसरकारे असा समसमासंयोग असल्याने, इंग्रजीखेरीज इतर भाषांत लिहिलेले अज्ञाताच्या गर्तेत जाते.

या पार्श्वभूमीवर महाराष्ट्रात आणि मराठीत राज्यशास्त्राच्या अभ्यासाची परंपरा विस्कळीत, दुर्बल आणि दुर्लक्षित असणार; हे उघडच आहे. १९२० नंतरच्या काळात टिळक महाराष्ट्र विद्यापीठात आचार्य जावडेकर हे राजकीय तत्त्वज्ञान, राज्यशास्त्र यांचे अध्यापन करीत. जावडेकरांनी राजनीतिशास्त्र परिचय (१९२६), राज्यशास्त्रमीमांसा

(१९३४), आधुनिक भारत (१९३८), आधुनिक राज्यमीमांसा (दोन भाग १९४०, १९४१), लोकशाही (१९४०), गांधीवाद (१९४१) आणि शास्त्रीय समाजवाद (१९४३) ही राज्यशास्त्रविषयक पुस्तके लिहिली. आज ती फारशी उपलब्ध नाहीत. राज्यशास्त्राच्या प्राध्यापकांना जावडेकरच माहीत नाहीत, मग त्यांची पुस्तके कोठून असणार? जेव्हा राज्यशास्त्र हा विषय सर्वत्र शिकविला जात नव्हता, तेव्हा जावडेकरांनी हे लेखन केले, हे लक्षात घेण्यासारखे आहे. राज्यशास्त्राविषयी विश्वकोशाची स्थिती काय आहे? मराठी विश्वकोशाची प्रसिद्धी आणि त्यासाठीचे लेखन यात फार मोठे काळाचे अंतर असते. त्यामुळे दहा-वीस वर्षांपूर्वी केलेले लेखन आज (अद्ययावत नसताना) वाचावे लागते. विश्वकोशात राज्यशास्त्राशी संबंधित अनेक नोंदी असून त्यांचा दर्जा एकसारखा नाही. पण सर्वात निराशाजनक नोंद जर कोणती असेल, तर ती 'राज्यशास्त्र' या शीर्षकाखालची मुख्य नोंद! तर्कतीर्थ लक्ष्मणशास्त्री जोशींनी लिहिलेल्या या नोंदीत सहा पानांत प्लेटो ते मार्क्स आणि तीन पानांत शुक्र, बृहस्पती ते कौटिल्य यांच्या तत्त्वज्ञानाचा चांगला आढावा येतो; पण राज्यशास्त्राची व्याख्या, व्याप्ती, अभ्यासक्षेत्र, आधुनिक घडामोडी यांचा उल्लेखही नाही. आजच्या राज्यशास्त्राच्या विद्यार्थ्यांने ती वाचाची, अशी शिफारस करणेही मुश्कील आहे. नोंद कोशाच्या मुख्य संपादकांनीच लिहिल्यामुळे, त्यांच्या सहकाऱ्यांना अन्य कोणाचे मत अजमावण्याचे धाडस झाले नसेल किंवा ज्यांना मत विचारले, त्यांचा लक्ष्मणशास्त्री जोशी या नावामुळे आपले मत नोंदवण्याचे धाडस झाले नसेल! काही असो, पण मराठी विश्वकोशातील 'राज्यशास्त्र' ही नोंद विषयाला अन्यायकारक आहे, एवढे नक्की! (लक्ष्मणशास्त्री जोशी : ७४२-७५१).

१९८६ मध्ये महाराष्ट्र शासनाने राज्यशास्त्र परिभाषा कोश प्रसिद्ध केला. गलथान आणि निरुपयोगी उपक्रमाचे ते एक उदाहरण ठरावे. मी त्यावर 'महाराष्ट्र टाइम्स' मध्ये टीकालेख लिहीला. (२४ मे १९८७) पण कोशावरचे तज्ज्ञ वा शासन यांनी त्याची दखल घेतली नाही. संस्कृत-हिंदी प्रभावित क्लिष्ट मराठी आणि असंबद्ध परिभाषा (उदा. Power म्हणजे ऊर्जा हा पहिला अर्थ! 'सत्ता' त्यानंतर) ही या कोशाची खासियत (पळशीकर : १९८८ : ३-१६). या पार्श्वभूमीवर १९८७ मध्ये राज्यशास्त्र कोश प्रसिद्ध झाला (व्होरा-पळशीकर). राज्यशास्त्रातील संज्ञांचे संक्षिप्त स्पष्टीकरण, असे त्याचे स्वरूप आहे. त्याची कोठेही चिकित्सा झाली नाही. त्यामुळे तो पुन्हा वाचन असताना त्यातील मर्यादांवर आपणच लिहावे, असेही काही वेळा वाटते! अमेरिकेत जेव्हा राज्यशास्त्राचे Hand Book काढायचे ठरले, तेव्हा १९६५ ते १९७५ ही दहा वर्षे त्यावर काम झाले. तीन खंड ठरले होते, त्याऐवजी

आठ झाले. एवढी सहनशक्ती, चिकाटी आणि औदार्य असलेले प्रकाशक मराठीत सापडतील का; हा प्रश्नच आहे आणि आमची महाविद्यालये अशी 'महाग' पुस्तके खरेदी करतील का, हा त्याहून अवघड – प्रश्न आहे. (यात प्राध्यापक वगळले, कारण प्राध्यापकांनी पुस्तके विकत घ्यायची असतात, असे हल्ली फारसे कोणीच मानत नाही. राज्यशास्त्राचे प्राध्यापक तरी त्याला अपवाद कसे असणार?)

आज महाराष्ट्रात निष्क्रिय अशी 'महाराष्ट्र राज्यशास्त्र आणि लोकप्रशासन परिषद' आहे. तिचे खरेखुरे नियतकालिक नाही. महाराष्ट्रातील विद्यापीठांमध्ये मराठीतून संशोधन करण्याला प्रतिष्ठा नाही. मात्र सुमार दर्जाची भरपूर क्रमिक पुस्तके प्रति वर्षी बाजारात येत असतात. राज्यशास्त्राच्या अभ्यासकांनी/ प्राध्यापकांनी आपल्या विषयाच्या विकासासाठी किमान प्रयत्नही केलेले नाहीत. त्यामुळे राज्यशास्त्र ह्या विषयाची मराठीतून कसदार मांडणी होण्याची शक्यता फार दूरची आहे. आपल्या विषयाबद्दलची अनास्था, थापेबाजीचा सर्वच सामाजिक शास्त्रांना लागलेला संयुक्त रोग ही तर त्याची कारणे आहेतच; पण सभोवतालच्या राजकीय प्रक्रियेत अर्थपूर्ण हस्तक्षेप करण्याचा एक मार्ग म्हणजे राज्यशास्त्रीय संशोधन असू शकते, याचे भान फारसे कोणाला नसते. ही बाब अर्थातच फक्त मराठी बांधवांपुरती लागू नाही. हा भाषेच्या पलीकडच्या राज्यशास्त्राच्या अस्तित्वभानाचा (Identity) व्यापक प्रश्न आहे. त्याची थोडक्यात चर्चा खाली शेवटच्या विभागात केली आहे. त्यावरून राज्यशास्त्रापुढील सध्याचा महत्त्वाचा पेच कोणता व त्यावर कोणता मार्ग असू शकतो, याची कल्पना येऊ शकेल.

उपयोजित की समीक्षाप्रधान ?

गेल्या पाव शतकातील राज्यशास्त्राचे स्वरूप कसे आहे? वर्तनवाद आता राज्यशास्त्रात पुरेसा मिसळून गेला आहे. १९५० नंतरच्या अनेक संकल्पना आणि अभ्यासपद्धती राज्यशास्त्रात स्थिरावल्या आहेत. पण त्याचबरोबर राज्यशास्त्राच्या अभ्यासाला कुंठितता आली आहे. नवे अभ्यासविषय आणि नव्या पद्धतींचा विकास पुरेसा झालेला नाही. काही अंशी राजकीय सिद्धान्तांचे पुनरागमन झाले असून, मूल्यात्मक सिद्धान्तन करण्याची परंपरा पुनरुज्जीवित झाली आहे. त्याचबरोबर उत्तर आधुनिकतावादी सिद्धान्तनाच्या प्रभावातून राज्यशास्त्र सुटलेले नाही. त्यातून राजकीय प्रक्रियेपेक्षा सिद्धान्तन महत्त्वाचे मानणारा गट आजही अस्तित्वात आहे. राज्यशास्त्राच्या या कुंठित स्वरूपाचे कारण, राज्यशास्त्राचा अभ्यास कशाकरता करावयाचा, या विषयीच्या संदिग्धतेत आणि म्हणूनच राजकीय व्यवहारांची चिकित्सा करण्याविषयीच्या कुचराईत आहे. १९५० नंतरच्या 'नव्या' राज्यशास्त्राला 'आपण कोण आहोत' हा

प्रश्न सोडवता आलेला नाही. इतर विज्ञानांच्या (विशेषत: नैसर्गिक शास्त्रांच्या) तुलनेत कायम न्यूनगंडाने पछाडलेल्या राज्यशास्त्रात, एक प्रवाह सतत 'उपयोजित' राज्यशास्त्राचा असतो. सरकारला सल्ला द्यावा, धोरणे सुचवावीत, राज्यघटनेत बदल सुचवावेत, ही महत्त्वाकांक्षा या 'उपयोजनां'मागे असते. त्याबरोबरच राजकीय पक्ष, दबावगट यांचे सल्लागार व्हावे, आंतरराष्ट्रीय संघटनांत काम करावे, सरकारी नोकरीत 'तज्ज्ञ' म्हणून शिरावे, परराष्ट्रधोरण, प्रशासकीय सुधारणा यांबद्दल सल्ला द्यावा, अशाही विविध कल्पना 'उपयोजित' राज्यशास्त्रामागे असतात. अशा उपयोजनांमागे 'सायन्स'वाल्यांच्या 'कन्सल्टन्सी'चे उदाहरण असते. दुसऱ्या बाजूला आपण 'धोरणे' ठरविण्यात सहभागी झालो, तर 'अडाणी' पुढाऱ्यांना 'योग्य' निर्णय घेता येईल, अशीही भावना असते. म्हणजे नैसर्गिक शास्त्रांचे भूत आणि लोकशाहीत गुणवत्ता जोपासण्याचे भूत अशा दोन भुतांनी पछाडलेल्या राज्यशास्त्राला 'उपयोजित' बनण्याची महत्त्वाकांक्षा निर्माण होते. तसे झाल्यावर, नेमून दिलेले (कमिशन्ड) संशोधन करण्याशिवाय गत्यंतर नसते. अनेकदा असे 'संशोधन', आपणहूनच केले जाते. 'घटनादुरुस्तीविषयक संशोधन', जागतिक शांतताविषयक संशोधन (पीस रिसर्च) किंवा ऐक्य आणि फुटीरताविषयक संशोधन, दहशतवाद आणि पोलीस यंत्रणाविषयक संशोधन, प्रशासकीय कार्यक्षमताविषयक संशोधन अशी त्याची अनेक उदाहरणे देता येतील. सरकार किंवा पक्ष यांना रुचतील, असे विषय आणि पचतील, असे उपाय असणारी ही संशोधने पांचट न झाली तरच नवल!

'सरकारला' (व्यवस्थेला) जी समस्या वाटते, तीच अशा संशोधकांच्या दृष्टीने अभ्यास करण्याजोगी असणार, हे उघडच आहे. यातूनच राज्यशास्त्र (आणि एकूणच सामाजिक शास्त्रे) कशाकरिता आहे, त्याचे जीवितकार्य काय, याबद्दलचा गोंधळ उडतो. एकदा 'उपयोजित राज्यशास्त्र' ही भूमिका घेतल्यावर, संघर्षवाद-प्रस्थापितवाद या अक्षाबद्दल अभ्यासक मुग्ध तरी बनतो किंवा सरळ प्रस्थापितवादी बनतो. 'प्रस्थापित चौकट' सामान्यांच्या गळी उतरविण्यासाठी बौद्धिक कसरत करणे, असे सामाजिक शास्त्रांचे मग स्वरूप बनते. राज्यशास्त्रात १९५० नंतरच्या काळात प्राय: स्थितिवादी भूमिका घेतली गेली. 'लोकां'बद्दलचा अविश्वास, बदलाविषयीचा संशय आणि चळवळींबद्दलची तुच्छता ही नव्या अमेरिकी राज्यशास्त्राची प्रमुख देणगी ठरावी. या राज्यशास्त्रात संघर्षाचा जो काही अभ्यास झाला; तो रोगनिदानशास्त्राप्रमाणे संघर्षाचे 'जंतू' ओळखून, शोधून काढण्याच्या स्वरूपात झाला. आपल्या समाजातील राजकीय प्रक्रियेचे चिकित्सक मूल्यमापन, तिची समीक्षा ही राज्यशास्त्राची उद्दिष्टे न राहता, प्रस्थापितवादी मूल्यविचार याची

तळी उचलणे, हेच राज्यशास्त्राचे इतिकर्तव्य बनले. मुख्यत: मार्क्सवादी दृष्टीने आणि मूलगामी लोकशाहीवादी दृष्टिकोनातून संघर्ष, संघर्षप्रवणता यांची चर्चा अजिबात झाली नाही असे नव्हे; पण ती औपचारिक राज्यशास्त्राच्या बाहेर पत्रकार, समाजशास्त्रज्ञ, क्वचित अर्थशास्त्रज्ञ यांच्याकरवी झाली. वर्ग, वर्गरचना, वांशिकता, जातीसंघर्ष यांचे अभ्यास काही अपवाद वगळता बिगर राज्यशास्त्रज्ञांनीच जास्त कल्पकतेने आणि संवेदनक्षमतेने हाताळले. राज्यशास्त्राने या प्रश्नांकडे फक्त स्थिरतेचे आणि लोकशाहीचे प्रश्न म्हणून पाहिले. परिणामी सामाजिक समीक्षेचे हत्यार म्हणून राज्यशास्त्राचा विकास झालेला नाही. राज्यशास्त्राचा अभ्यास करून/संशोधन करून आपल्या राजकीय, सामाजिक परिसराविषयीचा चिकित्सक दृष्टिकोन विकसित व्हावा, राज्यशास्त्र हे प्रस्थापितवादीविरुद्धचे वैचारिक हत्यार बनावे, हा विचार स्वीकारणे तर सोडाच; पण असा विचार मांडणेही 'शास्त्रीय' 'उपयोजित' तज्ज्ञवादी राज्यशास्त्रात जवळपास निषिद्ध आहे. 'आपण कोण' याविषयीच्या या संदिग्ध परिस्थितीमुळे एकीकडे राज्यशास्त्राची चिकित्सक गतिमानता अवरुद्ध होते, तर दुसरीकडे 'उपयोजित' राज्यशास्त्राच्या अंगभूत मर्यादांमुळे राज्यशास्त्रज्ञांना परराष्ट्रखाती किंवा प्रशासकीय सुधारखाती वगैरे फारशी जवळ फिरकूही देत नाहीत. क्वचित एखाद्या समितीवर बसवतात! अशी परिस्थिती असून त्यातून राज्यशास्त्राची सध्याची कुंठितावस्था आली आहे.

संदर्भसूची :

गर्गे, स. मा. (संपा.) समाजविज्ञान कोश, समाजविज्ञान मंडळ, पुणे, १९९०, खंड ४.

जोशी लक्ष्मणशास्त्री, राज्यशास्त्र, मराठी विश्वकोश, विश्वकोश मंडळ, महाराष्ट्र शासन १९८९, खंड १४, पृ. ७४२-७५१.

पळशीकर सुहास, मराठीतून राज्यशास्त्र-दोन प्रयत्न, भाषा आणि जीवन, वर्ष ६ : अंक १, १९८८, पृ. ३-१६.

पळशीकर सुहास, लोकप्रशासन, मराठी विश्वकोश १९९५, खंड १५, पृ. ७०२-७०७.

व्होरा राजेंद्र, पळशीकर सुहास, (संपा.) राज्यशास्त्रकोश, दास्ताने रामचंद्र कं., पुणे ७.

Blondel Jean, Political Science, in Kuper Aram and Jessica Kuper (eds), The Social Science Encyclopedia RKP, London, 1985.

Easton David, Political Science in International Encyclopedia of Social Sciences, Macmillan, N. Y., 1968, Vol.12, pp.282-298.

Greenstein Fred and Nelson Polsby, Hand Book of Political Science, Addison-Wesley, Mass, 1975, Vol. I.

Mackenie, WJM, The Study of Political Science Todau, Macmillan, London, 1970.

Runciman W. G., Social Science and Political Theory, Cambridge University, Press, Cambridge, 1963.

Waldo D, Political Science in Greenstem and Polsby Op. Cit. pp. 1-130.

प्रकरण २

समकालीन राज्यशास्त्र : एक चिकित्सक दृष्टिक्षेप*

डॉ. सुहास पळशीकर

नव्वदीच्या दशकानंतर राज्यशास्त्र विषयाच्या आशयामध्ये फेरबदल करणाऱ्या लोकशाहीची तिसरी लाट, नवउदारमतवादी अर्थव्यवस्थेचा उदय, राज्यसंस्थेच्या स्वरूपामध्ये होणारे आमूलाग्र बदल अशा तीन घडामोडी घडल्या आहेत. हे समकालीन राज्यशास्त्राच्या अभ्यासाचे अभ्यासक्षेत्र ठरते. राज्यशास्त्र विषयाचे हे अभ्यासक्षेत्र काळाची प्रस्तुतता, उपयोजन प्रस्तुतता आणि धोरण विषयक प्रस्तुतता अशा पद्धतीने विकसित होण्याची गरज आहे.

राज्यशास्त्राचे बदलते स्वरूप काय आहे किंवा राज्यशास्त्राचे आजचे स्वरूप काय आहे? राज्यशास्त्राचा अभ्यास कसा करावा? राज्यशास्त्रामध्ये अभ्यासाला काय घ्यावे? हे सांगायचे ठरवले, तर ते ऐकायला कोणी नाही, म्हणजे ते सांगूनही कोणी ऐकणार नाही. याचे कारण आपल्याकडे आपण ज्या पद्धतीने राज्यशास्त्राचा अभ्यास महाविद्यालयांमध्ये आणि विद्यापीठांमध्ये करतो, तो जर पाहिला; तर त्यामध्ये कोणत्याही प्रकारचे बदल होण्याची शक्यता, त्याच्यासाठीचा वाव आपल्या- जवळ नाही आणि त्यामुळे नेमके कोणत्या पद्धतीने बोलायचे, असा माझ्यापुढे प्रश्न आहे; म्हणून मी सुरुवातीला तुमच्यापुढे त्याच्याशी संबंधित दोन-तीन गोष्टी

* डॉ. सुहास पळशीकर यांनी पुणे विद्यापीठात दिलेले हे भाषण आहे.

सांगणार आहे. मग राज्यशास्त्राकडे आपण वळू या. तुम्हाला सर्वांना माहिती आहे की, सध्या आंध्रप्रदेशमध्ये तेलंगण हा जो विभाग आहे, तेथे स्वतंत्र राज्य निर्माण करण्यासाठी मोठे आंदोलन चालले आहे. सरकारची पद्धत काय असते की, जेव्हा असे प्रश्न निर्माण होतात, तेव्हा एक कमिटी नेमली जाते आणि त्या कमिटीला सांगितले जाते की, तुम्ही अहवाल द्या. याप्रमाणे केंद्र सरकारने तेलंगण प्रश्नावर एक कमिटी नेमली होती. ती होती श्रीकृष्ण कमिटी. आपल्या देशामध्ये पुन्हा अशी एक पद्धत आहे की, अशा समस्या उद्भवतात, तेव्हा साधारणपणे सेवानिवृत्त न्यायाधीशांच्या गळ्यात हे घोंगडे टाकले जाते.

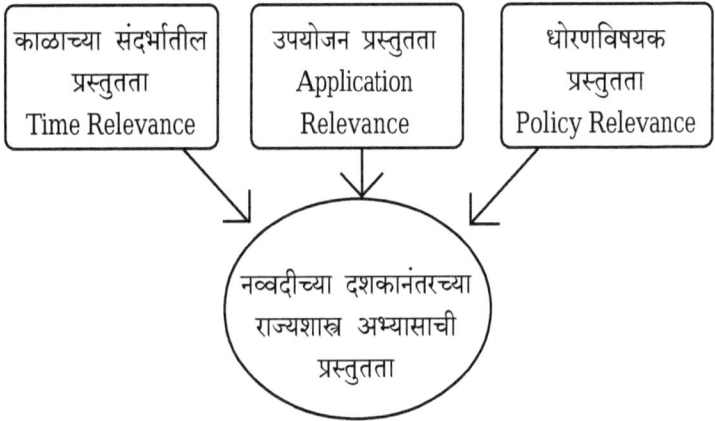

त्याप्रमाणे ही जी कमिटी होती, तिचे अध्यक्ष जे होते श्रीकृष्ण, ते निवृत्त न्यायाधीश होते; पण त्यांच्याखेरीज या कमिटीमध्ये जे लोक होते, ते कोण होते? तर त्यामध्ये व्यवस्थापनाचे तज्ज्ञ होते. याशिवाय समाजशास्त्रज्ञही होते, पण कोणीही राजकीय शास्त्रज्ञ या कमिटीमध्ये नव्हता. हा एक राजकीय प्रश्न निर्माण झालेला आहे की; तेलंगणामधील लोक असे म्हणत आहेत की, आम्हाला स्वतंत्र राज्य हवे आहे. आंध्रातील काही लोक त्याला विरोध करत आहेत. ते म्हणत आहेत, आम्ही स्वतंत्र राज्य करू देणार नाही. मग केंद्र सरकार त्याच्यासाठी एक कमिटी नेमते की, आंध्र प्रदेश राज्याची पुनर्रचना करावी की नाही आणि त्या कमिटीमध्ये कायदेतज्ज्ञ आहेत, समाजशास्त्रज्ञ आहेत, न्यायाधीश आहेत, व्यवस्थापनतज्ज्ञ आहेत; पण राज्यशास्त्राचे तज्ज्ञ त्या कमिटीमध्ये नाहीत. कावेरीचा तंटा घ्या किंवा कृष्णेचा तंटा घ्या. या ज्या नद्या आहेत, त्या अनेक राज्यांमधून वाहत असल्यामुळे त्यांचे पाणी कोणत्या

राज्याला किती मिळावे, याच्याबद्दल वाद आहे. याच्यासाठीचे जे वेगवेगळे लवाद नेमले जातात, त्यांमध्ये अर्थातच जलव्यवस्थापनातले तज्ज्ञ असतात, पण राज्यशास्त्राचा कोणी तज्ज्ञ किंवा लोकप्रशासनाचा कोणी तज्ज्ञ त्यांमध्ये नसतो. इतकेच कशाला, प्रशासकीय सुधारणा आयोग (Administrative Reforms Commission) जे नेमले जाते, त्यामध्येदेखील सहसा कोणी राज्यशास्त्राचा तज्ज्ञ नसतो. राज्यशास्त्रात तुम्ही लोकप्रशासन शिकता, पण प्रत्यक्षात जेव्हा प्रशासकीय सुधारणांसाठीची कमिटी केंद्र सरकार नेमते, तेव्हा मात्र त्यांच्यात कोणी तज्ज्ञ नसतो. महाराष्ट्र सरकार जेव्हा भाषेच्या संदर्भामध्ये मराठी भाषा विकासासाठीचे जे प्रतिष्ठान स्थापन करते, त्या वेळी त्यांच्यात तत्त्वज्ञानाचे प्राध्यापक असतात किंवा इतर कोणी असतात, पण राज्यशास्त्राचे प्राध्यापक मात्र नसतात. हे झाले सरकारबद्दल.

आता अशी कल्पना करा की, एखादा अपक्ष आमदार आहे आणि त्याला असा प्रश्न पडला की, आपण बरेच दिवस अपक्ष म्हणून आहोत. आता आपण एक राजकीय पक्ष स्थापन करू. त्याचा साधा प्रश्न असा आहे की, राजकीय पक्ष नीटनेटकेपणे चालवायचा असेल, तर तो मी कसा चालवू? म्हणून तो समजा तुमच्याकडे आला आणि म्हणाला की, तुम्ही आता बी.ए. मध्ये राज्यशास्त्र शिकलात किंवा एम.ए. करताय किंवा तुम्ही प्राध्यापक आहात; तर राजकीय पक्ष कसा चालवायचा, ते तुम्ही मला समजावून सांगा; तर आपण त्याला राजकीय पक्ष कसा चालवायचा सांगू शकू का? पण मुळात असे आपल्याला विचारायला कोणी येईल का? तर येत नाही. राज्यशास्त्राच्या प्राध्यापकांकडे किंवा अभ्यासकांकडे प्रत्यक्ष राजकारणाबद्दलचा सल्ला मागायला, देशाची धोरणे काय असावीत, याबद्दलची सल्लामसलत करायला कोणीही येत नाही. अल्पसंख्याकांसाठीची पाहणी करण्याचे जेव्हा काम येते, त्या वेळेला सच्चर कमिटी नेमली गेली, त्यामध्येही राज्यशास्त्राचे कोणी तज्ज्ञ नव्हते. या सगळ्या उदाहरणांमधून काय दिसते? तर ते असे दिसते की, एकतर जगाला आपली गरज नाही किंवा जगाला आपला काही उपयोग नाही. गरज नाही, असे म्हणावे; तर जगभर बाकीच्या देशांमध्ये मात्र राज्यशास्त्राचे प्राध्यापक, लोकप्रशासनाचे प्राध्यापक हे वेगवेगळ्या समित्यांवरती बसून सरकारी धोरणे ठरवत असतात. जर तुम्ही युरोप किंवा अमेरिकेची उदाहरणे घेतली किंवा आपल्या शेजारी देशांमध्येसुद्धा बघितले, तर तुम्हाला असे दिसेल की, नेपाळमध्ये नेपाळची राज्यघटना तयार करणाऱ्या समितीला सल्ला देणाऱ्या कमिटीमध्ये विद्यापीठाचे राज्यशास्त्राचे प्राध्यापक आहेत. श्रीलंकेमध्ये तमिळ प्रश्नाच्या सोडवणुकीबद्दलच्या चर्चा आणि सल्लामसलतीमध्ये कोलंबोच्या विद्यापीठाचे राज्यशास्त्राचे प्राध्यापक सहभागी होतात,

पण भारतामध्ये मात्र असे फारसे होत नाही. हे प्राध्यापकांचे झाले. पण तुम्ही जे विद्यार्थी आहात आणि जे एम.ए. चे विद्यार्थी असतील, त्यांची कथा काय असेल? त्यांना कोणीच विचारणार नाही. म्हणजे आपण आयुष्यातील ३ किंवा ४ किंवा ६ वर्षे घालवून एखाद्या विषयाचा अभ्यास केल्यानंतर, त्या विषयाशी संबंधित प्रश्न निर्माण झाल्यानंतर आपल्याला कोणी विचारतील का? तर सहसा आपल्याला कोणी विचारणार नाही, असा त्यातून निष्कर्ष निघतो. म्हणून हा जो विषय आहे की, राज्यशास्त्राचे स्वरूप काय आहे, काय असावे, राज्यशास्त्राचा अभ्यास कसा करावा, हा प्रश्न महत्त्वाचा बनतो. याचा अर्थ असा झाला की, आपण ज्या पद्धतीने राज्यशास्त्राचा अभ्यास करतो आणि आपल्याला राज्यशास्त्राचा जो अर्थ आहे, असे वाटते; त्याच्यात आणि समाजाला राज्यशास्त्र नावाच्या ज्या गोष्टीची गरज आहे, त्याच्यामध्ये खूप अंतर आहे. आपल्याला जे काही राज्यशास्त्र कळालेले असते ते आणि समाजाला हवे असलेले राज्यशास्त्र यांच्यामध्ये फार मोठे अंतर असते. राज्यशास्त्रामध्ये प्लेटो, ॲरिस्टॉटल शिकलात ते आठवून पहा; तुम्ही राज्यशास्त्रामध्ये जर मार्क्स, हेगेल शिकत असाल, तर ते आठवून पहा आणि आपले आजचे समाजातील प्रश्न, राजकीय प्रश्न यांची सोडवणूक आणि प्लेटो, ॲरिस्टॉटल किंवा मार्क्स, हेगेल यांची आपण कोठे सांधेजोड करतो का, हे आठवून पहा. दोन-अडीच हजार वर्षांपूर्वी होऊन गेलेले हे जे सद्गृहस्थ आहेत, त्यांना तुमच्या देशामध्ये अडीचहजार वर्षांनंतर काय प्रश्न निर्माण होतील, हे कळण्यास काही कारण नव्हते. हे समजून घेण्याचे काम आपले आहे. ॲरिस्टॉटलचा अभ्यास करताना आजच्या प्रश्नांच्या संदर्भात आणि आजच्या प्रश्नांच्या अभ्यासाशी जुळवून घेत तो अभ्यास आपण करायला पाहिजे.

जॉन स्टुअर्ट मिलचा अभ्यास करताना आजच्या प्रश्नांच्या संदर्भात जॉन स्टुअर्ट मिलचा अभ्यास आपण करायला पाहिजे, हे तुम्ही सर्व शिकला आहात. तुम्हाला ५ मार्कांचा प्रश्न दिला, तर सर्वांना ३ किंवा ४ मार्क मिळतील की, मिलचे विचारस्वातंत्र्य किंवा अभिव्यक्तिस्वातंत्र्याबद्दलचे म्हणणे काय होते? मिलने असे सांगितले की, प्रत्येकाला जे पाहिजे ते म्हणू द्यावे, बोलू द्यावे. विचारस्वातंत्र्य, आपले विचार मांडण्याचे स्वातंत्र्य असावे; मग पुस्तकांवर आणि सिनेमांवर बंदी का असते, हा प्रश्न आपल्या बी.ए.च्या वर्गात आपण कधी विचारतो का? मिल शिकताना आपण असे शिकवतो की, मिलने असे सांगितले की, अभिव्यक्तीचे पूर्ण स्वातंत्र्य असावे, कोणतेही विचार मांडता आले पाहिजेत; मिलने सांगितलेले विचार तीन प्रकारचे असू शकतात. एक म्हणजे ते विचार सत्य असतील, दुसरे म्हणजे ते

विचार असत्यही असू शकतील आणि तिसरे म्हणजे ते विचार सत्य आणि असत्याचे मिश्रणही असू शकतील; म्हणून मग तो सांगतो की, का द्यावे स्वातंत्र्य? हे शिकवताना हा प्रश्न तुम्ही कधी विचारला आहे का? तुम्ही म्हणजे तुम्ही प्राध्यापक असाल, तर प्राध्यापक म्हणून आणि विद्यार्थी असाल, तर विद्यार्थी म्हणून; की हे जे मिल सांगतो, ते लक्षात घेता सिनेमांवर बंदी घालावी का? किंवा सरकार सिनेमावरती बंदी घालत नसेल, पण एखाद्या संघटनेने सिनेमावरती बंदी जाहीर केली, तर त्यामुळे अभिव्यक्तीचे स्वातंत्र्य मर्यादित होते का? आणि त्याचे कोणते विश्लेषण, त्याचे कोणते समर्थन आपण देऊ शकतो का? बरे, बंदी घालायची, मग मिल आज अप्रस्तुत आहे का? मिलचा आज काही संबंध नाही. मिलने जे सांगितले, ते १५० वर्षांपूर्वीचे होते, ते सोडून द्या. मिल चुकीचा होता किंवा आजच्या काळात चुकीचा आहे. आज बंदी घातली पाहिजे, असे आपण म्हणतोय का? काहीतरी एक ठरवायला पाहिजे. आपण जर मिल शिकत असलो, तर त्याचा आजच्या आपल्या जीवनाशी संबंध कुठे आहे, हे शोधून काढण्याचा आपण प्रयत्न केला पाहिजे. तो आपल्या अभ्यासक्रमामध्ये करणे अपेक्षित नाही. तो करणे आपल्या परीक्षेत अपेक्षित नाही आणि त्यामुळे तुम्ही मिल शिकून जेव्हा बाहेर पडता आणि समाजामध्ये जेव्हा प्रश्न येतो की, अशा प्रकारे बंदी घालावी का, तेव्हा त्याचे तुमच्याकडे काहीही उत्तर नसते किंवा असले, तरी ते उत्तर म्हणजे तुमचे व्यक्तिगत मत असते. मला हा सिनेमा आवडतो, म्हणून त्याच्यावर बंदी घालू नका, मला हा आवडत नाही, म्हणून त्याच्यावर बंदी घातली तरी चालेल; याच्या पलीकडे त्याला युक्तिवाद किंवा तात्त्विक आधार कोठेही उरत नाही. हे जे तुटलेपण आहे, तुम्ही जे शिकत आहात, आम्ही जे शिकवतो ते आणि समाजातले प्रश्न यांच्यामध्ये कोठेच संबंध नाही. ही जी परिस्थिती आहे, ती नव्या राज्यशास्त्राच्या निर्मितीला अत्यंत चांगली परिस्थिती आहे, असे मला वाटते; कारण त्यामुळेच आज ना उद्या कधीतरी आपल्याला हे ठरवावे लागेल की, हे अजून किती वर्षे शिकायचे? प्लेटो आणि ॲरिस्टॉटल यांच्याबद्दल किंवा त्यांच्या विचारांच्या व्याप्तीबद्दल आपल्या सगळ्यांच्या मनामध्ये आदर असतो, तरीसुद्धा हा प्रश्न आपण विचारला पाहिजे की, पुढे काय? म्हणजे माझ्या १२ वीतल्या किंवा एस.वाय.च्या विद्यार्थ्याला प्लेटो का शिकवायचा, याचे उत्तर मला देता आले पाहिजे. त्याला प्लेटो का शिकवायचा किंवा मला नक्की काय शिकवायचे आहे? उदा. प्लेटो शिकवायचा असतो, म्हणजे काय शिकवायचे असते. अशी कल्पना करू की, न्याय म्हणजे काय, हे आपल्याला शिकवायचे असते. मग न्याय शिकवावा. प्लेटो- त्याचा जन्म कधी झाला, त्याचा काळ काय होता, हे

सगळे त्या विद्यार्थ्यांच्या माथी मारले जाते. त्याच्याऐवजी थेट आपण असे का नाही बोलत की, एक प्लेटो अडीचहजार वर्षांपूर्वी होऊन गेला, त्याची ही न्यायाची संकल्पना होती. त्यानंतर समजा २०० वर्षांपूर्वी एक माणूस होऊन गेला, त्याची न्यायाची ही कल्पना होती, इथे मुद्दा संपला. त्यातून न्याय नावाची गोष्ट काय आहे आणि समाजातल्या अन्यायाच्या संदर्भामध्ये ती तात्त्विक चर्चा कशी करते, ती न्यायाची संकल्पना आम्ही तुमच्यापर्यंत कधी पोहोचवू शकत नाही, किंबहुना, आम्हाला आपसातही त्याच्याबद्दल स्पष्टता नसते, ही आपल्या राज्यशास्त्रापुढची अडचण आहे. म्हणजेच पहिला भाग मांडला, तो काय होता की, जेथे धोरण ठरवण्याचा प्रश्न आहे, तेथे राज्यशास्त्राचा काही संबंध येत नाही. आता भारतामध्ये भारताची धोरणे ठरवली जातात, त्याच्यामध्ये राज्यशास्त्र या विषयाचा विषय म्हणून संबंध येत नाही; कारण त्या विषयामध्ये जे प्रशिक्षण दिले जाते ते आणि प्रत्यक्ष विषय शिकवला जातो तो, यामध्ये अंतर असते. (आणि मी हे केवळ आपल्या विद्यापीठाबद्दल बोलत नाही, तर सर्वसाधारणपणे भारतातल्या विद्यापीठांबद्दल बोलतोय.) म्हणजे काही ठिकाणी आपल्यापेक्षा वेगळ्या पद्धतीने राज्यशास्त्र शिकवले जात असेल, हा भाग समजून घ्या. त्यामुळे धोरणशास्त्र म्हणून जर तुम्ही राज्यशास्त्राकडे पाहिले, जसे जगभरात पाहिले जाते, परंतु भारतातल्या राज्यशास्त्राच्या अभ्यासामध्ये धोरणाचा घटक जो आहे किंवा उपयोजन घटक-विशेषत: धोरणे कशी ठरवावीत, वेगवेगळे धोरणात्मक पर्याय कसे असावेत, यांची चर्चा आपण करत नाही. क्षणभर पुन्हा श्रीकृष्ण कमिटीकडे परत चला. श्रीकृष्ण कमिटीचा अहवाल हा त्या दृष्टीने राज्यशास्त्राच्या वर्गामध्ये शिकविण्यासाठी आदर्श अहवाल आहे. वर्तमानपत्रांनी त्याच्याबद्दल काय म्हटले, ते सोडून द्या; पण श्रीकृष्ण कमिटीचा हा अहवाल राज्यशास्त्राच्या विद्यार्थ्यांना वर्गात शिकविण्यासाठी, म्हणजे तुम्ही आता एम.ए.ला सार्वजनिक धोरण हा पेपर शिकता. पब्लिक पॉलिसीसाठी फक्त निम्मा कोर्स म्हणून, श्रीकृष्ण कमिटीचा अहवाल या वर्षी मी शिकवेन. समजा, १०० मार्कांचा पेपर आहे, त्याच्यात ५० मार्कांचे जे काही आहे, ते मी शिकवतो. उरलेल्या ५० मार्कांसाठी हा अहवाल शिकवावा. हा अहवाल वेगवेगळ्या धोरणांचे पर्याय काय असू शकतात, यांची एक तर्कशुद्ध मांडणी करतो. धोरणात्मक पर्याय कमिटीचे नाहीत. कमिटी त्या लोकांशी बोलली. आंध्रप्रदेशातल्या लोकांशी बोलल्यानंतर कमिटीच्या हे लक्षात आले की, अनेक पर्याय असू शकतात. मग कमिटीने सरकारला सल्ला देण्यासाठी असे सांगितले की, आम्ही तुम्हाला या प्रत्येक पर्यायाबद्दलचे गुण-दोष काय असू शकतात ते सांगतो. पर्यायाच्या क्रमानुसार (In that order) याच्यामध्ये गुण जास्त

आहेत, याच्यामध्ये दोष जास्त आहेत, असे करत करत कमिटी स्वत:च काहीतरी एक सांगते; पण ती एकही शिफारस करत नाही. श्रीकृष्ण कमिटीचा सर्वात चांगला भाग काय असेल, तर तो असा की, ती कमिटी असे म्हणते की, शेवटी तुम्ही ठरवायचे - सरकारने आणि जनतेने - आम्ही तुम्हाला अनेक पर्यायांमध्ये कमीतकमी वाईट आणि जास्तीतजास्त तडजोडीला वाव असणारे दोन पर्याय कोणते, ते सांगतो, मग तुम्ही ठरवा. म्हणजे लोकशाहीमध्ये सरकारने निर्णय घ्यायचे असतात. याच्यावर ही कमिटी कुरघोडी करीत नाही. पण सरकारला, निर्णय घेत असताना विविध गुणात्मक पर्याय कोणते आहेत, ते पर्याय का म्हणून आहेत, याची चिकित्सक चर्चा या समितीच्या अहवालामध्ये सापडते. हे आपण राज्यशास्त्रात शिकलो तर आपल्याला फायदाच होईल. त्याच्यासाठी आपल्याला अर्थातच हा जो धोरणात्मक घटक आहे, त्याचा अभ्यास करावा लागेल. त्यामुळे धोरण प्रस्तुतता (Policy Relevance) हा पहिला प्रश्न. दुसरा प्रश्न जो आहे, तो काळाच्या संदर्भातील प्रस्तुतता (Time Relevance) आहे. म्हणजे काळाच्या संदर्भातील प्रस्तुतता म्हणून मी ॲरिस्टॉटल, प्लेटोची उदाहरणे घेतली. माझे काही ॲरिस्टॉटल किंवा प्लेटोबद्दल प्रतिकूल मत नाही आणि ते कोणाचे असू शकणार नाही. कारण राज्यशास्त्राची तात्त्विक मांडणी जी आहे, त्याची पायाभूत रचना या दोघांनी केलेली आहे; पण तरीसुद्धा (आणि हे प्लेटो-ॲरिस्टॉटलच नव्हे, तर कोणाहीबद्दल म्हणण्याचे धाडस आपल्यामध्ये असले पाहिजे.) त्यांचा अभ्यास काळाच्या संदर्भातील प्रस्तुततेच्या चौकटीत केला पाहिजे. घोकंपट्टी, म्हणजे मार्क्स कुठे जन्मला आणि कुठे गेला, त्याने कोणती पुस्तके लिहिली आणि त्याचे सिद्धान्त काय काय होते; हे सांगण्याच्या पलीकडे एक पाऊल कोठेतरी आपल्या अभ्यासात जायला पाहिजे. समजा हे बी.ए.ला शिकवले जात नसेल, तर एम.ए.ला शिकवले जायला पाहिजे. पण ते एम.ए.लाही शिकवले जात नाही आणि येथे माझे जे सगळे सहकारी प्राध्यापक आहेत, त्यांना मी हे विचारीन. त्यांनी सांगावे की, एम.ए.ला आपण असे करतो का? करू शकतो का? बी.ए.ला सोडा, समजा बी.ए.ला मुले खूप असतात. विद्यार्थ्यांची संख्या मोठी असते. हे जर सोडून दिले, तर एम.ए.ला तरी निदान कमी विद्यार्थी असतात, तर त्या विद्यार्थ्यांसाठी आपण जास्त श्रम घेऊ शकतो का? तर ते घेऊ शकत नाही. ही राज्यशास्त्राची चौकट जी आपण केलेली आहे, तिच्यात काळाच्या संदर्भातील प्रस्तुतता हा दुसरा मुद्दा लक्षात घेतला जात नाही.

तिसरा मुद्दा तो असा की, कोणीही आमदार तुम्हाला असे म्हणाला की, बाबांनो, तुम्ही म्हणता भ्रष्टाचार करू नका, पैसे खाऊ नका, नगरसेवकांनी सज्जनपणे

वागावे; पण हे तत्त्वज्ञान म्हणून सगळे चांगले आहे. मी आमदार आहे. माझ्या घरी, गावामध्ये आणि मुंबईमध्ये मिळून रोज ५०० लोक येतात. त्या ५०० लोकांची अपेक्षा अशी असते की, मी त्यांना चहापाणी तरी करावे. निदान आमदारसाहेबांकडे गेलो, तर चहा तरी मिळावा. नगरसेवक असे म्हणतो की, मी ज्या विभागाचा नगरसेवक आहे, तेथील झोपडपट्टीत मयत झाली की, मर्तिकाचा खर्च मी करावा, अशी तेथील लोकांची अपेक्षा असते. हा खर्च मी कोठून करायचा? निवडणुकीवर खर्च फार होतो, असे आपण सगळे म्हणतो. आपण वर्तमानपत्र वाचतो आणि त्याचा आपल्यावर परिणाम होतो, त्यामुळे वर्तमानपत्रात आपण वाचतो आणि म्हणतो की, निवडणुकीवर फार खर्च होतो. लोकसभेचा मतदारसंघ सरासरी किती मतदारांचा असतो? तर १५ लाखांच्या घरामध्ये जातो. समजा, मी निवडणुकीला उभा राहिलोय. मला फक्त दोनदा या सर्वांना माझी पत्रके वाटायची आहेत व आवाहन करायचे आहे, की मला मत द्या. टपालाने पाठवायचे, म्हणजे ३० लाख पत्रे झाली. ५ रुपयांप्रमाणे प्रत्येक वेळेला झाले. निवडणूक आयोगाने आणि सरकारने ठरवून दिलेल्या मर्यादेत हा खर्च मी कसा करायचा? फक्त दोनदाच! बाकी ऑफिसचा खर्च, टेलिफोनचा खर्च, प्रवासाचा खर्च सोडून द्या, मी एकदम साधा उमेदवार आहे, मला पैसे खर्चच करायचे नाहीत; पण मतदारांपर्यंत पोहोचता तर आले पाहिजे. पाच जाहिराती द्यायच्यात, मग प्रत्येक लोकसभा क्षेत्रामध्ये सहा विधानसभा क्षेत्रे असतात. लोकसभेच्या एका मतदारसंघात त्या प्रत्येक क्षेत्रात निदान एक एक बॅनर लावावा लागतो. हे जर सगळे मला करायचे असेल, तर किती खर्च करायला लागेल. म्हणून तो जो उमेदवार आहे खासदारकीचा, तो तुमच्याकडे येतो आणि म्हणतो की, बाबा रे तुम्ही राज्यशास्त्र शिकवता किंवा शिकता, मला अगदी मान्य आहे. निवडणुकीच्या वेळी अशी तक्रार सगळ्यांनीच केली आहे, मोठ्या नेत्यांपासून छोट्या नेत्यांपर्यंत की, निवडणुकीत पैशाचा अति वापर होतो, त्यामुळे तो माणूस तुम्हाला म्हणतो की, मला तुम्ही समजावून सांगा की, निवडणूक कशी लढवू. मला निवडणुकीला उभे राहायचे आहे, मला भानगडी करायच्या नाहीत, पैसा वाटायचा नाही, काही नाही. मला एवढेच करायचे आहे ते कसे करू ते मला सांगा. माझा प्रचार कसा करू, ते मला तुम्ही सांगा. या प्रश्नाचे राज्यशास्त्राकडे काही उत्तर नाही. आपण म्हणणार, ते नका आम्हाला विचारू, तो तुमचा प्रश्न आहे. आम्ही त्याच्यामध्ये पडतच नाही. आम्ही कोठे निवडणुका लढवितो? याचा अर्थ असा झाला की, राजकीय विषयाबाबत जेव्हा जेव्हा व्यावहारिक स्वरूपाचे प्रश्न येतात की, मी आता काय करू, असे एखादा आमदार किंवा नगरसेवक तुम्हाला विचारायला येतो. हे घडलेले आहे.

पुण्यामध्ये एका सभेमध्ये असेच दोन नगरसेवक उपस्थित होते. आम्ही दोघे प्राध्यापक होतो. आमच्या पद्धतीने आम्ही जे काही भाषण असेल, ते केले. त्यातील एक नगरसेवक भाषणामध्ये म्हणाले (आणि प्रेमाने बोलत होते, त्यांच्या बोलण्यात तुच्छता नव्हती,) की, 'सगळ्यांना बौद्ध केल्याशिवाय भारताची क्रांती होणार नाही. मी ज्या वॉर्डाचा प्रतिनिधी आहे, त्या वॉर्डामध्ये बौद्ध १० ते १५% असतील. बाकीचा समाज ८०-९०% आहे. मी जर सगळ्यांना बौद्ध करण्याचा आग्रह धरला, तर बाकीच्या ९०% शी मी कसा रिलेट होऊ? मी जर त्यांच्या नादी लागलो आणि म्हणालो की, बरं तुम्ही बौद्ध होऊ नका; तर माझे जे मूळ बौद्ध समर्थक आहेत, ते मला म्हणतील, हा आता आपल्या भाषेत बोलत नाही, आपले काम करत नाही, हा त्यांच्या नादी लागला. मी काय करू?' या प्रश्नाचे आपल्याकडे उत्तर नाही. आपण सिद्धान्त मांडतो, परंतु हा जो प्रश्न आहे की, एक नगरसेवक आहे, जो म्हणतो की, मला पब्लिकसाठी काम करायचे आहे, पण माझ्या मतदारसंघामध्ये समजा १५% मुसलमान आहेत. म्हणून मी मुसलमानांबद्दल काहीतरी बोलायला लागलो, तर बाकी हिंदू म्हणतात की, हा मुसलमानांचा प्रतिनिधी आहे. मी जर जनरल बोलायला लागलो की, रस्ते चांगले करू वगैरे, तर मुसलमान म्हणतात की, आमच्या प्रश्नाचे काय? आम्ही येथे एवढ्या संख्येने आहोत, आमचा हा हा प्रश्न आहे. आमच्या दर्ग्याचा प्रश्न आहे. समजा आमच्या दफनभूमीचा प्रश्न आहे किंवा आमच्या नोकऱ्यांचा प्रश्न आहे. तो कोण सोडवणार. ह्या नगरसेवकांनी करायचे काय? याचे उत्तर राज्यशास्त्राकडे नाही. याचे कारण राज्यशास्त्राच्या अभ्यासामध्ये उपयोजन घटक (Applied Component) किंवा उपयोजनेची प्रस्तुतताही (Application Relevance) नाही. म्हणजे धोरण प्रस्तुतता नाही, काळाच्या संदर्भातील प्रस्तुतता नाही, उपयोजन प्रस्तुतता नाही. तीन प्रकारच्या प्रस्तुततांच्या संदर्भात आपण तपासून पाहिले, तर ही आपली परिस्थिती आहे. धोरणविषयक प्रस्तुतता घटकाला राज्यशास्त्राच्या अभ्यासामध्ये जर तुम्हाला म्हटले की, वन टू टेन या स्केलवर मार्क द्या; तर जास्तीतजास्त धोरणविषयक प्रस्तुतता असेल, तर दहा मार्क व कमीतकमी असेल, तर तुम्ही १ च्या आसपास मार्क द्याल. जर कोणी जास्त देणार असेल, तर सांगा की का देता? काळाच्या संदर्भातील प्रस्तुततेला १-२ च्या पलीकडे मार्क देता येणार नाहीत. तुम्ही बी.ए.च्या परीक्षेत प्रश्नांची उत्तरे लिहीत असता. प्रश्न काय असतो की, महात्मा गांधींच्या विचारांची आजच्या काळाच्या संदर्भात प्रस्तुतता काय ते लिहा. हा सनातन प्रश्न आहे. म्हणजे महात्मा गांधींच्या काळातही हाच प्रश्न विचारला जायचा, आजही आपण हाच प्रश्न विचारतो. काय लिहिणार प्रस्तुतता?

आपण उत्तर लिहितो की, सत्याचा आग्रह गांधींनी धरला. अहिंसेमुळे माणूस माणसावर प्रेम करतो. असे उत्तर असेल तर याच्यासाठी बी.ए. व्हावेच लागत नाही ना! पण हे जर सांगायचे असेल, तर यासाठी बी.ए. ची पदवी कशाला पाहिजे, हे तुमच्या तुम्हाला विचार करून कळणाऱ्या गोष्टी आहेत. म्हणजे राज्यशास्त्रामुळे तुम्हाला काय वेगळे मिळाले. आम्ही प्राध्यापक म्हणून काय वेगळे दिले, असा जर प्रश्न विचारला, तर प्रस्तुततेला १० पैकी ३ मार्क मिळतील. ही राज्यशास्त्राची आताची परिस्थिती आहे.

म्हणून याच्यामध्ये जर बदल करायचे असतील आणि नवीन राज्यशास्त्र निर्माण करायचे असेल किंवा त्याचा भारतामध्ये अभ्यास करायचा असेल, तर या तीन मार्गांनी आपल्याला जावे लागेल. आपण थोडेसे जातही असतो. त्याची सुरुवात होत असते. म्हणजे उदाहरणार्थ, आपल्या अभ्यासक्रमामध्ये सार्वजनिक धोरणाचा अभ्यास येतो, पण तो येऊन त्याचा कसा चुथडा करायचा, हे अभ्यासक्रम ठरवण्यापासून ते शिकविण्यापर्यंत आणि परीक्षा घेण्यापर्यंत आपण पाहत असतो. सार्वजनिक धोरण आहे, पण सार्वजनिक धोरण शिकवणारे जे प्राध्यापक आहेत, त्यांनी सांगावे, त्याच्यामध्ये त्यांना खरोखर काही समाधान मिळते का? आपण सार्वजनिक धोरणपण अशाच एका कोणत्यातरी गोष्टीत कोंबून शिकवून टाकतो किंवा याआधी म्हटले, त्या पद्धतीने वेगवेगळ्या अभ्यासक्रमाच्या पुनर्रचना वारंवार होत असतात. त्या झाल्या, तरीसुद्धा हेच प्रश्न परत परत येतात की, यांच्यातून आपण पुढे जाऊ शकत नाही. यासाठी दोन गोष्टी आणखी बाहेरच्या जगातील लक्षात ठेवायला लागतील. या तीन प्रकारच्या संदर्भांमध्ये आपले राज्यशास्त्र हे जास्त उपयोगी व्हायचे असेल तर आणि कोणतेही शास्त्र उपयोगी होणे, याचा अर्थ त्याच्यातून शिकणाऱ्याला काहीतरी मिळणे, हा खरा मुद्दा आहे. केवळ त्यांना बाजारात नोकरी मिळेल का, एवढाच मुद्दा नाही; पण बाजारात नोकरी मिळणार का नाही, हाही मुद्दा आहेच. आपण अनेक वर्षे राज्यशास्त्राच्या प्राध्यापकांनी हा प्रश्न टाळायचा प्रयत्न केलेला आहे. आपण त्याच्यासाठी काय युक्तिवाद करत आलो की, हे Liberal Arts आहे. आणि या Liberal Arts मध्ये तुम्हाला मूलभूत शिकावे लागते. याचे असे की, तुम्हाला बाजारात नोकरी मिळण्याच्या भाषेमध्ये हिशोब करून चालणार नाही. हा मुद्दा आम्ही सगळे पुढे करत आलो. गेली २० वर्षे, २५ वर्षे- जेव्हापासून हे प्रश्न येताहेत, तेव्हापासून आणि त्याच्यापुढे आपण असे म्हणत आलो की, या विषयांमध्ये काय व्हायला पाहिजे, तर चिकित्सक क्षमताचा विकास (Critical Ability Development) व्हायला पाहिजे. मी काही वर्षांपूर्वी एका लेखात मांडले आहे की, चिकित्सा

वाढायला पाहिजे. तर तेथेही १० वर्षांपूर्वी मी हेच म्हणत होतो. पण आपल्यामध्ये चिकित्सा तरी वाढते का! म्हणजे वर्णन, चिकित्सा आणि उपयोजन अशा तीन पायऱ्या असतात. आपण वर्णनच नीट करत नाही, त्यामुळे आपण चिकित्सेत जात नाही. चिकित्सेत जात नसल्यामुळे उपयोजनामध्ये आपण पोहोचू शकत नाही. ही राज्यशास्त्रापुढील पेचप्रसंगाची आपल्याला चिरफाड करता येईल किंवा अशा प्रकारे त्याचे विश्लेषण करता येईल.

वर्णनापासून मी पुन्हा सुरुवात करतो. पुन्हा मी ते उदाहरण घेतो. आपण गांधी शिकवितो किंवा मार्क्स शिकवितो, म्हणजे एक प्रकारे ते वर्णन असते की, गांधींनी हे हे केले. हे तुम्ही आठवून पहा, आपण कसे शिकवितो, पुस्तकांमध्ये काय आहे आणि विद्यार्थ्यांपर्यंत काय पोचते. तुमच्या असे लक्षात येईल की, सर्वसाधारणपणे त्या वर्णनाचा अर्थ असा असतो की, एक ढोबळ सूत्र आपण काहीतरी सांगतो. त्याच्या पलीकडे आपल्या वर्णनामध्ये नेमके जर म्हटले, की, गांधींच्या सत्याचा अर्थ काय, तर तो आपल्याला येत नाही. त्या अर्थामुळे तुम्ही जे एम.ए. होणार असाल आणि नंतर सेट-नेटला बसणार असाल, त्यांना आत्ताच सांगतो की, नेमका प्रश्न विचारला की, आपल्याला उत्तर देता येत नाही. नेमके आपल्याजवळ काहीच नसते. गांधींचा जन्म कोठे झाला, तेथपासूनचे आपल्याला सगळे सांगितलेले असते; पण जर असा ३ मार्कांना प्रश्न आला की, भारतीय संविधानातील अमुक एका मूलभूत हक्काचा नेमका अर्थ काय? जीविताचा व स्वातंत्र्याचा अधिकार म्हणजे काय? तर आपण लिहितो, भारताच्या संविधानात मूलभूत अधिकार प्रकरण तीनमध्ये आहेत, त्यामध्ये हा अधिकार दिलेला आहे आणि तो फार महत्त्वाचा आहे. पण तो महत्त्वाचा आहे म्हणजे काय आणि जर मूलभूत अधिकार वेगवेगळे असतील, तर स्वातंत्र्याचा अधिकार म्हणजे काय? हे आपण सांगत नाही, सांगू शकत नाही. याचे कारण आपण मुळात वर्णनच केलेले नसते. मार्क्सची वर्गाची संकल्पना १० ओळींमध्ये लिहा, असे सांगितले तर आपल्याला लिहिता येत नाही; कारण मार्क्सने वर्गावर्गांमध्ये संघर्ष कसा असतो, हे सांगितले. हे आपल्याला शिकवलेले असते, परंतु म्हणजे नेमके मार्क्स काय म्हणतो, हे आपण शिकलेले नसतो, आपल्याला ते शिकायची गरज नसते. आपल्या अभ्यासक्रमाप्रमाणे वर्णनाची ही अवस्था आहे. वर्णनात्मक टप्प्यावर कोणत्या विषयामध्ये नेमके काय आहे, त्याचे वर्णन करावे लागते. याच्यानंतर चिकित्सेकडे आपण जातो. ती चिकित्सा केली, तर त्यातून आपल्याला मार्ग सुचू शकतात. ह्या मार्गाने आपल्याला जायला पाहिजे. नेमके आता जर बाहेरच्या जगामध्ये तुम्ही पाहिले, तर तुम्हाला असे दिसेल की, दोन-तीन गोष्टी साधारणपणे

जगामध्ये घडताहेत. राज्यशास्त्राच्या पुनर्रचनेसाठी भारतामध्ये आपण त्यांचा उपयोग करून घ्यायला पाहिजे. पहिली म्हणजे, ज्याला लोकशाहीची तिसरी लाट (Third Wave of Democracy) असे म्हटले गेले, ती लाट साधारणपणे १९७०-८०च्या काळामध्ये आली होती, असे मानले जाते. याचा अर्थ असा की, १०० वर्षांमध्ये तीन वेळा लोकशाहीचा विस्तार जगामध्ये झाला. त्यातून लोकशाही जगामध्ये प्रस्थापित झाली. याच्यातून काय झाले, कोणते प्रश्न आले ते लोकशाहीचे प्रश्न आपल्या अभ्यासामध्ये आले पाहिजेत. ते प्रश्न कोठे घ्यायचे, ते ठरवावे. ते भारताच्या राजकारणातही घेता येतील. हे पाहिले म्हणजे या लोकशाहीच्या लाटांमुळे लोकशाहीच्या सिद्धान्तामध्ये पूर्णपणे बदल झालेले आहेत हे लक्षात येते.

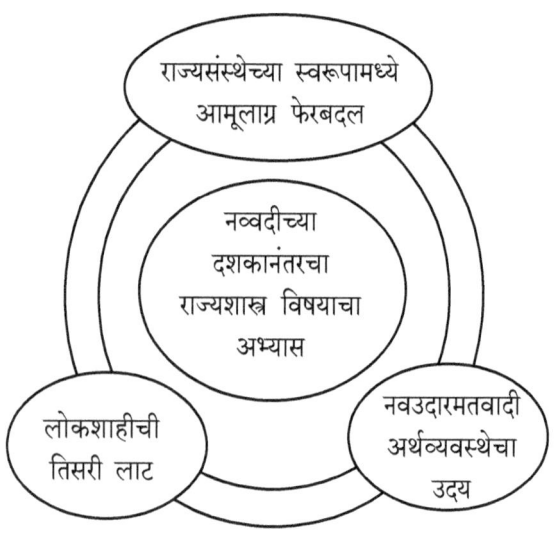

म्हणजे तुम्ही जर लोकशाहीचे सिद्धान्त काय, असा प्रश्न विचारत असाल आणि जर अजूनही कोणी फक्त अब्राहम लिंकनचे सुप्रसिद्ध वचन सुचवतील, तर ही राज्यशास्त्राची खरी शोकांतिका आहे. मी जर सांगितले की, लोकशाहीचे सिद्धान्त किंवा लोकशाहीचा अर्थ लिहा; तर मला खात्री आहे की, ३०% विद्यार्थी हेच लिहितील की, अब्राहम लिंकन हा एक तर राष्ट्राध्यक्ष होता, तो राज्यशास्त्रज्ञ किंवा तज्ज्ञ नव्हता. दुसरे असे की त्याला १५० वर्षे होऊन गेली. लोकशाहीचे जे सिद्धान्त त्याच्या नंतरच्या काळात झाले, ते आता लक्षात घ्यायला पाहिजेत. आमूलाग्र बदलाची गरज आता निर्माण झाली आहे. लोकशाहीच्या सिद्धान्तामध्ये एक छोटे

उदाहरण असे मानले गेले की; एक म्हणजे, समाजामध्ये एकवाक्यता असेल तर लोकशाही राबवणे सोपे जाते. दोन म्हणजे, समाजामध्ये दारिद्र्य असेल, तर लोकशाही टिकणे कठीण आहे. तीन म्हणजे, सिद्धान्तामध्ये असे मानले गेले की, अशिक्षित समाजामध्ये लोकशाहीचा विचार होत नाही. तिसऱ्या लाटेनंतर आणि मुळात भारतासारख्या उदाहरणानंतर गेल्या ६० वर्षांमध्ये हे सिद्ध झालेले आहे की; विविधता असली, दारिद्र्य असले, शिक्षणाचे प्रमाण कमी असले, तरी लोकशाही टिकू शकते. याचा अर्थ लोकशाहीचा सिद्धान्त बदलायला पाहिजे. त्यामुळे अभ्यासामधले लोकशाहीचे सिद्धान्त हे या वास्तवाप्रमाणे लोकशाहीचे सिद्धान्त असावेत, असायला पाहिजेत, हा एक भाग आहे. दुसरा भाग म्हणजे, लोकशाहीचा हा विस्तार जो होतोय; त्याच्यामधून लोकशाही खरेच किती खाली गेली, त्याची खोली किती वाढली, हा दुसरा प्रश्न आहे. म्हणजेच लोकशाही ५ देशांऐवजी ५० देशांमध्ये आणि ५० देशांऐवजी १०० देशांमध्ये गेली, याला आपण लोकशाहीचा विस्तार म्हणू. पण त्या देशामध्ये लोकशाही नावाचे मूल्य किती दृढ झाले, समाजामध्ये किती रुजले, हा लोकशाहीच्याबद्दलचा दुसरा प्रश्न या घडामोडींनी निर्माण केला आहे. तिसरा प्रश्न निर्माण केलेला आहे, तो म्हणजे लोकशाही असूनसुद्धा सामाजिक वगळण्याची प्रक्रिया, सामाजिक बहिष्कृतीची प्रक्रिया कशी काय असू शकते? उदा., भारतात तुम्ही भारतीय राजकारणाचा लोकशाहीचा अभ्यास करता, पण एक प्रश्न आपल्या अभ्यासामध्ये आपण कधीच विचारत नाही. कारण तो विचारला, तर जास्त अभ्यास करावा लागेल. तो असा की, भारतात लोकशाही आहे, तरीसुद्धा भारतातल्या लोकशाहीला मोठ्या प्रमाणावर लोकांना दरिद्री ठेवणे कसे काय परवडते? लोकशाही म्हणजे लोकांचे राज्य आहे, तर हे लोक तुमचा गळा कसे पकडत नाहीत? लोकशाही तरी चालू कशी शकते? म्हणजे भारतातील लोकशाही आणि भारतातील दारिद्र्य हे एकाच वेळेला कसे काय सुखाने जगू शकतात? हा प्रश्न लोकशाहीच्या सिद्धान्तात असला पाहिजे. लोकशाही असली, तर काय काय होते आणि तरीही काय काय होऊ शकत नाही. सामाजिक बहिष्कृतीची प्रक्रिया, यांसारखे वेगवेगळे प्रश्न एका घडामोडींतून राज्यशास्त्रापुढे निर्माण झालेले आपल्याला दिसतात.

१९८० नंतर जगभरामध्ये नवउदारमतवादी आर्थिक व्यवस्था (Neo-Liberal Economic Order) उदयाला आली. ती प्रचलित वा प्रस्थापित झालेली आहे. ती चांगली आहे किंवा वाईट आहे. प्रश्न केवळ चांगल्या-वाईटाचा नाही; तर प्रश्न असा आहे की, त्यामुळे राजकारणावरती कोणते परिणाम झाले? ही जी नव्या प्रकारची अर्थव्यवस्था जगात आली, ती वेगवेगळ्या टप्प्यांवर आली. त्यातून

राजकारणावरती काय परिणाम घडले? हा प्रश्न राज्यशास्त्रामध्ये आता मध्यवर्ती आणायची गरज आहे. उदाहरणार्थ, आता काय झालेले आहे, तर आपल्याला असे दिसते की, त्यामुळे अचानकपणे या नवउदारमतवादी अर्थव्यवस्थेच्या काळात सर्व जण शासनव्यवहार (Governance) नावाच्या गोष्टीबद्दल बोलायला लागले आहेत. शासनव्यवहाराबद्दल का बोलायला लागलेत? याचा अर्थ काय? तो शासनव्यवहार कसा अमलात आणायचा? याच्याबद्दलचे जे प्रश्न आहेत, ते आपल्या अभ्यासात यायला पाहिजेत. आपल्या अभ्यासक्रमात लोकप्रशासनामध्ये कोठेतरी कोपऱ्यात एक प्रकरण असते– सुशासनव्यवहाराचे (Good Governance). तेही भ्रष्टाचार (Corruption) या उपप्रकरणाबरोबर असते; म्हणजे भ्रष्टाचार (Corruption) आणि सुशासनव्यवहार (Good Governance) असे सर्व पातळीवर असते (Net, Set, UGC). सगळ्यांच्या अभ्यासक्रमात हेच असते. त्यामुळे मी केवळ आपल्याबद्दल बोलत नाही, हे लक्षात घ्या. भारतीय पातळीवरची ही समस्या आहे. जगात चर्चा चालली आहे, की शासनव्यवहारांचे लोकशाहीकरण कसे करावे. आपण मात्र ते फक्त कमी करून भ्रष्टाचाराशी (Corruption) आणून जोडतो. त्यामुळे भ्रष्टाचारविरोधी (Anti-Corruption) मोहीम आखली किंवा एखादा कायदा केला की, सुशासनव्यवहार (Good Governance) झाला. आपण लोकप्रशासनात शिकवतो की, Good Governance Practices म्हणजे काय, तर लोकाभिमुख शासनव्यवहार असला पाहिजे. हा लोकाभिमुख आहे का? त्याचा अभ्यास करणार आहोत का? की करणार नाही? त्यामुळे शासनव्यवहार (Governance) हे दुसरे महत्त्वाचे अभ्यासक्षेत्र या नवउदारमतवादी अर्थव्यवस्थेच्या (Neo-Liberal Economy) अनुषंगाने विचारात घेतले पाहिजे.

सैद्धान्तिक पातळीवर नवउदारमतवादी अर्थव्यवस्थेमुळे आलेला प्रश्न, जो आहे, तो असा आहे की, सार्वजनिक हित नावाची गोष्ट काय असते? आणि त्याची चर्चा वास्तविक राजकीय सिद्धान्तात करायला पाहिजे. म्हणजे, ज्याला राजकीय सिद्धान्त असे म्हणतात, त्याच्यात याची चर्चा करायला पाहिजे की, सार्वजनिक हित (Public Interest) म्हणजे काय असते? प्रत्यक्ष उदाहरण घेऊन हे करता येईल. शिकताना सैद्धान्तिक चर्चा याचा अर्थ काहीतरी कंटाळवाणे केले पाहिजे, असे नाही. थेट उदाहरणे घ्या. जैतापूर अणुऊर्जा प्रकल्पात कोणाचे हित (Interest) आहे? म्हणजे सार्वजनिक हित (Public Interest) असते का? आणि ती चर्चा ५० वर्षांपूर्वी भारतात झालेली आहे. ती भारतीय संविधानाच्या अनुषंगाने झाली. आज आपण ती करत नाही. याच्यामध्ये आपण राजकीय (Political) बाजू घेण्याची लगेच घाई

करतो. मी जैतापूरच्या बाजूचा आहे किंवा मी विरुद्ध आहे, मी कोकणच्या विकासाच्या बाजूचा आहे किंवा मी कोकणच्या विकासाच्या विरुद्ध आहे. ही राजकीय लढाई आहे. त्या राजकीय लढाईच्या आधी आपल्याला वर्गांमध्ये सैद्धान्तिक पातळीवर हे समजून घ्यायला पाहिजे, की नक्की पेच काय आहे, भानगड काय आहे. ती भानगड किंवा पेच समजून घेणे म्हणजे राज्यशास्त्र आहे. 'लवासा चांगले की वाईट' यावरील वादविवाद स्पर्धेत भाग घेणे फारच सोपे आहे. लवासाबद्दलही तुम्ही वर्गात फक्त असा विचार करून पहा, की जग ज्या दिशेने चालले, त्या दिशेने जाऊन अशा प्रकारचे शहरीकरण करायचे नाही का? लवासाने कायदे मोडले आहेत का नाहीत? हा प्रश्न आहे. तो प्रश्न बाजूला ठेवा. २५ वर्षांपूर्वी येथे गाव होते, तेथे मगरपट्टा सिटी निर्माण होते. तेथे गावच ठेवायचे का? एका बाजूचा प्रश्न आहे, तसाच दुसऱ्या बाजूचा प्रश्न आहे. त्या गावाचे शहरीकरण करताना त्या गावातील जे काही लोक आहेत, त्यांना त्या शहरात घ्यायचे की, गावाच्या बाहेर काढून लावायचे. हा मुद्दा सार्वजनिक हिताचा मुद्दा आहे. ही सार्वजनिक हित नावाची जी गोष्ट आहे, ती सैद्धान्तिक पातळीवर आपण वर्गामध्ये शिकत असल्यामुळे आपल्या कधी हे लक्षातच येत नाही, की आपल्या दरवाज्यामध्ये सार्वजनिक हिताचे (Public Interest) मुद्दे आहेत. हे मुद्दे घरात किंवा वर्गात चर्चेला आपण घेऊ शकतो. अमुक एका विशेष आर्थिक क्षेत्रामध्ये (Special Economic Zone) पैशांचे गैरव्यवहार किती झाले हा प्रश्न नाही, त्यामुळे राज्यशास्त्राने एका अर्थाने भ्रष्टाचाराची चर्चा करणे थांबवायला पाहिजे. नवउदारमतवादी अर्थव्यवस्थेच्या काळामध्ये जो पेचप्रसंग उभा राहिलेला आहे, तो असा की, आता तुमचे आणि माझे हित एकत्र असल्याचे, हितसंबंध एकत्र असण्याचे प्रसंग फार कमी येतात. हा पेचप्रसंग निर्माण झालेला आहे. समाजातील वेगवेगळ्या स्तरांचे हितसंबंध हे एकत्र येऊन एकसमान सार्वजनिक हित नावाची गोष्ट तयार होणे, हे उत्तर दुरापास्त व्हायला लागलेले आहे. त्यामुळे सार्वजनिक हिताबद्दलचे वाद होतात. त्यामुळे विशेष आर्थिक क्षेत्राबद्दल (SEZ) चे वाद होतात. लवासाबद्दलचे वाद होतात. कारण सार्वजनिक हित बहुसंख्य लोकांचे असते. सर्व हितसंबंध एका चौकटीत बसले, तर सार्वजनिक हित तयार होते. सार्वजनिक हित (Public Interest) म्हणजे काय, ते कसे ठरवायचे, ही चर्चा राज्यशास्त्रामध्ये होणे अत्यंत आवश्यक आहे.

माध्यमांचा बडेजाव ही तिसरी गोष्ट नवउदारमतवादी अर्थव्यवस्थेमुळे झालेली आहे. पहिले म्हणजे, शासनव्यवहार (Governance) नावाच्या गोष्टीचा उदय, दुसरे सार्वजनिक हित (Public Interest). सार्वजनिक हितचा (Public Interest) पेचप्रसंग सार्वजनिक धोरणाचा पेचप्रसंग आणि तिसरे म्हणजे माध्यमांचा बडेजाव.

मुख्यत: टेलिव्हिजन आणि वर्तमानपत्रे हेच जणूकाही राजकारण चालवायला लागलेले आहेत. भारतातच नव्हे, जगभर राजकारणाची सूत्रे यांच्या ताब्यात जायला लागलेली आहेत. त्यामुळे लोक व राजकीय पक्ष यांच्यातला संवाद जो आहे, तो कमी होत जातो आणि माध्यमे हा घटक मध्यस्थ होत आहे. माध्यम नावाचा – वर्तमानपत्र किंवा टेलिव्हिजन नावाचा – घटक लोकांशी बोलतो. ही प्रक्रिया कशी होते? राजकीय नेत्यांना टेलिव्हिजनसमोर बोलवले जाते. मग त्यांची मुलाखत तुम्ही पाहता. हा तुमचा आणि राजकीय नेत्यांचा संवाद असतो. म्हणजे माध्यम मध्यस्थ आहे. त्यांना काय प्रश्न विचारायचे, हे माध्यमे ठरवितात. अजेंडा ज्याला म्हणतात, तो सर्व माध्यमे ठरवतात. त्यामुळे याचा अभ्यास आपल्याला करावा लागेल की, नेमकी माध्यमांची राजकीय भूमिका काय आहे? ती असल्याचे परिणाम काय होतात? पुन्हा मी सांगतो, चांगले की वाईट हे नक्कीच प्रश्न आहेत. त्यांची चर्चा स्वतंत्र व्हायला पाहिजे. पण राज्यशास्त्रात आपल्याला आधी हे कळायला पाहिजे की, माध्यमे नक्की काय करताहेत. दोन घडामोडी फक्त पाहिल्या की, लोकशाहीची तिसरी लाट आणि नवउदारमतवादी अर्थव्यवस्थेचा विजय किंवा तिची प्रस्थापना; तर त्याच्यातून राजकारणाच्या (Politics) अभ्यासासाठी या नवीन वाटा निर्माण झालेल्या आपल्याला दिसतात. त्यातून आपल्याला असे दिसते की, राज्यशास्त्राच्या पुढचा जो एक सनातन मूलभूत प्रश्न आहे, त्याच्याकडे नव्याने परत जाण्याची संधी आपल्याला प्राप्त झाली आहे काय? राज्यशास्त्रातला सनातन प्रश्न राज्यसंस्था आहे. मध्यंतरी एक काळ असा आला होता की, तेव्हा राज्यसंस्थांचा अभ्यासच केला जात नव्हता. राज्यशास्त्रात परत लोकांच्या असे लक्षात आलेले आहे की, राज्यसंस्था नावाच्या गोष्टीचा अभ्यास करायला पाहिजे का? करायला पाहिजे, तर त्याला पुन्हा दोन रस्ते आहेत किंवा कारणे आहेत. एक म्हणजे, तुम्ही आजूबाजूला पाहिले, तर तुमच्या लक्षात येईल की, सरकार नावाची गोष्ट आता अनेक तोंडांनी काम करते. अनेक हातांनी काम करते. म्हणजे कार्यकारी मंडळ, कायदेमंडळ आणि न्यायमंडळ याबरोबरच विविध प्रकारच्या नियमनाच्या संघटना आणि संघटनात्मक यंत्रणा उदयाला यायला लागलेल्या आहेत. नुसते कार्यकारी मंडळ म्हणून जरी तुम्ही पाहिले, तर तुम्हाला असे दिसेल की, इतकी वेगवेगळी कमिशन सरकारने निर्माण केलेली आहेत की, कार्यकारीच्या (Executive) पलीकडे अनेक जण कार्यकारी नियमनाची कामे (Execute) करत असतात. न्यायमंडळ नुसते जरी म्हटले, तरी आपल्याला असे दिसते, की विविध प्रकारच्या न्यायमंडळांची निर्मिती आपण अनेक वर्षांमध्ये मिळून केलेली आहे. त्यामुळे जर सरकार समजून घ्यायचे असेल; तर केवळ मुख्यमंत्री,

पंतप्रधान, संसद किंवा विधिमंडळ एवढे समजून घेऊन आता पुरेसे नाही. आता आपल्याला हे बघावे लागेल की, नियामक यंत्रणा (Bodies) कोणत्या आहेत. नियामक यंत्रणा ज्या आहेत, त्यांचे अधिकार काय आहेत? त्यांची कार्यपद्धती काय आहे? दुसरा जो भाग आहे, तो म्हणजे गेल्या २० वर्षांत आणि भारतात जास्त करून १० वर्षांमध्ये सुरक्षा (Security) नावाची एक गोष्ट उदयाला आलेली आहे. आता हे खरे आहे, की हिंसा वाढली आहे. हे खरे आहे, की, समाजात दहशतवाद वाढलेला आहे. पण त्याच्याचबरोबर सुरक्षा (Security) नावाची एक कल्पनादेखील वाढली आहे. त्यामुळे जगभर जे घडतेय ते असे की, राज्यसंस्थेला सुरक्षाविषयक राज्यसंस्थेचे स्वरूप येते आहे. म्हणजे ती राज्यसंस्था काय करते, तर तुमची तपासणी करते. म्हणजेच सतत वेगवेगळ्या मार्गाने (क्लोज सर्किट टीव्ही असतात. सगळीकडे हे CCTV सुरक्षाव्यवस्थेचे प्रतीक (Symbol) आहे.) देखरेख (Monitor) करते. हे आज एका बाजूला आवश्यक झाले, दुसऱ्या बाजूला आपण ते आवश्यक बनवले. कारण मी जर कोणीतरी आहे, असे मला वाटत असेल, तर माझ्या संरक्षणासाठी माझ्याभोवती चार बंदुकधारी लोक मला लागतात. पोलिसी राज्य (Security State) त्याच न्यायाने कुठल्याही सार्वजनिक संस्थेमध्ये तुम्हाला अडथळे (बॅरिकेड्स) दिसतात. म्हणजे सार्वजनिक संस्थेचे एक वैशिष्ट्य काय असते, तर ती सार्वजनिक आहे, म्हणजे सगळ्यांची आहे. आपल्याकडे त्याचे उलट रूप आहे. जेवढे सार्वजनिक, तेवढे लोकांना प्रवेश बंद. बॅरिकेड्स ही जी कल्पना आहे की ते लावले की, आपण सुरक्षित झालो. ही कल्पना एकदम बावळटपणाची आहे, ती बाजूला ठेवा. पण त्याच्या मागची सैद्धान्तिक भूमिका लक्षात घ्या. बॅरिकेड्स असणारी राज्यसंस्था आपली आहे. म्हणजे जर उपमा देऊन बोलायचे झाले, तर लोकशाहीचा अर्थ काय होतो? जसजशी नवनवीन क्षेत्रे लोकांच्या वापराला मुक्त होतील, तसतशी लोकशाही विकसित होईल. आपली आजची राज्यसंस्था उत्तरोत्तर जास्त जास्त कुंपण घालते. वेगवेगळ्या मार्गांनी लोकांच्या वर्तनाचे नियंत्रण करते. उदाहरणार्थ, इंग्लंडची राज्यसंस्था नागरिकांच्या वर्तनावर नियंत्रण ठेवते. म्हणून असे नियंत्रण ठेवणारे राज्य त्यांना नको आहे. त्यास पोलिसी राज्य संबोधले जाते. ते राज्य त्यांना नको आहे; कारण ते राज्य सुरक्षिततापूर्वक नाही; सुरक्षेच्या अंतर्गत हितसंबंधांच्या व्यवस्था उभ्या राहतात. उदा., शस्त्रास्त्रांचे कारखाने, सी. सी. टि. व्ही. यंत्रणा इ. अशी एक नवी व्यवस्थाच उभी राहते. सुरक्षेच्या नावाखाली हितसंबंधाचे जाळेच विणले जाते. अशाच प्रकारचे पोलिसी राज्य १९९१ नंतर भारतात निर्माण झाले आहे. पुन्हा एक लक्षात ठेवा की, सुरक्षा नको वगैरे असे नव्हे, तर माझा फक्त

राज्यशास्त्राचा विद्यार्थी म्हणून असा प्रश्न आहे की, आपली राज्यसंस्था म्हणजे जिची प्रजासत्ताक म्हणून आम्ही भारतीय लोक (We the people of India) आठवण काढतो, ते आम्ही भारतीय लोक (We the People) कोठे आहोत? आम्ही भारतीय लोक (We the people), त्यांना ठिकठिकाणी थोपविणाऱ्या यंत्रणा आपण स्वतःच निर्माण करतो का? आपण मागणी करतो की नाही, येथे आणखी सुरक्षा जास्त पाहिजे. कोठेही काहीतरी बारीकसे झाले किंवा होणार, असे म्हटले की, आपण म्हणतो सुरक्षा जास्त पाहिजे. समजा १७ ठिकाणे संवेदनशील आहेत, म्हणून तेथे सुरक्षा आहे. उद्या १८ व्या ठिकाणी काही घडले की, आपण आणखी ५ ठिकाणी सुरक्षा पाहिजे, अशी मागणी करतो. असे होत होत सर्व समाज एक पोलिसी समाज बनतो. ही एक राजकीय घडामोड आहे. तिचा अभ्यास करायला पाहिजे. ती चांगली की वाईट हे ठरविण्याच्या आधी; हे का घडले, हे कसे घडले, लोकशाही एकीकडे येत असतानाच त्या लोकशाहीच्या विरोधात जाणाऱ्या गुप्तचर आणि सुरक्षा यंत्रणा ज्या आहेत, त्यांचे सोंग कसे माजले; याचा विचार आपण करायला पाहिजे. या विविध अंगांनी राज्यशास्त्राच्या अभ्यासाचा विस्तार आवश्यक आहे. या ठिकाणी सारांशरूपाने दोन गोष्टी मी सांगेन. एक म्हणजे, राज्यशास्त्राच्या अभ्यासामध्ये सुरुवातीला ज्या तीन प्रस्तुतता (Relevances) सांगितल्या, त्यांच्या अनुषंगाने अभ्यासक्रम, संशोधन आणि अभ्यासपद्धती बदलल्या पाहिजे (Policy Relevances, Time Relevance, Application Relevance). दोन, प्रत्यक्ष अभ्यासाचा आशय (अभ्यासक्रम) जो आहे, त्याच्यामध्ये किमानपक्षी तीन घडामोडींचा विचार व्हायला पाहिजे. एक म्हणजे लोकशाहीची तिसरी लाट. दुसरे म्हणजे नवउदारमतवादी अर्थव्यवस्थेचा उदय आणि तिसरे म्हणजे राज्यसंस्थेच्या स्वरूपामध्ये होणारे आमूलाग्र बदल. या तिघांच्या अनुषंगाने आपले अभ्यासक्रम आणि आपल्या अभ्यासक्रमाचे प्राधान्यक्रम हे जर आपण बदलले, तर राज्यशास्त्राचा हा जो तीन प्रकारच्या प्रस्तुततांबद्दलचा (Relevance) पेचप्रसंग आहे, तो बदलायला मदत होईल.

प्रकरण ३

राजकीय अर्थकारण

डॉ. नितीन बिरमल

प्रस्तावना :

राजकीय अर्थकारण ही राजकीय प्रक्रिया या उपविद्याशाखेची एक उपशाखा आहे. राजकीय अर्थकारणाच्या संदर्भात राजकीय प्रक्रियेचा अर्थ लावला जातो. यामुळे ही उपशाखा एका अर्थाने राजकीय प्रक्रियेचा गाभा असते. या लेखात पहिल्या भागात राजकीय अर्थकारणाचा अर्थ आणि महत्त्व आणि दुसऱ्या भागात महाराष्ट्रातील राजकीय अर्थकारण अशी मीमांसा केली आहे.

भाग १
राजकीय अर्थकारणाचा अर्थ आणि महत्त्व

राज्यशास्त्र विषयाचा संबंध अनेक सामाजिक शास्त्रांबरोबर येतो. इतिहास, समाजशास्त्र, तत्त्वज्ञान, अर्थशास्त्र व राज्यशास्त्र यांचा जवळचा संबंध आहे. कोणत्याही राष्ट्र-राज्यात आर्थिक धोरणे राबविली जात असताना, त्यांचा परिणाम समाजावर काय होतो, याचा अभ्यास म्हणजे राजकीय अर्थव्यवस्था होय. राजकीय संस्था, आर्थिक धोरणे व समाज ह्या तीन घटकांचा अभ्यास केला जातो. राजकीय संस्था आर्थिक धोरणे ठरवीत असताना, समाजातील राजकीय अभिजन यांचा प्रभाव या धोरणावर पडतो. या धोरणामधून जी मूल्यनिर्मिती होते, त्याचे वाटप समाजातील

कोणत्या घटकाला फायदेशीर ठरते व त्याचे राजकीय परिणाम काय होतात, यांचा अभ्यास राजकीय अर्थव्यवस्था यात केला जातो.

Francine Fankel यांचा भारतीय राजकीय अर्थव्यवस्था हा अभ्यास प्रसिद्ध आहे. भारतातील प्रत्येक उत्पादनक्षेत्रात जी धोरणे राबविली गेली, यांचा अभ्यास झाला आहे. उदा. हरित क्रांती. असे अभ्यास भारतीय पातळीवर झाले असे नव्हे, तर राज्यांच्या पातळीवरही झाले आहे. उदा. महाराष्ट्रातील सहकार धोरणावर बावीस्कर यांचा सहकारी साखरकारखान्यांचा अभ्यास प्रसिद्ध आहे. १९४७ मधील औद्योगिक विकासाचा बॉम्बे प्लॅनही प्रसिद्ध आहे.

भारतातील नेहरूप्रणीत समाजवादी प्रारूप, ह्याचे आर्थिक व राजकीय परिणाम याचे अनेक अभ्यास झाले आहेत. १९६९ नंतर भारतातील काँग्रेस नेतृत्वाने लोकरंजनवादी धोरण राबविले होते. त्याचा फायदा काँग्रेसला कसा झाला किंवा परमिट राज या नावाने औद्योगिक क्षेत्रात काही निवडक घराण्यांचा विकास कसा झाला, याची चर्चा झाली आहे.

१९८४ नंतर राजीव गांधी हे उदारमतवादी आर्थिक धोरणाकडे का वळाले व त्याचे राजकीय परिणाम काय झाले, हा अभ्यासाचा विषय राज्यशास्त्रात होता. १९९० नंतर अर्थतज्ज्ञ मनमोहन सिंग अर्थमंत्री झाल्यानंतर २०१० पर्यंत उदारीकरण धोरणे वेगाने राबविली गेली. या काळात काँग्रेस व भाजप आघाडी सरकारे होती, परंतु आर्थिक धोरण एकच होते. याचा भारतातील मध्यमवर्गाची निर्मिती या बरोबर काय संबंध आहे, याचीही चर्चा राज्यशास्त्र अभ्यासक यांनी केलेली आहे. भारतातील लोकशाही राजकारण व आर्थिक सुधारणा यावर Rob Jenkins यांचे पुस्तक प्रसिद्ध आहे. आर्थिक सुधारणा व लोकशाही राजकारण यांच्या संबंधाची चर्चा या अभ्यासात केली आहे.

राजकीय अर्थव्यवस्था ही राज्यशास्त्रात नव्याने विकसित झालेली उपशाखा असली, तरी कार्ला मार्बर्ग या प्रसिद्ध विचारवंताने मांडलेल्या मतानुसार राज्य व उत्पादन व्यवस्था व तिच्या संस्था यांचा तेथील आर्थिक व्यवस्थेशी संबध असतो, कारण राज्य हे उत्पादन व वितरण या संबंधीची धोरणे ठरविते व फायदे करते, याचा परिणाम समाजातील सर्व घटकांवर सारखाच होतो, असे नाही. ज्यांचा आर्थिक फायदा अधिक ते राज्याचे समर्थन करतात; ज्यांचा तोटा, ते राज्याला विरोध करतात. त्यामुळे राजकीय प्रक्रिया अधिक वास्तव रीतीने समजून घेण्यासाठी राजकीय अर्थकारणाचा उपयोग होतो.

ब्रिटिश राजवटीत उत्पादनक्षेत्रात फारसे बदल झाले नाही. शेती अर्थव्यवस्थेत जातीव्यवस्थेचा प्रभाव होता. उच्च जातीकडे जमीनक्षेत्राची मालकी होती. मध्यम शेतकरी जाती या कुळे म्हणून राबत होत्या, तर अस्पृश्य जाती भूमिहीन शेतमजूर होते. शहरी भागात उच्चशिक्षित मध्यम वर्ग इंग्रजी शिक्षणामुळे निर्माण झाला, परंतु तो प्रामुख्याने उच्च जातींमधील होता. काँग्रेस पक्ष हा प्रामुख्याने उच्च सामाजिक गटांचा पक्ष होता. १९२० नंतर महात्मा गांधींच्या नेतृत्वामुळे शेतकरी जाती काँग्रेसला पाठिंबा देऊ लागल्या. उच्च जातींच्या विरोधातील चळवळींमुळे मध्यम शेतकरी जातींचा उदय अभिजन म्हणून झाला. १९३५ च्या कायद्यामुळे प्रांतिक सरकारमध्ये काँग्रेसला यश या मध्यम शेतकरी जातीमुळे मिळाले.

स्वातंत्र्यानंतर पंडित जवाहरलाल नेहरूंच्या नेतृत्वाने जे समाजवादी विकासाचे आर्थिकप्रारूप अमलात आणले, ते प्रामुख्याने या शेतकरी अभिजन यांचा पाठिंबा टिकवण्याकरिता. शेती क्षेत्रात नियोजन आयोगाने पहिल्या पंचवार्षिक योजनेत प्रचंड गुंतवणूक केली, त्याचे फायदे ह्या शेतकरी अभिजनांना मिळाले. हे अभिजन पंचायत राज्यव्यवस्थेमुळे काँग्रेसशी जोडले गेले. राजकीय सत्तेचा वापर करून विकासाच्या योजनांचा लाभ या वर्गाला मिळत गेला व काँग्रेस व्यवस्था टिकून राहिली.

१९६९ नंतर अंतर्गत आर्थिक प्रश्न, दुष्काळ, परकीय कर्ज हे प्रश्न उभे राहिले. शेतकरी अभिजनवर्गाच्या बाहेर विकासाचे फायदे न मिळाल्याने वंचित वर्ग अस्वस्थ होता. आंदोलनाचा प्रभाव वाढला. काँग्रेसला निवडणुका जिंकण्यात यश आले; परंतु वंचित वर्गाला बरोबर घेण्यासाठी लोकरंजनवादी धोरणे इंदिरा गांधी यांनी राबविली, शेतकरी वर्गाला बाजूला ठेवले. १९७५ नंतर काँग्रेस व्यवस्थेचा प्रभाव कमी होऊ लागला, कारण आर्थिक धोरणे व त्यांचे फायदे मिळणारे घटक यांचा मेळ काँग्रेसला घालता येत नव्हता. काँग्रेसच्या धुरीणत्वाला मर्यादा आल्या.

१९८० नंतर शहरी भागात औद्योगिक क्षेत्रात जो मध्यमवर्ग निर्माण झाला, त्याचे महत्त्व राजकारणात वाढू लागले. हा वर्ग हळूहळू हिंदुत्वाच्या विचारांकडे आकर्षित झाला. १९८४ नंतर राजीव गांधी यांनी आर्थिक उदारीकरणाला सुरुवात केली, कारण ग्रामीण शेती व्यवस्थेमधील व शहरी भागातील औद्योगिक व्यवस्थेमधील मध्यमवर्गाला या नवीन सुधारणांची गरज वाटू लागली. १९९० नंतर काँग्रेसने आर्थिक उदारीकरणाला वेगाने सुरुवात केली. मनमोहन सिंग यांनी त्याचे नेतृत्व केले. याच वेळेस १९८० नंतर शेती क्षेत्रात सरकारची गुंतवणूक कमी होऊ लागली, त्यातून ग्रामीण भागातील अस्वस्थता वाढू लागली. याला उत्तर 'अस्मितांचे राजकारण' हेच

शोधले गेले. मंडल आयोगानंतर जातींचे प्रादेशिक प्रश्न उदयाला आले. काँग्रेसला १९९६ नंतर लोकसभा निवडणुकीत सतत पराभव पत्करावा लागला. १९९६ नंतर काँग्रेस पक्ष व भाजप पक्ष यांच्या आघाड्या हे भारतीय राजकारणाचे वैशिष्ट्य झाले, कारण भारतातील मध्यमवर्गाची बदलती भूमिका.

भारतात केन्द्रीय पातळीवरील आर्थिक धोरणांमुळे भारताच्या वर्गीय रचनेत जे बदल झाले; त्याची प्रतिक्रिया भारतीय राजकारणातील १९८० नंतरचा काँग्रेसी व्यवस्थेचा ऱ्हास, प्रादेशिक पक्षांचा उदय, अस्मितांचे राजकारण व आघाड्यांचे राजकारण या स्वरूपात दिसते. महाराष्ट्राच्या राजकीय अर्थव्यवस्थेबद्दल प्रा. जयंत लेले, प्रा. सुहास पळशीकर यांचे अभ्यास प्रसिद्ध आहेत. प्रा. पळशीकर व प्रा. राजेंद्र व्होरा यांचे 'महाराष्ट्रातील सत्तांतर' हे पुस्तक राजकीय अर्थव्यवस्थेचा अभ्यास म्हणून प्रसिद्ध आहे.

१९३५ पासून महाराष्ट्रात ब्राह्मणेतर चळवळींमुळे मराठा जातीचा उदय अभिजन म्हणून झाला. मराठा जातीकडे असलेल्या शेतजमिनीच्या मालकीमुळे ग्रामीण भागात त्यांचा उदय सत्ताधारी वर्ग म्हणून झाला. महाराष्ट्रात काँग्रेसची माघार ही मराठा जातीची होता. १९४७ ते १९५७ पर्यंत मराठा जातीचा पाठिंबा काँग्रेसला होता. १९५७ च्या निवडणुकीचा अपवाद वगळता मराठा जातीचा पाठिंबा काँग्रेसला होता. १९६० मध्ये महाराष्ट्र निर्मितीनंतर यशवंतराव चव्हाण यांनी सर्व सामाजिक घटकांना काँग्रेसच्या नेतृत्वाखाली एकत्र केले. 'बहुजन समाजाचे राज्य' अशी प्रतिमा निर्माण केली.

१९६० मध्ये महाराष्ट्रात शेती हे प्रमुख उत्पादनाचे साधन होते. शेतीवर उदरनिर्वाह करणारी ७०% लोकसंख्या ग्रामीण भागात काम करणाऱ्या लोकसंख्येपैकी ८०% शेतीवर अवलंबून होती. तर यामधून २०१० पर्यंत ५०% लोकसंख्या ग्रामीण भागात, काम करणाऱ्या लोकसंख्येपैकी ५५% लोकसंख्या शेतीक्षेत्रात व महाराष्ट्राच्या उत्पन्नात शेतीक्षेत्राचा ८% वाटा ही बदललेली अर्थव्यवस्था व महाराष्ट्राचे बदलते राजकारण यांचा संबंध आहे.

मराठा जातीची लोकसंख्या ३५ टक्के-सर्वात जास्त जमीन मालकी मराठा जातीकडे, तर ५०% जास्त आमदार मराठा जातीतील होते. यामध्ये स्पष्ट संबंध असा दिसतो की, राज्य सरकारने सुरुवातीच्या काळात शेतीक्षेत्राला दिलेले महत्त्व, सहकार क्षेत्राच्या विकासाला राज्याचा पाठिंबा यामधून मराठा अभिजन यांचा फायदा झाला. कारण मराठा जातीचा काँग्रेसला पाठिंबा होता. हे चित्र १९७५ पर्यंत कायम राहिले. १९७५ नंतर 'गरीबी हटाव' कार्यक्रमांतर्गत बिगरमराठा जातीला आर्थिक

फायदे, शेतीक्षेत्रातील गुंतवणूक कमी, त्यामुळे मराठा जाती अंतर्गत फूट, श्रीमंत, अभिजन पश्चिम महाराष्ट्रातील मराठा काँग्रेस समाजवादी पक्षाकडे वळला.

१९७५ ते १९९० दरम्यान काँग्रेसचा पाठिंबा कमी होऊ लागला. शेतकरी चळवळी, नामांतर आंदोलन यांमुळे मराठा जातीच्या धुरीणत्वाला मर्यादा आल्या. १९८५ नंतर हिंदुत्वाचा प्रसार, भाजप व शिवसेना यांना ओबीसी जातींचा पाठिंबा, शेतकरी मराठा जातीविरुद्ध ओबीसी एकत्र येण्याचा प्रयत्न. १९९० नंतर आर्थिक उदारीकरणाची धोरणे वेगाने अमलात येऊ लागली. शहरीकरण, शेतीक्षेत्राचे महत्त्व कमी होणे; यांमुळे गरीब मराठा शिवसेनेकडे, तर श्रीमंत मराठा काँग्रेसकडे गेल्याचे दिसते. शिवसेना व भाजप शहरी भागातील पक्ष पडले, तर शहरी हितसंबंधांना महत्त्व देणारे सरकार १९९५ मध्ये सत्तेवर आले.

१९९९, २००४ व २००९ या महाराष्ट्रातील निवडणूक दोन आघाड्यांमध्ये, काँग्रेस शेतकरी यांचा पक्ष न राहता 'शहरी गरिबांचा पक्ष' अशी नवी ओळख होऊ लागला. राष्ट्रवादी काँग्रेस 'श्रीमंत शेतकरी जातींचा पक्ष' म्हणून ओळखला जाऊ लागला. १९६० नंतर महाराष्ट्रातील अर्थव्यवस्थेतील बदलांमुळे राजकीय बदल झालेले दिसतात.

भाग २
महाराष्ट्राची बदलती राजकीय अर्थव्यवस्था
(१९६० ते २०१२)

या लेखात महाराष्ट्राच्या राजकीय अर्थव्यवस्थेत झालेले बदल, त्याचे स्वरूप मांडण्याचा प्रयत्न केला आहे.

१९६० ते २०१२ या काळात महाराष्ट्राच्या अर्थव्यवस्थेत अनेक बदल झाले. या बदलात राज्याची भूमिका महत्त्वाची ठरली आहे. १९६० ते १९९० या कालावधीत राज्याचे नियंत्रण असलेली अर्थव्यवस्था, १९९० नंतर जागतिकीकरणामुळे अर्थव्यवस्थेवरील नियंत्रणासंदर्भात राज्याच्या भूमिकेत झालेले बदल महत्त्वाचे आहेत. महाराष्ट्राच्या बदलत्या राजकीय अर्थव्यवस्थेचा अभ्यास करताना खालील प्रश्न उपस्थित होतात. या प्रश्नांची उत्तरे देताना हे बदल लक्षात येतात.

१) महाराष्ट्राच्या राजकीय सत्तेवर प्रभाव असणाऱ्या शेतकरी जातीमधील अभिजनांचे स्वरूप काय होते?

२) बदलत्या अर्थव्यवस्थेत हे राजकीय अभिजन बदलले आहेत काय? (जात व वर्ग या संदर्भात)

३) शेतकरी जातींमधील अभिजन घराणी यांचे शेती अर्थव्यवस्थेतील वर्चस्व व राजकीय सत्तेमधील वर्चस्व कायम राहिले का?

४) महाराष्ट्र राज्य शेतीप्रधान अर्थव्यवस्थेकडून सेवाक्षेत्राचा प्रभाव असलेल्या अर्थव्यवस्थेकडे जात असताना, शेतकरी जातींमधील अभिजन घराणी यांचे वर्चस्व कायम कसे राहिले?

स्वातंत्र्य मिळाल्यानंतर भारताने लोकशाही पद्धतीचा स्वीकार केला असला, तरी उत्पादनपद्धती ही भांडवलशाही पद्धतीचा स्वीकार करणारी होती. राष्ट्रीय पातळीवरील अभिजन जी आर्थिक धोरणे ठरवीत होते, त्याचा स्वीकार घटक राज्यांना करावा लागत होता. त्यामुळे खासगी मालकी हे स्वरूप असणाऱ्या शेती अर्थव्यवस्थेतील नफा ह्याला मान्यता मिळवण्यासाठी लोकशाही राजकीय व्यवस्था काम करत होती. या पद्धतीमुळे घटक राज्यातील शेती अर्थव्यवस्थेत प्रभावी असणाऱ्या शेतकरी जाती यांचा प्रभाव राजकीय सत्तेवर होता. महाराष्ट्रात शेतीची मालकी प्रामुख्याने राज्य पातळीवर मराठा जातीकडे दिसते. स्थानिक पातळीवर महाराष्ट्राच्या वेगवेगळ्या प्रादेशिक विभागांत इतर जातींकडेदेखील जमीनमालकीचे प्रमाण अधिक आहे. परंतु ह्या जाती काही भागापुरत्याच मर्यादित आहेत. त्यामुळे जमीनमालकीवर असणारा प्रभाव, लोकसंख्येत मराठा जातीचे प्रमाण जवळपास ३५%, सामाजिक उतरंडीमध्ये असणारा उच्च दर्जा (क्षत्रिय), राजकीय सत्तेत वर्चस्व ठेवण्याची इच्छा, त्या संदर्भात मराठी स्वराज्य याचा ऐतिहासिक संदर्भ; यांमुळे महाराष्ट्रात मराठा जात प्रभावशाली जात म्हणून ओळखली जाते.

१९६० मध्ये महाराष्ट्र राज्य निर्मितीनंतर 'राज्य कोणाचे' हा प्रश्न उपस्थित झाला. याचे उत्तर जरी 'मराठी लोकांचे' असे दिले गेले असले, तरी मराठा जातीचा प्रभाव हा स्पष्ट होतोच. मराठा जातीचा प्रभाव असण्याचे प्रमुख कारण, शेती अर्थव्यवस्थेच्या हितसंबंधांना प्राधान्य व शेती अर्थव्यवस्थेतील नेतृत्व होय. महाराष्ट्रात काँग्रेसचा प्रभाव व मराठा जातीचा प्रभाव या समांतर गोष्टी आहेत. कारण मराठा जात हाच काँग्रेसचा सामाजिक पाया होता. शेतकरीवर्ग हाच काँग्रेसचा पाया होता व शेतकरीवर्गात मराठा जातीचे प्रमाण इतर शेतकरी जाती, मागास जाती व अस्पृश्य जाती यांच्याशी तुलना करता अधिक होते. शेतकी अर्थव्यवस्थेत मराठा जातीच्या प्रभावामुळे कोणत्या पातळीवर मराठा जातीचा राजकीय प्रभाव होता, असे म्हणता

येते; परंतु मराठा जातीअंतर्गत असलेली आर्थिक विषमता व त्याचबरोबर प्रादेशिक विषमता यांमुळे आपले राजकीय आर्थिक वर्चस्व कायम ठेवण्यासाठी महाराष्ट्रात सत्ताधारी वर्गाने दोन साधनांचा वापर केला.

१) धुरीणत्व (Hegemony)

२) अनुग्रह (Partonage)

मराठा जातीअंतर्गत श्रीमंत व गरीब मराठा यांची राजकीय कृती एकाच दिशेने होण्याकरिता सत्ताधारी वर्गाने मराठा ही जातजाणीव वापरली व मराठा जातीबाहेर बहुजन ही संकल्पना वापरून सत्ताधारी मराठा जातीने आपले वर्चस्व टिकवले.

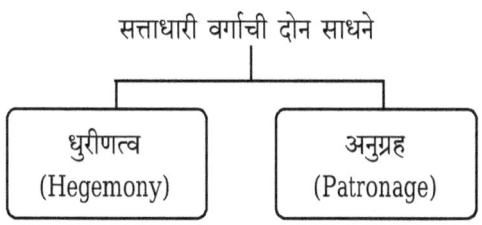

सत्ताधारी वर्गाची दोन साधने

सत्ताधारी मराठा जातीने आपले वर्चस्व टिकवण्याकरिता भौतिक साधनांचा वापर केला. स्थानिक पातळीवरील राजकीय सहभाग व सहकारी क्षेत्रातील सत्तेवरील नियंत्रणाचा फायदा घेऊन अनुग्रहित समाज तयार केला. राजकीय सत्तेच्या नियंत्रणाकरिता भौतिक आधार लागतो, त्यासाठी महाराष्ट्रातील सत्ताधारी वर्गाने यंत्रणा निर्माण केल्या. त्या पुढीलप्रमाणे-

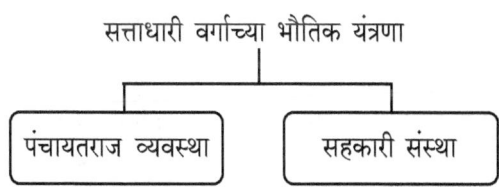

सत्ताधारी वर्गाच्या भौतिक यंत्रणा

१) पंचायतराज व्यवस्था

२) सहकारी संस्था

केंद्रीय पातळीवरील नियोजनानुसार शेतीक्षेत्राचा विकास करण्याकरिता ज्या यंत्रणा उभ्या करण्यात आल्या, त्या प्रामुख्याने वरील दोन यंत्रणा होत्या 'विकास' या

धोरणानुसार शेतीक्षेत्रात प्रचंड गुंतवणूक करण्यात आली. ही गुंतवणूक या यंत्रणांद्वारे प्रत्यक्षात आणण्यात आली. या विकासाच्या योजनांवर स्थानिक संस्था व सहकारी संस्था यांद्वारे नियंत्रण प्रस्थापित करण्यात आले. या यंत्रणा महाराष्ट्रात काँग्रेस पक्षाच्या ताब्यात होत्या. या यंत्रणांद्वारे विकास व विकासाचा फायदा सत्ताधारी वर्गाला मिळाला, जो महाराष्ट्रात मराठा जातीला मिळाला. कारण त्यांचे जमीन मालकीवरील नियंत्रण! ग्रामीण विकास योजनेमार्फत जो विकास झाला, त्याचा फायदा काँग्रेस पक्षाला सर्व पातळ्यांवरील निवडणुकांमध्ये मिळाला. मराठा जातीअंतर्गत विषमता व मराठा जातीबाहेर नियंत्रण या यंत्रणेद्वारे मराठा जातीला मिळवता आले.

महाराष्ट्र निर्मितीनंतर पंचायतराज व्यवस्था निर्माण करण्यात आली. स्थानिक स्वराज्य संस्थांमध्ये काँग्रेस पक्षाने आपले नियंत्रण मिळवले. स्थानिक संस्थांमध्ये स्थानिक पातळीवरील अभिजन यांना सत्तेत सहभागी करून घेतले. जिल्हा परिषदा, ग्रामपंचायत व पंचायत समिती या संस्थांमध्ये स्थानिक अभिजन यांना सत्ताकेंद्रावर नियंत्रण काँग्रेस पक्षामार्फत मिळवता आले. स्थानिक अभिजन हे प्रामुख्याने मराठा जातीमधील श्रीमंत मराठा शेतकरी होते. काही भौगोलिक विभागांत माळी, धनगर, बंजारी, तेली, आगरी, कुणबी या इतर मागास जातींमधील शेतकरी अभिजन यांनादेखील या स्थानिक संस्थांवर सत्तापदे मिळाली; परंतु राज्यपातळीचा विचार करता बहुसंख्य पदे मराठा जातीकडे होती.

स्थानिक संस्था या यंत्रणेमार्फत अभिजन यांना सत्तेत सहभाग व या संस्थेकडील विकासाच्या साधनांवर या अभिजनांचे नियंत्रण, यामधून विकासकामे, यांमधून अनुग्रहित समाज निर्माण झाला. याचा उपयोग-राजकीय सत्ता मिळवणे शक्य झाले. यालाच आपण 'काँग्रेस व्यवस्था' या नावाने ओळखतो. मराठा जातीअंतर्गत असलेला गरीब व श्रीमंत हा भेद स्थानिक यंत्रणेच्या विकासकार्यामुळे झाकला गेला. शेती अर्थव्यवस्थेतील श्रीमंत मराठा यांच्या नियंत्रणाला मान्यता मिळाली. या विकास प्रारूपामुळे श्रीमंत शेतकऱ्यांचा आर्थिक फायदा अधिक होतो, हे लक्षात येऊ लागल्यावर, वंचित घटकांसाठी अनुदाने व रोजगार हमी योजना यांसारखे कार्यक्रम राबविण्यात आले. ग्रामीण भागात पंचायतराज या यंत्रणेद्वारे आर्थिक व राजकीय नियंत्रण शेतकरी वर्गातील अभिजन यांना शक्य झाले. या यंत्रणेच्या मर्यादा १९८५ नंतर स्पष्ट होऊ लागल्या. त्याच वेळेस श्रीमंत मराठा व गरीब मराठा ही फूट अधिक स्पष्ट होऊन, ग्रामीण भागात समाजवादी काँग्रेस, शिवसेना हे पक्षीय पर्याय महाराष्ट्राच्या राजकीय व्यवस्थेत उपलब्ध झाले व काँग्रेस पक्षाचा प्रभाव कमी होण्यास सुरुवात

झाली. याचा थेट परिणाम काँग्रेसला १९९५ च्या विधानसभा निवडणुकीत फक्त ८० जागा मिळण्यात झाला.

महाराष्ट्रात पंचायतराज यंत्रणेबरोबर सत्ताधारी वर्गाने सहकारी चळवळ ही दुसरी यंत्रणा उभी केली. प्रत्येक पातळीवर स्थानिक अभिजन यांच्या स्पर्धेत काँग्रेस पक्षाला सर्वांना पंचायतराज या यंत्रणेत सामावून घेणे अशक्य होते, त्यासाठी बिगर राजकीय सत्ताकेंद्रे उभी करणे आवश्यक होते. त्यासाठी ग्रामीण शेती अर्थव्यवस्थेचा विकास करणारी भौतिकयंत्रणा म्हणजे सहकारी संस्था, जिल्हा सहकारी मध्यवर्ती बँका, जिल्हा सहकारी मध्यवर्ती दूध संघ, जिल्हा सहकारी भूविकास बँका, जिल्हा सहकारी विपणन संस्था, सहकारी साखर कारखाने, सहकारी उपसा जलसिंचन योजना; तालुका, गाव पातळीवर पतसंस्था, दूधसंस्था या संस्थांमार्फत स्थानिक अभिजन यांना सामावून घेण्यात आले. सर्व सहकारी संस्थांत राज्याने भांडवली गुंतवणूक केली. कर्जाला शासकीय हमी दिली, अनुदाने दिली. त्यामुळे १९८० पर्यंत सहकारी चळवळीचा विकास वेगाने झाला. या सहकारी संस्था म्हणजे, त्या त्या पातळीवर असलेल्या अभिजन यांना विशिष्ट भौगोलिक भागावर राजकीय-आर्थिक नियंत्रण मिळवण्यासाठी एक साधन झाले. त्यामुळेच सहकारी संस्था यांचे चालक सहकारसम्राट, दूधसम्राट, शिक्षणसम्राट म्हणून ओळखले जाऊ लागले. या उत्पादक सहकारी संस्थांमुळे त्या भागातील शेतकऱ्यांचा आर्थिक विकास झाला, असेही काही अभ्यासातून सिद्ध झाले आहे; परंतु, १९९०नंतर अर्थव्यवस्थेवरील नियंत्रणे कमी झाल्यामुळे स्पर्धात्मक बाजारपेठेत या संस्थेच्या मर्यादा स्पष्ट झाल्या व सहकारी चळवळीचे खासगीकरण सुरू झाले.

१९६० मध्ये महाराष्ट्र राज्य उत्पन्नात शेतीक्षेत्राचा वाटा ४२% होता, तर सेवाक्षेत्राचा वाटा ३१% होता. शेतीप्रधान अर्थव्यवस्थेवर पंचायतराज व सहकारी संस्था या यंत्रणेच्या माध्यमातून मराठा जातीला आपल्या पारंपरिक स्थानाचा फायदा उठविता आला. मराठा अभिजन हे काँग्रेसचे असल्याने काँग्रेसला विधानसभा निवडणुकीत १९६३ पासून सतत यश मिळत गेले. राजकीय पदे व सहकारी पदे या माध्यमातून शेतकरी अभिजन यांना काँग्रेसने आपल्या पक्षाबरोबर ठेवले. बहुजन समाज, बेरजेचे राजकारण या संकल्पना वापरून काँग्रेसला आपले नियंत्रण ठेवणे शक्य झाले.

शेतकरी अभिजन यांना १९६० च्या दशकात राज्याचा पाठिंबा आवश्यक होता. विकास करण्यासाठी राज्याची आर्थिक मदत आवश्यक होती. त्याकरिता शेती

क्षेत्रात प्रचंड गुंतवणूक राज्याने केली. त्याचा फायदा त्यांना झाला. १९८० नंतर शेतीक्षेत्रात होणारी उत्पादनवाढ व नफ्याचे प्रमाण यांना मर्यादा येऊ लागल्या. त्यामुळे मराठा जातीअंतर्गत असलेली एकात्मता यांना मर्यादा आल्या व पुढे १९९० नंतर श्रीमंत शेतकरी जागतिकीकरणाच्या काळात नव्या बदलाशी जुळवू शकला व त्याला काँग्रेस आधाराची गरज वाटत नव्हती. जिल्हा पातळीवर स्वतःच्या निवडून येण्यासाठी असणारी यंत्रणा असणारे नेते निर्माण झाले.

१९६० च्या दशकातील काँग्रेस पक्ष म्हणजे, स्थानिक पातळीवरील अभिजन यांच्यातील स्पर्धा वेगवेगळ्या सत्तासंधी देऊन नियंत्रित करणारी यंत्रणा होती. शेतीच्या विकासाकरिता राज्याची गरज अभिजन यांना होती. त्यामुळे स्थानिक अभिजन यांना काँग्रेस पक्षामार्फत राजकीय सत्ता मिळाली. राज्य पातळीवर काँग्रेस व्यवस्था काही काळ स्थिर राहिली.

काँग्रेस पक्षाचे राजकीय वर्चस्व १९७५ पर्यंत कायम राहिले. नंतर मराठा जातीअंतर्गत प्रदेश पातळीवर फूट पडली. पश्चिम महाराष्ट्रातील नेतृत्व विरुद्ध मराठवाड्यातील नेतृत्व व विदर्भातील नेतृत्व याचा परिणाम १९७८ मध्ये काँग्रेसमध्ये फूट पडली. काँग्रेस (इंदिरा) हा पक्ष पश्चिम महाराष्ट्रात फारसा प्रभाव नसणारा पक्ष होता, विदर्भात काँग्रेसला पाठिंबा मिळाला. पश्चिम महाराष्ट्र, विदर्भ व मराठवाडा या प्रदेशात शेती अर्थव्यवस्थेचा विकास विषम झाला. पश्चिम महाराष्ट्र सहकारी साखर कारखाने, जलसिंचन योजना यांद्वारे अधिक विकसित झाला. त्या तुलनेत विदर्भ व मराठवाडा यांचा विकास झाला नाही. पश्चिम महाराष्ट्रात शेतीव्यवस्थेत मिळणारा नफा व विदर्भ-मराठवाड्यात मिळणारा नफा यांची तुलना होऊ शकत नाही. सहकारी चळवळीचे यश, साखर उद्योग, दूध उद्योग यांत पश्चिम महाराष्ट्र खूप पुढे होता. मराठवाडा-विदर्भात या सहकारी उद्योगाचा विकास झाला नाही. त्यामुळे स्थानिक अभिजन यांच्यातील स्पर्धा फक्त राजकीय सत्ताकेंद्रापुरतीच मर्यादित झाली. याउलट, पश्चिम महाराष्ट्रात स्थानिक अभिजन यांना सामावून घेण्यासाठी काँग्रेसला सहकारी क्षेत्र उपलब्ध होते. त्यामुळे काँग्रेसचा प्रभाव पश्चिम महाराष्ट्रात टिकून राहिला. उलट, १९८९ नंतर विदर्भात भाजपचा व मराठवाड्यात शिवसेनेचा प्रभाव वाढला. १९८० नंतरच्या दशकात राजकीय नियंत्रण व विकासाची साधने यांचा संबंध सुटू लागला व अभिजन यांच्यातील एकात्मतेला तडे गेले. राज्याच्या अधिमान्यतेला आव्हाने मिळाली. शेतकरी चळवळ, मराठवाडा विकास आंदोलन, हिंदुत्ववादी संघटना यांचा उदय झाला. शेतीक्षेत्रातील विकासाच्या मर्यादा स्पष्ट झाल्या. नफ्याचे प्रमाण कमी

झाले. त्यामुळे अभिजन यांचे नियंत्रण सुटू लागले. काँग्रेसी व्यवस्थेला आव्हान मिळू लागले. या बदलाची सुरुवात महाराष्ट्राच्या अर्थव्यवस्थेत झालेली दिसते.

१९८० नंतरच्या दशकात शेती विकासाच्या अर्थकारणातून सर्वांना विकासाच्या प्रक्रियेत सामावून घेण्याला मर्यादा आल्या. नियोजन मंडळाच्या आकडेवारीवरून असे दिसते, महाराष्ट्रात शेतीक्षेत्रात होणारी भांडवली गुंतवणूक कमी होत गेली. त्यामुळे ग्रामीण भागातील शेतीव्यवस्थेतील अभिजन यांना अस्वस्थ वाटू लागले. प.महाराष्ट्र वगळता विदर्भ व मराठवाड्यात शेतीक्षेत्रातील नफा कमी झाल्याने, सत्ताधारी वर्गाला मराठा जातीअंतर्गत विषमता नियंत्रित करण्यास अडचणी येऊ लागल्या. त्याचबरोबर मराठा जातीबाहेर वर्चस्व टिकवणे अवघड झाले. कारण राज्याकडून मिळणाऱ्या भौतिक विकासाच्या संधी कमी झाल्या. ग्रामीण विकासाच्या यंत्रणा (स्थानिक संस्था) यांची साधनेवाटपातील भूमिका मर्यादित होऊ लागली.

आर्थिक धोरणे व भ्रष्ट व्यवस्थापन यांमुळे धोक्यात आली सहकारी चळवळ. १९९० नंतर तर सहकारी साखर कारखाने बंद पडणे, जिल्हा सहकारी बँका तोट्यात जाणे, सहकारी दूधसंघ तोट्यात जाणे यांचे प्रमाण वाढले. त्यामुळे सहकारी चळवळींमुळे जो विकास झाला, त्याची सर्वांना सामावून घेण्याची क्षमता कमी होऊ लागली. सरकारी अनुदाने कमी होऊ लागली. पंचायतराज यंत्रणा व सहकारी उत्पादक संस्था यांवर काँग्रेसचे नियंत्रण असले, तरी त्याच्या विकासातील भूमिका मर्यादित झाल्याने, या यंत्रणांशी संबंध नसलेले नेतृत्व उदयास येऊ लागले. त्याला हिंदुत्वाच्या चळवळी, शेतकरी चळवळी यांचा आधार मिळाला. काँग्रेसचे अभिजन यांच्यावरील नियंत्रण मर्यादित झाल्याने, काँग्रेस पक्षातील फूट व शिवसेना-भाजप यांच्या युतीचा प्रभाव वाढू लागला.

राज्याच्या उत्पन्नातील शेतीक्षेत्राचे योगदान कमी होऊ लागले; परंतु शेती क्षेत्रावर अवलंबून असणारी लोकसंख्या हिचे प्रमाण मात्र १९८१, १९९१, २००१ जनगणना अहवालानुसार ५०%पेक्षा अधिक होते. असा विरोधाभास महाराष्ट्राच्या अर्थव्यवस्थेत निर्माण झाला. ही अस्थिरता राजकीय पातळीवरदेखील दिसते. १९७८ मध्ये काँग्रेसमध्ये राष्ट्रीय पातळीवर पडलेली फूट राज्यातदेखील दिसते. इंदिरा काँग्रेस व यशवंतराव चव्हाण यांचे नेतृत्व मानणारे दोन गट राज्यकाँग्रेसमध्ये झाले. पुढे शरद पवार काँग्रेसमधून बाहेर पडले. १९८० ते १९८५ राज्यात काँग्रेसचे सरकार असले, तरी नेतृत्व मराठा अभिजन यांना मान्य नसणारे असल्याने, सतत राजकीय अस्थिरता व मुख्यमंत्री बदल झाले. १९८५ ते १९९० पर्यंत पुन्हा शरद पवार काही काळ

मुख्यमंत्री असल्याने राजकीय स्थिरता होती; परंतु १९९० च्या निवडणुकीत काँग्रेसला पूर्ण बहुमत मिळाले नाही. शिवसेना व भाजप युती हा नवीन पर्याय निर्माण झाला.

१९९० नंतर राष्ट्रीय पातळीवर जागतिकीकरणाची आर्थिक भूमिका अधिकृतपणे काँग्रेसने स्वीकारली असल्याने, त्याचे परिणाम महाराष्ट्रातदेखील झाले. शेतीक्षेत्राकडे भांडवली गुंतवणुकीचे प्रमाण झाले. उद्योगक्षेत्र व सेवाक्षेत्र परकीय भांडवलासाठी खुले होऊ लागले. परकीय गुंतवणूक महाराष्ट्रात यावी, याकरिता राज्यशासनाने विशेष प्रयत्न केले. एन्रॉन प्रकल्प त्याचेच उदाहरण आहे. शेतीक्षेत्रात जलसिंचन योजना यांकरिता विशेष प्रयत्न झाले नाही. शेतीक्षेत्राला कुंठित अवस्था प्राप्त झाली. शेतीक्षेत्राच्या वाढीचा वेग कमी होत तो २% पर्यंत कमी झाला. याउलट, सेवा क्षेत्रात वाढीचा वेग ८% इतका होता.

शेतीक्षेत्रात भांडवल गुंतवणूक कमी झाल्याने शेतीक्षेत्रातील उत्पादनवाढीला मर्यादा आल्या. त्याच वेळेस या क्षेत्रात काम करणाऱ्या लोकसंख्येचे प्रमाण मात्र ५०% जास्त होते. शेतकरी व शेतमजूर यांचे प्रमाण व उत्पादन यांचे प्रमाण अत्यंत विषम असल्याने, शेतीक्षेत्रातील अस्वस्थतेचे राजकीय क्षेत्रात परिणाम दिसू लागले. काँग्रेसचा प्रभाव कमी होऊन शिवसेना-भाजप युतीच्या हिंदुत्ववादी या भावनिक कार्यक्रमाला लोकांचा प्रतिसाद मिळू लागला होता. मराठा जातीअंतर्गत असलेली एकात्मता भंग पावली. श्रीमंत मराठा व गरीब मराठा, पश्चिम महाराष्ट्रातील शेतकरी मराठा व मराठवाड्यातील शेतकरी मराठा अशी फूट पडल्याने सत्ताधारी वर्गाच्या वर्चस्वाला धक्का बसला. काँग्रेस व्यवस्थेलादेखील त्यांच्यावरील नियंत्रण ठेवता आले नाही व १९९५च्या निवडणुकीत काँग्रेसचा पराभव झाला. पश्चिम महाराष्ट्रात ४०पेक्षा जास्त अपक्ष निवडून आले. कारण काँग्रेसला पक्षाअंतर्गत स्पर्धेवर नियंत्रण मिळवता आले नाही. गटबाजीमुळे काँग्रेसचा पश्चिम महाराष्ट्रात पराभव झाला. मराठवाड्यात गरीब मराठा विरुद्ध श्रीमंत मराठा या स्पर्धेत काँग्रेसला गरीब मराठा पक्षाशी जुळवून घेताना अपयश आले व शिवसेना सामान्य, गरीब शेतकऱ्यांचा पक्ष म्हणून उदयाला आला. शेतीक्षेत्रातील अस्वस्थता विदर्भात भाजपला यश देऊन गेली. पहिल्यांदा महाराष्ट्रात खरी बिगरकाँग्रेस आघाडी सत्तेवर आली.

१९९५ नंतर शिवसेना-भाजप युती सरकारने खासगीकरणाचे तत्त्व अधिक वेगाने राबविण्यास सुरुवात केली. जलसिंचन योजना, रस्तेबांधणी क्षेत्रात भांडवल गुंतवणुकीस वेग दिला; परंतु शहरी भागात युती सरकारने गुंतवणूक केली व नवीन क्षेत्रे भांडवल गुंतवणुकीस खुली केली. उदा. झोपडपट्टी पुनर्विकास योजना. शेती

क्षेत्राकडे या कालावधीत दुर्लक्ष झाले. सहकारी क्षेत्राला मिळालेली वागणूक यामुळे पुन्हा एकदा शेतीक्षेत्रात असलेली अस्वस्थता वाढीस लागली. हे सरकार शेतकरीविरोधी व बहुजनविरोधी असा प्रचार सुरू झाला. सत्ताधारी वर्ग हा शहरी हितसंबंधांचे प्रतिनिधित्व करणारा आहे, असे चित्र निर्माण झाले. या काळात काँग्रेसचा प्रभाव ग्रामीण स्थानिक संस्थांमध्ये राहिला; परंतु मराठवाडा व विदर्भात शिवसेना-भाजप युतीचा शिरकाव झाला होता. जागतिकीकरण व खासगी क्षेत्राची वाढ यांमुळे महाराष्ट्राच्या अर्थव्यवस्थेत वेगाने बदल होत होते व राजकीय पक्ष गोंधळात होते. याच सुमारास १९९९मध्ये काँग्रेसमध्ये पुन्हा एकदा फूट पडली व राष्ट्रवादी काँग्रेसची स्थापना शरद पवार यांनी केली. ही फूट म्हणजे शेतकरी जातीमधील श्रीमंत मराठा शेतकरी व इतर मागास जातींमधील शेतकरी जातीमधील श्रीमंत शेतकरी यांची युती, जागतिक भांडवलाबरोबर भागीदारी करून सेवाक्षेत्रावर आपले नियंत्रण मिळवणे होय. ज्या खासगीकरणाची सुरुवात शिवसेना-भाजप युतीने केली; परंतु त्या खासगीकरणाचे फायदे शहरापुरतेच मर्यादित राहिले. ते चित्र १९९९ च्या निवडणुकीत दिसले. केंद्रीय पातळीवरील नवीन आर्थिक धोरणाला दहा वर्षे झाली होती. १९९० मध्ये या नवीन आर्थिक धोरणाला महाराष्ट्रातील शेतकरी मराठा अभिजन संशयाने पहात होता; परंतु, दहा वर्षांनंतर हे अभिजन त्या धोरणाचे पुरस्कर्ते झाले. त्यामुळेच १९९९च्या निवडणुकीत पश्चिम महाराष्ट्रात राष्ट्रवादी काँग्रेसला यश मिळाले. काँग्रेसचा प्रभाव पूर्णपणे संपुष्टात आला. संपन्न अशा शेतीक्षेत्रामधून मिळालेला नफा, गुंतवणुकीसाठी सेवाक्षेत्राची वाढ ह्याच भागात प्रचंड झाली. याकरिता पुढील आकडेवारी काही बाबी स्पष्ट करते.

२००१ च्या जनगणना अहवालानुसार महाराष्ट्रातील एकूण काम करणाऱ्या लोकसंख्येपैकी ५५% लोक शेतीक्षेत्रात (प्राथमिक क्षेत्र) काम करतात. २००८- ०९ च्या आर्थिक पाहणी अहवालानुसार शेतीक्षेत्राचे राज्य अर्थव्यवस्थेतील योगदान फक्त १४% आहे. १९६० मध्ये शेतीक्षेत्राचा वाटा राज्यउत्पन्नात ४०% होता. गेल्या पन्नास वर्षांत शेतीक्षेत्राचे उत्पन्न कमी होत गेले, परंतु त्यावर अवलंबून असणारी लोकसंख्या मात्र घटली नाही. आजही शेतीक्षेत्रावर ७०% लोक अवलंबून असणारे जिल्हे २० आहेत, तर २९ जिल्ह्यांत शेतीक्षेत्रावर अवलंबून असणारे लोक ६०% आहेत. शेतीची मालकी असणाऱ्या जाती यांचा सत्ताधारी वर्ग हा दर्जा घसरला आहे, परंतु हा फरक प्रदेशानुसार वेगळा वेगळा झालेला आहे. बागायत शेतीचे प्रमाण ५०% अधिक असलेले पश्चिम महाराष्ट्रातील सधन जिल्हे ओळखले जातात. या जिल्ह्यांत शेतीवर अवलंबून असणाऱ्या लोकसंख्येचे प्रमाण अधिक असले, तरी

दरडोई उत्पन्न हे महाराष्ट्र राज्याच्या सरासरीइतकेच आहे. याउलट मराठवाडा व विदर्भात हे उत्पन्न महाराष्ट्र राज्याच्या सरासरीपेक्षा खूपच कमी आहे.

१९६०नंतर शहरीकरण महाराष्ट्रात वेगाने झाले. २००१ जनगणना अहवालानुसार शहरी लोकसंख्येचे प्रमाण ४२% आहे. शहरी अर्थव्यवस्थेत वस्तुनिर्माण क्षेत्राबरोबर सेवा क्षेत्राचा विकास वेगाने झाला. वस्तुनिर्माण क्षेत्रात जरी परदेशी व राष्ट्रीय भांडवल गुंतवणूक झाली असली, तरी सेवा क्षेत्राच्या विकासात स्थानिक भांडवलाचा वाटा मोठा आहे. त्यामुळे ठाणे, रायगड, नाशिक, पुणे येथील शहर विकासात स्थानिक भांडवल गुंतवणूक स्थानिकदेखील आहे. महाराष्ट्राच्या एकूण शहरी लोकसंख्येपैकी ८०% लोकसंख्या महापालिका क्षेत्रात आहे. या शहरी लोकसंख्येपैकी ५२% लोकसंख्या फक्त शहरात आहे. हीच शहरे महाराष्ट्राच्या प्रगतीचे चित्र आहे. या शहरातील दरडोई उत्पन्न महाराष्ट्र राज्यापेक्षा कितीतरी अधिक आहे, त्याच वेळेस सर्वात जास्त शेतकऱ्यांनी आत्महत्या केलेला यवतमाळ जिल्हा महाराष्ट्रात आहे.

महाराष्ट्र राज्याच्या अर्थव्यवस्थेत सेवा क्षेत्राचे योगदान ६०% जास्त आहे. त्यामुळे काही निवडक जिल्हे हे अधिक विकसित आहेत. मुंबई जिल्ह्याचा राज्य उत्पन्नात वाटा २५% आहे. ठाणे, पुणे, सातारा, सांगली, कोल्हापूर, नाशिक, सोलापूर या जिल्ह्यांचा राज्यउत्पन्नात वाटा ४५% आहे. या ९ जिल्ह्यांचा राज्य उत्पन्नात वाटा ७०% आहे. उर्वरित २६ जिल्ह्यांचा राज्यउत्पन्नात वाटा ३०% आहे. या विषमतेमुळे दरडोई उत्पन्न ७५००० ते १३००० आहे. हा फरक शेतीवर अवलंबून असलेले जिल्हे व शहरीकरण झालेले जिल्हे हा आहे. मराठवाडा व विदर्भ यांचा ५० वर्षांत पुरेसा विकास झाला नाही. पश्चिम महाराष्ट्राचा विकास बागायती शेतीमुळे झाला. राज्यात जलसिंचन शेतीचे प्रमाण १६% आहे. पश्चिम महाराष्ट्रात ५०% पेक्षा जास्त आहे. याच भागात सेवाक्षेत्राचे प्रमाण वाढत आहे. नवीन गुंतवणूक याच भागात अधिक होत आहे. उदा. नाशिक, पुणे जिल्हा.

शहरीकरण वेगाने होत असताना मुंबई वगळता २१ महानगरपालिका व छोटी शहरे यांवरील राजकीय नियंत्रण स्थानिक शेतकरी जातींचे आहे. उदा. रायगड जिल्ह्यात आगरी, पुणे जिल्ह्यात मराठा, माळी. शेतीचे रूपांतर सेवा क्षेत्रातील बांधकाम क्षेत्रात होत आहे. त्यामुळे शेतीवर मालकी असणाऱ्या जाती, गावाचे शहरात रूपांतर होत असताना गावात राजकीय संस्थांवर (ग्रामपंचायत) नियंत्रण असलेल्या सामाजिक गट (जाती), ह्याच शहरात राजकीय नियंत्रण ठेवतात. शेतीत निर्माण झालेले भांडवल शहरात सेवाक्षेत्रात गुंतविले जाते. उदा. बांधकाम उद्योग.

शहरातील उत्पन्न हे प्रामुख्याने वस्तुनिर्माण व सेवाक्षेत्रातून येते. वस्तुनिर्माण क्षेत्रात होणारी गुंतवणूक राष्ट्रीय व आंतरराष्ट्रीय भांडवलातून होते, तरी शहराच्या सेवा क्षेत्रात होणारी गुंतवणूक ही स्थानिक असते. शहरीकरण होताना जमिनी विकून जे भांडवल तयार होते, ते सेवाक्षेत्रात गुंतविले जाते. स्थानिक जाती ज्यांचे जमीन मालकीवर नियंत्रण आहे, तेच सेवाक्षेत्रात गुंतवणूक करतात. उदा. हॉटेल व्यवसाय, बांधकाम व्यवसाय, वाहतूक व्यवसाय, साठवण गृहे व्यवसाय. त्यामुळे स्थानिक शेतकरी अभिजन यांचे अर्थव्यवस्थेतील नियंत्रण कमी होत नाही. उदा. कोल्हापूर जिल्ह्यात कागल एमआयडीसी, सातारा जिल्ह्यात शिरवळ एमआयडीसी येथे मुंबई व पुण्यातील कारखाने स्थलांतरित होतात; परंतु उद्योगक्षेत्राच्या वाढीबरोबर जो सेवाक्षेत्रात विकास होतो, तेथे स्थानिक अभिजन यांना भांडवल गुंतवणुकीस संधी मिळते. हे भांडवल शेतीमधील नफा असतो किंवा शहरीकरणामुळे शेती विकून मिळालेले भांडवल असते. शहरीकरण हे महाराष्ट्रात पुढील काळात महत्त्वाचे ठरणार आहे. कारण महाराष्ट्र विधानसभेच्या एकूण मतदारसंघांपैकी ९६ मतदारसंघ हे महापालिका क्षेत्रामधील आहेत. या शहरी महापालिकांवर स्थानिक शेतकरी जातींचे नियंत्रण आहे. या शहरांत गरिबीचे प्रमाण अधिक आहे. त्यामुळे शहरांतील असंघटित क्षेत्रात सामावलेला गरीब याची मान्यता मिळवण्यासाठी भाषिक चळवळी यांचा आधार घेतला जातो. सत्ताधारी शेतकरी जातीमधील गरीब शेतकरी नवीन अर्थरचनेत असंघटित क्षेत्रातील कमी प्रतीच्या व्यवसायात येतो. उदा. रिक्षाचालक, रिटेल क्षेत्रात नोकरी. त्यामुळे अंतर्गत आर्थिक विषमता मान्यता मिळवण्यासाठी त्रासदायक ठरू नये; म्हणून भाषिक चळवळी, मराठा आरक्षणाला ब्राह्मण विरोध असा भावनिक चळवळी यांचा आधार सत्ताधारिवर्ग आपले धुरीणत्व टिकवण्यासाठी घेतो.

१९६०नंतर महाराष्ट्रात राजकीय संस्था व सहकारी संस्था यांचा आधार घेऊन जो अनुग्रहित समाज तयार करण्यात आला, त्याला १९९० नंतर मर्यादा आल्या. कारण या संस्थांची आर्थिक ताकद मर्यादित झाली. जागतिकीकरणाच्या काळात या संस्था स्पर्धेत टिकणे अवघड झाले. १९९५ नंतर राज्याने सार्वजनिक-खासगी भागीदारीमधून विकासाकरिता अनेक नवीन क्षेत्रे खुली केली. या क्षेत्रात शेतकरी अभिजन यांना गुंतवणुकीकरता संधी उपलब्ध झाल्या. उदा. रस्ते बांधकाम, वीजनिर्मिती, जलसिंचन योजना. यातून महाराष्ट्रात राजकीय संस्था व सहकारी संस्थांऐवजी वैयक्तिक सहकारी नेतृत्व उभे राहताना दिसते. हे नेतृत्व स्वतःच्या संपर्कामधून वैयक्तिक partonage व्यवस्था उभी करते. त्यामुळे राजकीय पक्ष, विचारसरणी यांचे महत्त्व

संपुष्टात आले. शक्तिशाली नेता आपला प्रभाव विशिष्ट भौगोलिक भागात तयार करतो. त्याकरिता तो स्वत:च्या बिगरराजकीय संघटना तयार करतो व याआधारे राजकीय पक्षाकडे सत्ता मिळवतो. उदा. जात संघटना – महात्मा फुले समता परिषद, पक्षीय राजकारणापेक्षा राज्यात वैयक्तिक नेतृत्वाचे गट तयार झाले आहेत. प्रत्येक पक्ष त्यांना आपल्या पक्षात आणतो व राजकीय सत्ता मिळवतो. जागतिकीकरणामुळे महाराष्ट्रातील राजकीय नेतृत्व शहरी व सेवाक्षेत्रातील त्यांच्या गुंतवणूक करण्याच्या क्षमतेवर उभे राहताना दिसते. ग्रामीण हितसंबंध, शेती हितसंबंध– जो महाराष्ट्राच्या राजकीय नेतृत्वाचा पाया होता; तो संपुष्टात येऊन, रियल इस्टेट क्षेत्रात नवीन शहरे उभारणारे बिल्डर, धान्यापासून अल्कोहोल तयार करणारे मालक, खासगी साखर कारखाने व दूध उत्पादक संघ चालविणारे, व्यावसायिक अभ्यासक्रमाची महाविद्यालये चालविणारे नेते हे महाराष्ट्राच्या राजकीय पक्ष व व्यवस्थेचे वास्तव आहे. १९९०नंतर जागतिकीकरणाचा अर्थ ओळखून शेतकरी अभिजन नव्या बदलाशी जुळवून घेऊन, नवीन अर्थव्यवस्थेत आपले नियंत्रण कायम ठेवून, राजकीय सत्तेवरदेखील आपले नियंत्रण ठेवताना दिसतात.

संदर्भसूची :

लेले जयंत (संपा.), १९९०अ, स्टेट अँड सोसायटी: चेंजिंग सोशल बेसेस ऑफ इंडियन पॉलिटिक्स, दिल्ली, चाणक्य.

लेले जयंत, १९९५, हिंदुत्व दि इर्मजन्स ऑफ द राइट, मद्रास, एरर्थवॉरम.

लेले जयंत, १९९०आ, महाराष्ट्रातील निवडणूक आणि मराठ्यांचे धुरीणत्व, पुणे, समाजप्रबोधनपत्रिका, एप्रिल–जून, ५७–६४.

लेले जयंत, १९९०इ, कास्ट, क्लास अँड डॉमिनन्स: पॉलिटिकल मोबिलायझेशन इन महाराष्ट्र, डोंमिनन्स अँड पॉलिटिकल पॉवर इन मॉडर्न इंडिया, व्हॉल्यूम २, मुंबई, ऑक्सफर्ड युनिव्हर्सिटी प्रेस, ११५–२११.

लेले जयंत, १९८२अ, चव्हाण अँड द पॉलिटिकल इन्टिग्रेशन ऑफ महाराष्ट्र, कनटेम्पोररी इंडिया, पुणे, कॉन्टिन्टल प्रकाशन, पृ. २९–५४.

लेले जयंत, १९८२आ, इलीट प्यूरॅलिझम अँड क्लास रूल: पॉलिटिकल डेव्हलपमेंट इन महाराष्ट्र, मुंबई, पॉप्युलर प्रकाशन.

व्होरा राजेंद्र, १९९४, अॅन अजेंडा फॉर द स्टडी ऑफ पॉलिटिकल इकॉनॉमी ऑफ महाराष्ट्र, पुणे, राज्यशास्त्र व लोकप्रशासन विभाग, पुणे विद्यापीठ.

व्होरा राजेंद्र, २००४ (२००७, २००९), मराठा वर्चस्व : स्वरूप व मर्यादा, पळशीकर सुहास व नीतीन बिरमल (संपा.) महाराष्ट्राचे राजकारण : राजकीय प्रक्रियेचे स्थानिक संदर्भ, पुणे, प्रतिमा प्रकाशन.

Lele Jayant, 1992, Elite pluralism and Class Rule Political development in Maharashtra, Bombay, Popular Prakashan.

Palshikar Suhas and Rajeshwari Deshpande, 2003, Maharashtra : Challenges Before the Congress System, Journal of Indian School of Political Economy, Vol. XV. pp. 97 to 122.

प्रकरण ४

राजकीय प्रक्रिया

डॉ. प्रकाश पवार

───────────────────────────────

'राजकीय प्रक्रिया' या उपविद्याशाखेचा अभ्यास एकोणिसाव्या शतकाच्या उत्तरार्धात शास्त्रशुद्ध आणि पद्धतशीर केला जाऊ लागला. म्हणजेच आधुनिक राज्यशास्त्रात राजकारणाचा शास्त्रशुद्ध आणि पद्धतशीर अभ्यास करण्यासाठी 'राजकीय प्रक्रिया' ही संज्ञा वापरली जाते. प्रक्रिया ही संज्ञा रीती, सरणी किंवा पद्धतवाचक आहे. यामुळे प्रक्रियेत विशिष्ट अशी अभ्यासाची पद्धती वापरलेली असते. त्यामुळे वर नोंदविल्याप्रमाणे राजकीय प्रक्रियेचा अभ्यास एकाअर्थाने शास्त्रशुद्ध किंवा पद्धतशीर असतो. राजकीय व्यवहारांचा राजकीय प्रक्रियेमध्ये समावेश केला जातो. राजकीय संस्था, संघटना आणि गट, व्यक्तीच्या कृती यांच्यातील व्यवहारांचा राजकीय प्रक्रिया यामध्ये समावेश होतो. उदा. निवडणूक प्रक्रिया या संज्ञेत निवडणूक आयोग, प्रौढ मताधिकार, समान लोकसंख्येचे मतदारसंघ, मतदारसंघांची संख्या, राखीव मतदारसंघ, कोणी कोणाला मत दिले अशा विविध घटकांचा यांमध्ये समावेश होतो. म्हणजेच औपचारिक व अनौपचारिक राजकीय कर्त्या घटकांनी केलेल्या सर्व कृतींचा राजकीय प्रक्रियेमध्ये समावेश होतो. राजकीय प्रक्रियेतील 'प्रक्रिया' ही संज्ञा राजकीय कृती परस्परांशी संबंधित असतात, या अर्थाने वापरली जाते. म्हणजेच राजकीय कृती सुट्या-सुट्या घडतात असे नव्हे किंवा राजकीय कृती विस्कळीत असतात, असेही नव्हे. राजकीय कृतीमागे निश्चित असे कारण आणि संबंध असतो. त्यामुळे 'प्रक्रिया' या संज्ञेतून निश्चितता व्यक्त होते. कृतीची एक शृंखला दिसते. या कारणामुळे

राजकीय कृतींच्या निरीक्षणातून अनुभवजन्य प्रारूपे किंवा सिद्धान्तही विश्लेषणासाठी मांडता येतात.

एकोणिसाव्या शतकाच्या उत्तरार्धात अगोदर राजकीय व्यवहारांचा अभ्यास राजकीय तत्त्वज्ञानाच्या संदर्भात केला जात होता. राजकीय व्यवहार कसा चालावा, राजकीय व्यवहाराचे कोणते ध्येय असावे, असा अभ्यास राजकीय प्रक्रियेत केला जात होता. अशाप्रकाराचा आदर्शवादी अभ्यास एकोणिसाव्या शतकाच्या उत्तरार्धात केला गेला नाही. राजकीय व्यवहारातून व्यक्त होणारे विविध अर्थ राजकीय प्रक्रियेचे अभ्यासक सांगतात. थोडक्यात राजकीय प्रकियेतून संकल्पना, विचार, तत्त्वज्ञान आणि सिद्धान्त यांचा जन्म होतो; अशी भूमिका राजकीय प्रक्रियेच्या अभ्यासकांची गेल्या अर्धशतकात राहिली आहे. एकोणिसाव्या शतकाच्या उत्तरार्धाच्या आरंभी या शाखेचा अभ्यास सुरू झाला होता.

या उपविद्याशाखेत भारतीय व बिगरभारतीय राजकीय व्यवस्थांचा अभ्यास केला जातो. म्हणजेच त्यांची संविधाने, शासनसंस्था, प्रशासकीय व्यवस्था, राजकीय पक्ष व चळवळी यांचा अभ्यास होतो. सर्वसाधारणपणे संस्थांचा अभ्यास हा ऐतिहासिक व समाजशास्त्रीय दृष्टिकोनातून केला जावा आणि प्रक्रियांचा अभ्यास राजकीय अर्थकारण व राजकीय समाजशास्त्राच्या चौकटीत केला जावा, असा आग्रह या उपविद्याशाखेच्या अभ्यासकांचा आहे. यामुळे या उपविद्याशाखेत राजकीय समाजशास्त्र, राजकीय चळवळी, राजकीय अर्थकारण अशा विषयांचा समावेश केला जातो. राजकीय समाजशास्त्र, राजकीय चळवळी, राजकीय अर्थकारण यांना स्वतंत्र उपविद्याशाखा न मानता; त्यांचे स्थान राजकीय प्रक्रिया या उपविद्याशाखेत निश्चित केले जाते. यामुळे राजकीय प्रक्रियेचा अभ्यास हा एका अर्थाने समाजशास्त्रीय स्वरूपाचा असतो. तसाच तो चलांच्या आंतरसंबंधांच्या विश्लेषणाचा मूल्यमापनात्मक अभ्यास असतो.

राजकीय प्रक्रियेचा अभ्यासव्यवस्था, रचना, संकल्पना, सिद्धान्त, विचारप्रणाली यांच्या संदर्भात केला जातो. त्यामुळे व्यवस्था, रचना, संकल्पना, सिद्धान्त, विचारप्रणाली यांच्या बदलत्या स्वरूपाचा अभ्यास केला जातो. तसेच पक्ष, दबाव गट नेतृत्व अशा बिगरसंस्थात्मक घटकांचा अभ्यास राजकीय प्रक्रियेत केला जातो. राजकीय अर्थकारण, राजकीय समाजशास्त्र, राजकीय व सामाजिक चळवळी यांचा समावेश केला जातो. म्हणजेच राजकीय प्रक्रियेवर प्रभाव टाकणाऱ्या घटकांच्या संचाचा राजकीय संदर्भात अभ्यास केला जातो. याशिवाय सार्वजनिक धोरणनिश्चिती या घटकांचादेखील अभ्यास राजकीय प्रक्रियेत केला जातो. राजकीय प्रक्रियेचा इतिहास, राजकीय

प्रक्रियेवर प्रभाव टाकणाऱ्या घटकांच्या संचाचा राजकीय संदर्भात अभ्यास, सार्वजनिक धोरणनिश्चितीचा अभ्यास यांचा समावेश होतो.

राजकीय स्थैर्य, राजकीयीकरण, लोकानुरंजनवाद अनुग्रह (Patronage), राजकीय उदासीनता, सार्वजनिक हित, राजकीय तुच्छतादृष्टी, बहुध्रुवी राजकारण, द्विध्रुवी राजकारण, राजकीय पक्ष, दबावगट किंवा औपचारिक व अनौपचारिक हितसंबंधी गट, राजकीय अभिजन, राजकीय संस्कृती, राजकीय सहभाग, राजकीय सामाजिकीकरण, राजकीय बदल, राजकीय आधुनिकीकरण, राजकीय वगळणे प्रक्रिया, राजकीय समावेशन, राजकीय स्तरीकरण, अराजकीय, वर्चस्वाखाली विचारप्रणाली, वैचारिक प्रभुत्वाचे क्षेत्र अशा घटकांचा अभ्यास राजकीय प्रक्रियेत केला जातो. राजकीय प्रक्रियेत सत्तास्पर्धा (सत्तासंघर्ष) हा अभ्यासाचा मध्यवर्ती घटक राहिला आहे. या कारणामुळे राजकीय प्रक्रियेत राजकीय पक्षांच्या अभ्यासाचे स्थान नेहमीच मध्यवर्ती असते. राजकीय पक्षांचे राजकीय प्रक्रियेतील स्थान उंचावण्याची कारणे म्हणजे राजकीय पक्ष जनसमूहाचे संघटन करतात. जनसमूहाला कृतिप्रवण करून त्यांना सामूहिक कृती करण्यास प्रवृत्त करतात. समाजातील व्यक्ती आणि विविध गटांना राजकारणाशी जोडण्याचे काम पक्ष करतात. अशाप्रकारची कामे करण्यातून सामूहिक हितसंबंधांचे आत्मभान व्यक्तींना येते. गटांनाही हितसंबंधांचे आत्मभान येते. यातून हितसंबंधांच्याबद्दलची मतभिन्नता आकाराला येते. हे काम राजकीय पक्ष करतात. सत्तेचे दावे आणि हितसंबंधांचे दावे पक्ष्यांच्यामार्फत व्यक्ती व गट करतात. या कारणामुळे राजकीय पक्ष आणि सत्ता, राजकीय पक्ष आणि सामूहिक हितसंबंधांची मतभिन्नता यांना राजकारणात मध्यवर्ती स्थान येत गेले आहे. या घटकांचा राजकीय प्रक्रियेत अभ्यास केला जातो. अशा प्रकारचा अभ्यास भारतीय राज्यशास्त्रात करण्याची परंपरा आहे. रजनी कोठारी यांनी 'The Congress System in India' असा अभ्यास १९६४ मध्ये केला होता. जयंत लेले यांनी 'Caste, Class and Power : Political Mobilization in Maharashtra' असा अभ्यास केला आहे. (१९९०). नव्वदीच्या दशकानंतर राजकीय पक्षांमधील स्पर्धेचे स्वरूप बदलले. राजकीय अर्थकारणाचे संदर्भ बदलले. नवउदारमतवादी अर्थव्यवस्थेमुळे हा फेरबदल झाला. राजकीय पक्षांच्या सामाजिक पायाची पुनर्रचना होऊ लागली. राजकीय पक्षांचे सामाजिक आधार यांच्यात फेरबदल झाले. या पार्श्वभूमीवर राजकीय प्रक्रियेचा अभ्यास झाला आहे. सत्तांतर (व्होरा-पळशीकर, १९९५), महाराष्ट्राचे बदलते राजकारण (पळशीकर, २००३) जात व महाराष्ट्रातील सत्ताकारण (२००३), महाराष्ट्राचे राजकारण : राजकीय प्रक्रियेचे स्थानिक संदर्भ (पळशीकर, बिरमल,

२००४), सत्तासंघर्ष (पळशीकर, कुलकर्णी, २००७) Maharashtra Challenges before the Congress System (पळशीकर, देशपांडे, २००३), (From Hegemony to Convergence : Party system and Electoral Politics in Indian States : 1952-2002) (यादव, पळशीकर, २००३), Coalitions in Maharashtra : Political Fragmentation or Social Reconfiguration ? (पळशीकर, बिरमल : २००७) राजकीय चळवळ (प्रकाश पवार) अशी विविध उदाहरणे राजकीय प्रक्रियेच्या अभ्यासाची आहेत. वर नोंदविलेल्या अभ्यासाच्या आधारे राजकीय प्रक्रियेच्या अभ्यासाची प्रमुख क्षेत्रे पुढीलप्रमाणे दिसतात.

१. राजकीय अर्थकारण / अर्थव्यवस्था
२. राजकीय / सामाजिक चळवळी
३. राजकीय पक्ष व संघटनांमधील राजकीय स्पर्धा
४. सार्वजनिक धोरणनिश्चितीचा राजकारणावरील परिणाम
५. राजकीय पक्षांच्या सामाजिक आधारातील फेरबदल
६. धुरीणत्व आणि धुरीणत्वाची ओहोटी (संमती, सहमती)
७. आघाड्यांचे राजकारण
८. निवडणुकांचा अभ्यास अशाप्रकारचे राजकीय प्रक्रियेमध्ये अभ्यासाचे क्षेत्र १९९०नंतर उदयास आले आहे.

राजकीय प्रक्रियेच्या अभ्यासात राजकीय पक्षाचा अभ्यास जास्त झाला आहे. राजकीय पक्षांचा अभ्यास करण्यासाठी पुढील तंत्राचा किंवा अभ्यासपद्धतींचा वापर केला गेला.

महाराष्ट्रातील पक्षांच्या संदर्भातील अभ्यास :

१) पक्षपद्धतीतील स्थित्यंतरे, पक्षीय स्पर्धेचे बदलते संदर्भ ह्या पार्श्वभूमीवर त्या-त्या पक्षाचा अभ्यास केला गेला.
२) पक्षाचा इतिहास राजकीय संदर्भात अभ्यासला गेला.
३) अखिल भारतीय पक्षाचा अभ्यासात संदर्भ घेतला गेला. अर्थातच राष्ट्रीय पातळीवरच्या पक्षरचनेच्या संदर्भात फाटाफुटींचा अभ्यास केला, पण त्यांची चर्चा संक्षिप्त केली गेली.
४) एकूण विवेचनाबरोबरच त्या पक्षाचे कोणते ठळक वैशिष्ट्य, हे त्या पक्षाच्या अभ्यासात महत्त्वाचे म्हणून नोंदविले आहे. याची स्पष्ट चर्चा केली गेली. तसेच गेल्या दहा वर्षांमधील आघाडीच्या राजकारणाचा संदर्भ एकूण अभ्यासात आहे.

५) निवडणूकविषयक आकडेवारी तक्त्यांच्या स्वरूपात दिली आहे.

६) सर्वसाधारणपणे पुढील मुद्दे राजकीय पक्षांच्या अभ्यासात वापरले गेले.

पक्षांची स्थापना, मूळ कार्यक्रम, धोरणे, त्यात झालेले बदल, वेळोवेळी केलेल्या आघाड्या, त्यांचे स्वरूप, कार्यपद्धती इ. मुद्दे अभ्यासले गेले.

निवडणूक आकडेवारी(उमेदवार, जागा, मते, विभागवार, जातवार, माहिती, पुरुषवार तत्त्वाचे आधारे विश्लेषण केले गेले. इ.)

राजकीय पक्षांचे सामाजिक आधार, कार्यक्रम, चळवळी, आंदोलने, उमेदवार, जिल्हाध्यक्ष यांच्या नोंदी केल्या आहेत.

नेतृत्व, संघटना, गटबाजी, संलग्न संघटना यांची निरीक्षणे नोंदविली आहेत.

जात, प्रादेशिकता (मागासलेपणा), शेती, आर्थिक धोरणे, मराठी अस्मिता, जमातवाद, हिंदू अस्मिता, हितसंबंधांचे वाद, सत्तेच्या वाटपाचा वाद, इ. प्रश्नांबद्दलच्या भूमिका, या मुद्यांची चर्चा राजकीय प्रक्रिया म्हणून केली आहे.

स्थानिक शासनसंस्था, राज्यपातळीवरील राजकारण आणि राष्ट्रीय राजकारण यांचे संबंध एकत्रितपणे अभ्यासले गेले. या चौकटीत राजकीय प्रक्रियेचा अभ्यास केला जातो.

संदर्भसूची :

कुलकर्णी सुहास, १९९७, स्थानिक शासन संस्था निवडणूक, पुणे, लोकसत्ता, मार्च १६, रविवार पुरवणी, पृ. १ व ५.

चव्हाण वैशाली, २००७, पश्चिम महाराष्ट्रातील महानगरपालिका राजकारण १९९२-०३ पीएच.डी. शोधप्रबंध व लोकप्रशासन विभाग, पुणे विद्यापीठ, पुणे.

डॉ.पवार प्रकाश, मराठा समाजसुधारकांचे जातीविषयक विचार मराठा समाज, (वास्तव आणि अपेक्षा), २०११, राजहंस प्रकाशन, पुणे.

डॉ.पवार प्रकाश, महाराष्ट्राच्या नव्या राजकारणाची पुनर्रचना (मतदारसंघाची पुनर्रचना), प्रतिमा प्रकाशन, पुणे.

बिरमल नितीन, १९९९, प्रबळ जातीचा प्रादेशिक पक्ष : राष्ट्रवादी कॉंग्रेस, समाज प्रबोधन पत्रिका, ऑक्टो.डिसेंबर.

भोळे भा. ल. १९८८, महाराष्ट्रातील डावी चळवळ, पन्नालाल सुराणा व किशोर बेडकीहाळ (संपा.), आजचा महाराष्ट्र, पुणे, श्रीविद्या प्रकाशन.

रमेश चव्हाण, संपादक, रा. ना. चव्हाण प्रतिष्ठान, वाई, सातारा ऑक्टो. २०१०. यशवंतराव चव्हाण, यांचे समाजकारण.

राम जगताप, सुशील धसकटे, संपादक- २०११.

लेले जयंत, १९९०, विधानसभा निवडणूक आणि मराठ्यांचे धुरीणत्व, समाज प्रबोधन पत्रिका, एप्रिल-जून.

व्होरा राजेंद्र आणि सुहास पळशीकर, १९९६, महाराष्ट्रातील सत्तांतर, मुंबई, ग्रंथाली.

व्होरा राजेंद्र, १९९४, मुळशी सत्याग्रह, पुणे, प्रतिमा प्रकाशन.

शिंदे बी. एस., १९८८, महाराष्ट्रातील जिल्हा परिषद निवडणुका, एम. फिल. लघुप्रबंध, पुणे, राज्यशास्त्र व लोकप्रशासन विभाग, पुणे विद्यापीठ.

संपादक-सुहास पळशीकर, नितीन बिरमल, साहाय्यक संपादक-प्रकाश पवार महाराष्ट्राचे राजकारण. राजकीय प्रक्रियेचे स्थानिक संदर्भ, प्रतिमा प्रकाशन, २५ जुलै २००७.

Kothari Rajni, 1964, The Congress System in India, Asian Survey, Vol.- 4 No.12, December.

Lele Jayant, 1990, Caste, Class and Power : Political Mobilization in Maharashtra, in Francine Frankel and M.S.A. Rao (eds), 1990, Dominance and State Power in Modern India, (Vol-III), Delhi, OUP.

Maharashtra : Political, Fragmentation or Social Reconfiguration ? In E.Sridharan (ed), 2007, Coalitions in Indian states, New Delhi, Routledge.

Palshikar Suhas and Rajeshwari Deshpande, 2003, Maharashtra : Challenges before the Congress System, Journal of Indian school of Political Economy, Vol.15, 1 & 2, January-June.

Palshikar Suhas, 1999, Shiv Sena : An assessment, Occasional Paper, Series II, No.3, Pune, Dept. of Politics & Pub. Admn. University of Pune.

Phadke Y. D., 1979, Politics and Language, Bombay, Himalaya.

Posers for Civil Society Initiatives, Paper Presented at the Seminaar on Civil Society and States in India, Mumbai, organized by Dept. of Civics Civil, Society and States in India, Mumbai, organized by Dept. of Civics and Politics, Univercity of Mumbai.

Sirsikar, V. M., 1970, The Rural Elite in a Developing Society, New Delhi, Orient Longman.

Sirsikar, V. M., 1976, Maharashtra- Politics of Linkage Elites, in Iqbal Narain (ed.) State Politics in India, New Delhi, Meenakshi pp.220-239.

Vora Rajendra, Suhas Palshikar and Yeshwant Sumant, 1983, Sixth Lok Sabha Elections : Maharashtra, Research Abstract Quarterly, JCSSR, Jan-June, pp.61-74.

Yadav Yogendra and Suhas Palashikar, 2003, From Hegemony to Convergence : Party System and Electoral Politics in Indian States - 1952-2002, Journal of Indian School of Political Economy Vol.XV, No.1 & 2, January -June.

विभाग दोन

सामाजिक चळवळ

प्रकरण ५

आजच्या काळासाठी नवीन सामाजिक चळवळींचा पुनर्विचार

डॉ. जयंत लेले

नवीन सामाजिक चळवळींचा उदय विसाव्या शतकाच्या साठीच्या दशकात झाला. ह्या घटनेचा अर्थ समजून घेण्यासाठी आधी तिच्या उगमांचा इतिहास आणि त्या काळातील बदल बघावे लागतील; आणि मग ह्या चळवळींच्या यशापयशाचा विचार करता येईल.

'नवीन सामाजिक चळवळ' या संकल्पनेतल्या प्रत्येक शब्दाला ह्या संदर्भात विशेष अर्थ आहे. नवीन हे विशेषण त्यांच्या पूर्वीच्या काळातील चळवळींपासूनचे त्यांचे वेगळेपण दर्शवते. 'सामाजिक' हा शब्द त्यांना आर्थिक, राजकीय किंवा धार्मिक वगैरे चळवळींपासून वेगळे करतो. 'चळवळ' हा शब्द त्यांना राज्यसंस्था आणि नागरी समाज (civil society) ह्यांच्या संबंधातल्या प्रस्थापित प्रक्रियांपासून (उदा. जनमत अजमावण्याच्या निवडणुका, पक्षांचे राजकारण इत्यादी) वेगळे करतो.

नवेपण म्हणजे 'जुन्या' चळवळींपासूनचे वेगळेपण समजून घेताना १९३० चे दशक महत्त्वाचे ठरते. या दशकात भांडवलवादी देशांत भांडवलाचा संचय आणि वितरणाचा भीषण पेचप्रसंग उभा राहिला; त्यामुळे सर्व जग आर्थिक मंदीच्या भोवऱ्यात अडकले. त्याच काळात दोन महत्त्वाच्या लोकप्रिय आणि कृतिप्रवण चळवळींनी जोर धरला. भांडवलदारी देशांतली ही कामगार चळवळ आणि वसाहतीतल्या स्वातंत्र्य चळवळी ह्या सर्वसमावेशक होत्या. त्यांनी त्या-त्या देशातल्या मोठ्या

समाजाला सामाजिक, आर्थिक आणि राजकीय कार्यक्रमात सामावून घेतले होते. त्यामुळे आर्थिक पेचप्रसंगाची तीव्रता अधिक वाढली होती. ह्या पेचप्रसंगाला उत्तर म्हणून तीन पर्याय तीन राज्यव्यवस्थांच्या स्वरूपात समोर आले : फॅसिस्ट, स्टॅलिनिस्ट व कल्याणकारी (वेस्केअरिस्ट). त्यातल्या फॅसिस्ट पर्यायाचा दुसऱ्या महायुद्धात पराभव झाला. पूर्वेत साम्यवादी स्टॅलिनशाही आणि भांडवलदारी पश्चिम देशांत कल्याणकारी राज्यव्यवस्था मान्य पावल्या आणि स्थिरावल्या. त्यांच्यातल्या संघर्षातून दोन महासत्तांमधल्या शीतयुद्धाची शस्त्रस्पर्धा सुरू झाली. ह्या घडामोडींचा चळवळींच्या दृष्टीने महत्त्वाचा परिणाम म्हणजे कामगारांच्या स्वयंभू चळवळींना ह्या दोन्ही जगात पायबंद बसला.

तिसऱ्या जगातल्या राष्ट्रवादी आणि साम्राज्यशाहीविरोधी चळवळींच्या संघर्षातून जुन्या साम्राज्यवादाचे रूप बदलले आणि नव्या स्वतंत्र राष्ट्रराज्यांचा उदय झाला. यांपैकी काहींनी राज्याच्या मार्गदर्शनाखाली भांडवलशाही किंवा समाजवादी औद्योगिक विकासाचा मार्ग अवलंबला. पण सगळीकडेच 'विकास' हा सर्वात महत्त्वाचा शब्द ठरला. त्यामुळे राज्यसंस्था, प्रत्यक्ष किंवा अप्रत्यक्षपणे विकासाच्या तिन्ही जगांत आर्थिक, सामाजिक व राजकीय क्षेत्रांत धोरणे ठरवण्यात केंद्रस्थानी राहिली.

नवीन सामाजिक चळवळी या पहिल्यांदा पाश्चिमात्य भांडवलदारी राष्ट्रांमध्ये उदयास आल्या. या राष्ट्रांत दुसऱ्या महायुद्धाच्या अंतापासून ते १९६० च्या दशकाच्या मध्यापर्यंतचा काळ हा कल्याणकारी राज्यसंस्था आणि भांडवलशाहीच्या मक्तेदारी सुवर्णयुगाचा काळ मानला जातो.

या काळात कल्याणकारी राज्यसंस्थेने क्लिन्सच्या धोरणातून आणि मक्तेदारीच्या भांडवलशाहीने तंत्रांच्याद्वारे भांडवलदार आणि संघटित कामगार या दोघांचे हितसंबंध जपले; असुरक्षितता, बेरोजगारी, गरिबी खूप प्रमाणात कमी केली; आणि समाजातल्या दोन-तृतीयांश लोकांचे आयुष्य अधिक चांगले केले. यातूनच औद्योगिक कामगारांचा वर्गकलहातून निर्माण होणारा राग आणि असंतोष कमी होण्यास मदत झाली. दुसरीकडे समाजवादी जगाने आपल्या नियोजित विकासाने अधिकाधिक रोजगाराची सुरक्षितता देण्याचा प्रयत्न केला. तसेच मूलभूत आरोग्यसेवा, शैक्षणिक संधी आणि किमान घरांची उपलब्धता करून देण्याचा प्रयत्न केला. आणि तिसऱ्या जगातल्या काही देशांनी जलद औद्योगिकीकरणाच्याद्वारे उत्पादनवाढ करून आपापल्या समाजातील प्रचंड विषमता कमी करण्याचा निर्धार केला. त्यामुळे पहिल्या आणि तिसऱ्या जगातल्या भांडवलदारी देशांत हा काळ बहुतांश नागरिकांना भविष्याबद्दल आशावादी

आणि भांडवलदारी व राज्यसंस्था यांच्या परस्परावलंबी निकट संबंधांबाबत शांत आणि बेफिकीर करणारा ठरला.

सर्व लोकांचे हितसंबंध यशस्वीपणे पुढे नेऊ शकणारी संस्था अशी जागतिक पातळीवर राज्यसंस्थेला अधिमान्यता मिळू लागली. अनेक विचारवंतांना असे वाटू लागले की कदाचित, पर्यायी मानल्या गेलेल्या भांडवलशाही आणि समाजवाद ह्या मार्गांमधली स्पर्धा संपुष्टात येईल आणि एक तिसरा मार्ग, सामाजिक लोकशाहीद्वारा नियंत्रित भांडवलदारीचा, नवा पर्याय म्हणून सर्वमान्य होईल. एक असाही दावा केला गेला की भांडवलशाहीने आपल्या अंतर्गत विसंगतींवर यशस्वीरीत्या मात केली आहे आणि त्यामुळे भांडवलदार विरुद्ध कामगार हे द्वंद्व आता कालबाह्य झाले आहे. ह्या सर्वांचा परिपाक म्हणून पाश्चात्त्य देश हे औद्योगिकीकरणाच्या आधुनिक युगाला ओलांडून उत्तर-औद्योगिक आणि उत्तर-आधुनिक अवस्थेला पोचल्याच्या संकल्पनाही ह्याच काळात प्रसारित केल्या गेल्या.

कल्याणकारी राज्यव्यवस्था औद्योगिक क्षेत्रातल्या बहुसंख्य संघटित कामगारांसाठी आणि सुशिक्षित मध्यमवर्गातील नोकरदारांसाठी हिताची ठरली. हे नागरीक बहुसंख्येने गौरवर्णी पुरुष होते. त्याउलट दर्जाहीन सेवाक्षेत्रात आणि बेकारीच्या जवळपास वावरणारे आणि दरिद्री वस्त्यांत कोंडले गेलेले काळे स्त्री-पुरुष या सुबत्तेच्या परिघाबाहेर फेकले गेले. वर्ण, वंश भेदांवर आधारलेली ही दरी नागरी हक्कांच्या समर्थकांना प्रकर्षाने जाणवली. तसेच दर्जेदार व्यवसायातल्या (डॉक्टर, वकील, प्राध्यापक, मोठ्या कंपन्यांचे उच्चभ्रू अधिकारी, सरकारी अधिकारी इ.) पुरुषांच्या हुकुमाखाली कमी वेतनावर काम करणाऱ्या नोकरदार स्त्रिया किंवा अर्थव्यवस्थेने मूल्यहीन ठरवलेले गृहसंगोपन करणाऱ्या सुशिक्षित मध्यमवर्गीय स्त्रिया यांनाही लिंगभेदावर आधारलेल्या ह्या असमर्थनीय विषमतेची जाणीवही ह्याच काळात झाली. एकंदरीतच विषमता आणि शोषण ह्यांच्या विविध रंगरूपांची (वंश, वर्ण, लिंग, देशांतरित, अल्पसंख्या इ.) जाणीव ह्या काळात अत्यंत महत्त्वाची ठरली. त्यातून कृष्णवर्णीय नागरीक, स्त्रिया, विद्यार्थी इत्यादींच्या अस्मितांच्या संरक्षणासाठी आणि समान नागरी हक्कांसाठी उभ्या राहिलेल्या आंदोलनांना नव्या सामाजिक चळवळी हे नाव दिले गेले. त्याचबरोबर विकासाचे पर्यावरणावर होणारे दुष्परिणाम, दैनंदिन जीवनात होणारे कल्याणकारी राज्याच्या नोकरशाहीचे हस्तक्षेप, शीतयुद्धाचा परिणाम म्हणून तरुण विद्यार्थ्यांची सक्तीची लष्करभरती आणि व्हिएटनाम युद्ध आणि आण्विक युद्धाची टांगती तलवार ह्यांच्या विरोधात उभ्या राहिलेल्या आणि भिन्नभिन्न विषय स्वतंत्रपणे हाताळणाऱ्या चळवळीही नव्या सामाजिक चळवळी म्हणून गणल्या गेल्या.

ह्या चळवळींच्या नवेपणावर भर देणाऱ्या विचारवंतांच्या टीकेचा रोख जुन्या म्हणजे कामगार आणि स्वातंत्र्य चळवळींच्या सर्वसमावेशाच्या दाव्याकडे आणि त्याच्या अनुरोधाने आखलेल्या संपूर्ण परिवर्तनाच्या कार्यक्रमाच्या विरोधात होता. संपूर्ण समतेवर अधिष्ठित अर्थ-राज्य-समान रचना हा आदर्श आणि त्यासाठी केलेले लढे ह्यांची उपयुक्तता संपुष्टात आली असून तसे विश्लेषण आणि कार्यक्रम उत्तर-आधुनिक काळाच्या समस्या सोडवण्यास असमर्थ आहे असा दावा केला; तसेच विविध अस्मिता-गटांच्या किंवा नागरी समाजातल्या (civil society) पृथक समूहांच्या, दैनंदिन जीवनात प्रत्यक्ष अनुभवलेल्या विषमता, अन्याय आणि दुर्लक्ष ह्यातून उभ्या राहिलेल्या वेगवेगळ्या नागरी हक्काच्या चळवळीच परिवर्तनाच्या दिशेने नेतील असा त्यांनी आग्रह धरला. त्यांना अशा हक्कांची मागणी करताना त्याबाबतची राज्यसंस्थेची मर्यादित क्षमता, विशेषत: तिचे भांडवलदारीच्या चढउतारांवरचे अवलंबित्व (थोडक्यात म्हणजे, तिची नफा आणि वरकड-संचयावर अवलंबून असणारी महसूलवाढ). याचा सखोल विचार करण्याची गरज भासली नाही. कामगार संघटनांनी केलेले दुर्लक्ष, कल्याणकारी धोरणांचे प्रदीर्घ काळ टिकलेले यश, साम्यवाद म्हणजे हुकूमशाही हा यशस्वी प्रचार आणि भांडवलशाहीची सुबत्ता पसरवणाऱ्या लोकशाही समाज-अर्थव्यवस्थेत शांततापूर्ण रूपांतर होत असल्याचा भ्रम ही त्यामागची आकलनीय कारणे होती.

ह्या पार्श्वभूमीवर १९७० च्या अंतापर्यंत अनेक स्थानिक व प्रादेशिक चळवळींच्या विविध मागण्यांसाठी केलेल्या आंदोलनांना राज्यसंस्थांनी प्रतिसाद देऊन म्हणजेच कायद्यांची आणि विशेषाधिकार दिलेल्या मंडळांची तरतूद करून त्यांना निभावून नेले असल्याची अनेक उदाहरणे दिसतात. ह्या नव्या तरतुदी जसे जमेल तसे विविध गटांचे हितसंबंध सांभाळण्याचे प्रयत्न करतात. आणि दरम्यानच्या काळात आंदोलने व चळवळी थंडावतात. ह्या तऱ्हेने राज्यसंस्था बऱ्याच चळवळींचे औपचारिक लोकशाहीच्या प्रस्थापित मार्गांनी हितसंबंधी गटात रूपांतर करू शकली. परंतु पर्यावरणावरच्या संकटांच्या सामाजिक जाणिवेतून आणि वर्ण, वंश, आर्थिक स्थिती ह्यांच्या पलीकडे जाऊन स्त्रियांकडे व स्त्रिया म्हणून असलेल्या त्यांच्या समस्यांकडे पद्धतशीरपणे केल्या गेलेल्या (Systematic) दुर्लक्षाची जाणीव निर्माण झालेल्या ह्या दोन चळवळींचा आवाका राष्ट्रीय आणि जागतिक पातळीवर पोचण्याइतका समावेशक असल्यामुळे त्यांचा प्रसार राज्यसंस्था शमवू शकल्या नाहीत. ह्या काळात प्रभावी झालेल्या माहिती-तंत्रज्ञानाचा उपयोग करून जागतिक पातळीवर नवी समावेशक जाणीव वाढवून एकजूट करण्याची शक्यता ह्या दोन चळवळींनी जोपासली.

१९६० च्या दशकाच्या उत्तरार्धातच सुवर्णयुग संपून भांडवलशाही धोक्यात आल्याची चिन्हे दिसू लागली होती. परंतु नफा आणि वेतन ह्यांच्या कल्याणकारी सामूहिक देवाण-घेवाणीचे कायदे सत्तरीच्या शेवटापर्यंत बदलले नाहीत. त्यामुळे बहुसंख्य कामगारांना ह्या अरिष्टाची झळ सत्तरीच्या अंतापर्यंत लागली नव्हती. मात्र भांडवलदारी महाकंपन्यांना वेतनाचे दर कापून किंवा बेकारी वाढवून नफ्याचा दर आणि नफ्याचा राष्ट्रीय उत्पन्नातला वाटा वाढवत ठेवणे अशक्य झाले आणि त्यामुळे चलनाचा फुगवटा, महागाई आणि आर्थिक मंदी अशा भांडवलदारीच्या अरिष्टचक्रातल्या नव्या तिरंगी पेचप्रसंगाची सुरुवात झाली आणि पाश्चिमात्य भांडवली देशांतल्या राज्यसंस्था ह्या परिस्थितीचे नियंत्रण करण्यात असमर्थ ठरल्या.

भांडवलदारी अर्थव्यवस्था तेजी-मंदीच्या लाटांतून सततच जात असते. काही काळानंतर ह्या लाटांची तीव्रता वाढून त्या अनिवार्य होतात तेव्हा भांडवलदारी पेचप्रसंगात शिरते. या संकटचक्रातून बाहेर पडण्यासाठी तंत्रज्ञान आणि उत्पादन-वितरणाचे नवे व्यवस्थापन ह्यांच्या नवनवीन क्लृप्त्या शोधणे हेही तिच्या स्वभावातच अनुस्यूत आहे. उदाहरणार्थ, १९३० च्या पेचप्रसंगातून सुटण्यासाठी भांडवलदारी अर्थ-राज्यव्यवस्थेने फोर्ड-टेलरचे तंत्रज्ञान आणि क्विन्सची व्यवस्था अवलंबून पाश्चिमात्य देशांना पंचवीस वर्षांचे सुवर्णयुग दिले. १९७३ नंतर खनिजतेलांच्या किमती वाढत राहिल्यामुळे हे सुवर्णयुग संपून भांडवलशाही नव्या पेचप्रसंगाच्या संकटात शिरण्याची जाणीव जगभर पसरली. ह्या पेचप्रसंगातून बाहेर पडून नफ्याचा घसरता दर पुन्हा वाढता करण्यासाठी भांडवलदार महाकंपन्यांनी कामगारांच्या संख्येवर अवलंबून असलेल्या उत्पादनाचे कारखाने हे मजुरीचे दर कमी असलेल्या, प्रदूषणविरोधी कायदे नसलेल्या देशांत हलवले आणि त्याचबरोबर मजूर संरक्षणाचे कायदे लागू नसलेल्या छोट्या, अनौपचारिक उद्योगांकडून मोठ्या यंत्रांचे भाग बनवून घेणे अशा मार्गांचा पाठपुरावा केला. त्याबरोबर बदलत्या माहिती-तंत्रज्ञानाच्या क्रांतीला हातभार लावून आणि तिचा उपयोग करुन भांडवल आणि उत्पादन ह्यांच्या निर्मितीचे आणि व्यवस्थापनाचे रूप, बदलले उत्पादन आणि वित्तव्यवस्था यांचे परस्परसंबंध अगदी शिथिल करून आणि दोन्हींवरच्या राष्ट्रहितकारी निर्बंधांना झुगारून केलेल्या ह्या नव्या पद्धतीच्या जागतिकीकरणाच्याद्वारा भांडवलदारी पुन्हा एकदा काही काळ तरी सावरली. ह्या क्लृप्त्यांच्या समर्थनार्थ सुवर्णयुगातच उगवलेली उदारमतवादाच्या सुधारून वाढवलेल्या नवीन आवृत्तीला म्हणजे नवउदारमतवादाला १९८० च्या दशकात रेगन, थॅचर आणि पाश्चात्त्य नेत्यांनी राजमान्यता मिळवून दिली. त्यांच्या पाठबळावर जागतिक आर्थिक संस्थांनी गरीब आणि कर्जबाजारी विकसनशील

देशांवर आर्थिक रचना अनुयोजना (SAD) ह्या नावाखाली उदारीकरणाचे धोरण लादून नव्या भांडवलदारीला जगभर मोकळे रान करून देण्याचा 'आर्थिक सुधारणेचा' कार्यक्रम सुरू केला. अति गरीब देशांत या अनुयोजनेने हवालदिल झालेल्या नागरिकांनी अन्नदंगलींसारखी उत्स्फूर्त आंदोलने उभारली. त्यांना प्रतिसाद म्हणून तिची तीव्रता कमी करून तिला मानवी मुखवटा (human face) देऊन हे सामान्य जनांचे मूलभूत हक्क आक्रसणारे कार्यक्रम चालू ठेवण्यात आले.

भारतासारख्या अनेक देशांतल्या सत्ताधाऱ्यांनी हा उदारीकरणाचा कार्यक्रम स्वेच्छेने स्वीकारला आणि देशपरिस्थितीनुसार त्यात बदल करून रुजवायला सुरुवात केली आणि आपल्या बाजारपेठा कमी अधिक प्रमाणात परदेशी माल आणि भांडवल ह्यांना खुल्या केल्या. पाश्चिमात्य देशात साचून राहिलेल्या विदेशी भांडवलाची गुंतवणूक थंडावलेल्या विकासाला नवजीवन देईल अशा आशावादी मंत्राचा प्रसार करण्यात आला. १९९० च्या दशकात, सोव्हिएट गटाचे विसर्जन झाल्यानंतर, भांडवलशाहीचे लोकशाहीकरण करून लोकांच्या बाजारपेठेचे एक नवे पर्व उदयास आणू शकणाऱ्या 'तिसऱ्या मार्गाच्या' नावाने तथाकथित 'लोकशाही समाजवादी' म्हणवणाऱ्या पाश्चात्त्य नेत्यांनी (ब्लेअर, क्लिंटन, श्मिट्ट) उदारीकरणाचा नव्या आवरणातला कार्यक्रमच जनांना पचवण्याचा अयशस्वी प्रयत्न केला. परिणामी सामान्य जनांवर आणि पर्यावरणावर होणाऱ्या दुष्परिणामांची तीव्रता त्या काळात वाढतच राहिली.

उदारीकरण, जागतिकीकरण, नवउदारमतवाद ह्यांचा उदय, प्रसार आणि परिणाम भरपूर यांवर लेखन झालेले आहे. त्यांचे येथे पुनर्वाचन करण्याची गरज नाही. पण अनेक टीकाकारांनी दाखवून दिलेल्या आणि सामान्य जनांनी भोगलेल्या दूरगामी विपरीत परिणामांच्याकडे दुर्लक्ष करून भांडवलदारी उदारीकरण, जागतिकीकरण यांचा गाडा पुढे जात राहिला आणि त्याविरुद्ध अनेक लहान-मोठी आंदोलने बुडबुड्यांसारखी उभी राहिली, फुगली आणि फुटली. शेवटी त्यांचा फारसा मागमूस राहिला नाही ही सत्यस्थिती आहे. अगदी सत्तरीच्या शेवटापासूनच, म्हणजे भांडवलदारीच्या पेचप्रसंगाच्या सुरुवातीपासून, बहुतेक सर्व देशांत लोकांच्या अनेक उत्स्फूर्त आंदोलनाच्या - संप, सभा, मोर्चे आणि दंगे - असंख्य लाटा उसळल्याचे आणि कोसळल्याचे चित्र दिसते.

भांडवलदारीच्या ह्या नव्या अवताराचे समर्थन करणाऱ्यांना २००८ मध्ये जागतिक वित्तव्यवस्था जवळजवळ संपूर्ण कोसळल्याने एक अनपेक्षित दणका बसला आहे. त्यातून सावरण्यासाठी भांडवलदार आणि राज्यसंस्थाच्या पोतडीत असलेल्या सर्व क्लृप्त्या आतापर्यंत तरी अयशस्वी ठरल्या आहेत. अचानक तोट्यात जाण्याच्या

भीतीने आणि नफेदार गुंतवणुकीच्या अभावाने प्रचंड फुगलेला भांडवलसंचय, उत्पादन क्षेत्रात आघाडीवर असलेल्या; पण उत्पन्नवाढीसाठी निर्यातीवर अवलंबून असलेल्या भारत, चीन इत्यादी देशांची खुंटणारी वाढ, परदेशात काम करणाऱ्या कामगारांनी घरी पाठवलेल्या बचतीचा घटलेला ओघ, श्रीमंत देशांच्या मदतीवर अवलंबून असलेल्या देशांची वाढती कुचंबणा, अनेक देशांची आणि नागरिकांच्या परिवारांचीही दारूण कर्जबाजारी अवस्था ही सारी गहन आर्थिक अरिष्टाची लक्षणे आहेत.

१९६०-७० ह्या दशकांत उभ्या राहिलेल्या पर्यावरणावरच्या संकटाची जाणीव करून देऊन प्रदूषणाविरुद्ध आंदोलन उभारणाऱ्या नव्या सामाजिक चळवळीने जागतिक पातळीवर सातत्याने पुढे आणलेल्या नव्या पुराव्यानिशी हवामानबदलाच्या महाअरिष्टाबद्दलचे प्रबोधन काही अंशी यशस्वी करून राज्यकर्त्यांना धोरणांच्याद्वारा त्याची नोंद घेण्यास भाग पाडले होते. पण आर्थिक अरिष्टापासून वाचण्यासाठी उत्पन्नवाढीच्या शर्यतीत धावणाऱ्या बहुतेक साऱ्या देशांच्या राज्यकर्त्यांनी आता उर्जेच्या अत्यावश्यकतेचा दावा करून हवामानबदलाच्या महासमस्येकडे दुर्लक्ष करण्याचा किंवा काही न करता आपण जागरूक असल्याचे सोंग आणण्याचा निर्णय घेतल्याचे दिसते.

जनांना आर्थिक आणि नैसर्गिक आपत्तीत लोटणाऱ्या अशा ह्या गंभीर आणि विपरीत परिस्थितीत अजून तग धरून असलेल्या जुन्या आणि नव्या सामाजिक चळवळींच्या प्रवर्तकांसमोर मोठे आव्हान आहे ते ह्या अरिष्टांच्या मूलभूत कारणांचा गाभा शोधून त्यांची सर्वंकष समज करून घेऊन जनांच्या प्रभावी प्रबोधनाचे. अशा प्रबोधनाच्या बळावर अनिश्चित भविष्यकाळाबद्दलच्या भीतीने ग्रासलेल्या बहुसंख्य जनांना आणि उदारीकरण आणि प्रदूषण ह्यांच्या आघातांनी पीडलेल्या वंचितांना एकत्र आणून एक सर्वसमावेशक चळवळ उभी राहू शकेल का, ह्या प्रश्नाचे उत्तर शोधण्याची गरज निर्माण झाली आहे. राज्यशास्त्राचे अभ्यासक ह्या प्रश्नाचा सांगोपांग विचार करून त्यावर नवा प्रकाशझोत टाकतील अशी आशा आहे.

प्रकरण ६

निवडणुकीच्या राजकारणात
उतरण्याची गरज

डॉ. राजेंद्र व्होरा

असे म्हणण्याचा एक प्रघात आहे की, सामाजिक चळवळी चालू आहेत. वर्तमानपत्रातील लोक, प्राध्यापक, कार्यकर्ते यांच्या गेली बरीच वर्षे भारतामध्ये सामाजिक चळवळी चालू आहेत, अशी चर्चा करतात. परंतु, चर्चा करत असताना सामाजिक चळवळींना उतरती कळा लागली आहे. बऱ्याचशा सामाजिक चळवळी संपुष्टात आल्या आहेत. त्यामुळे सामाजिक चळवळींवरची चर्चा जास्तच महत्त्वाची ठरते. काय घडले असेल की, ज्यामुळे या सामाजिक चळवळींना उतरती कळा लागली आहे? एकदा हे तपासून बघण्याची गरज आलेली आहे की, चळवळीने चुकीचे मार्ग तर वापरले नाहीत ना? किंवा आतापर्यंत वापरलेला जो मार्ग आहे, तो अपुरा ठरतो आहे की काय? किंवा आपण दुसऱ्या कुठल्या मार्गाचा विचार करावा की काय? मला वाटते, ही चर्चा सामाजिक चळवळींबद्दल अलीकडच्या काळात महत्त्वाची झालेली आहे; पण त्याबद्दलची चर्चा मात्र होताना दिसत नाही. मला असे वाटते की, लोकशाहीमुळे एक गोष्ट होत असते- ती म्हणजे लोकशाहीमधील जे समाजकारण व राजकारण असते, त्यामध्ये लोकांना त्या समाजकारणामध्ये व राजकारणामध्ये उतरवायचे असते, संघटित करायचे असते. त्यांना कार्यप्रवृत्त करायचे असते. त्यांची आंदोलने घडवून आणावयाची असतात. त्यांना राजकारणाच्या प्रांगणात उतरावयाचे असते. म्हणजे लोकशाहीचे राजकारण

हे एका अर्थाने जितके तुमच्याकडे जास्त लोक; तितके तुमचे राजकारण, समाजकारण हे यशस्वी होते आणि म्हणूनच लोकशाहीमधून काही अंतर्विरोधही आपल्याला दिसून येतात. उदा. गुजरातमध्ये लोकशाहीच्याच मार्गाने लोकशाहीवर विश्वास नसलेला राजकीय पक्ष सत्तेवर येऊ शकतो. लोकशाहीचा हा एकाअर्थाने तोटा आहे किंवा लोकशाहीमधील हा अंतर्विरोध आहे की, त्या लोकशाहीचा उपयोग हे लोकशाहीवर ज्यांचा विश्वास नाही असे पक्ष, असे नेते करून घेऊ शकतात आणि म्हणून लोकशाहीची जी ताकद आहे; ती ताकद सामाजिक चळवळींमधील जे लोक आहेत, त्यांनी ओळखली पाहिजे आणि हे आपण विसरता कामा नये की, जेव्हा सामाजिक चळवळीला उतरती कळा लागलेली आहे; तेव्हा निवडणुकांचे राजकारण, राजकीय पक्षाचे राजकारण हे जास्तीत जास्त प्रभावी होत चालले आहे. गेल्या १० वर्षांतील भारतातली सामाजिक, राजकीय, आर्थिक वातावरण जर तुम्ही पाहिले तर त्यामध्ये तुम्हाला ठळकपणे काय नजरेला येते? ठळकपणे नजरेला येतात त्या निवडणुका आणि राजकीय पक्षांनी घेतलेल्या भूमिका, त्यांच्यामध्ये झालेल्या लढाया आणि त्यांच्यामध्ये विजयी झालेले पक्ष, आघाड्यांची राजकारणे-सगळी जी चर्चा आहे, भारतीय राजकारणाचे सगळे जे चर्चाविश्व आहे, ते राजकीय पक्षांनी आणि निवडणुकींनी व्यापलेले आहे आणि लोक जे सामाजिक क्षेत्रामध्ये उतरत आहेत, राजकीय क्षेत्रामध्ये उतरत आहेत, ते सगळे प्रत्यक्ष किंवा अप्रत्यक्षपणे निवडणुकीच्या राजकारणासाठी उतरताना दिसतात. पंचायतराजच्या निवडणुकांपासून ते लोकसभेच्या निवडणुकीपर्यंत सर्वत्र सतत चाललेल्या निवडणुकांमध्ये लोकांचा सहभाग आपल्याला जास्तीत जास्त दिसून येत आहे.

सी.एस.डी.एस.ने केलेल्या सर्वेक्षणातून असे लक्षात आले की, कमकुवत गट, मागासलेले गट हेसुद्धा निवडणुकीमध्ये मोठ्या प्रमाणावरती सहभाग घेताना दिसतात. याचा अर्थ असा झाला आहे की, पक्षीय राजकारण, निवडणुकांचे राजकारण, सत्तेचे राजकारण हे जास्त आकर्षित करतेय. लोकांना, मतदारांना तर करतेच आहे; परंतु त्यांच्या पाठिंब्यावर ज्यांना निवडून यायचेय, त्यांनासुद्धा! म्हणजे ज्यांना काहीतरी सत्ता हवीय, त्यांनासुद्धा सरळ-सरळ निवडणुकीच्या मार्गाने सत्ता हातात घेता येते, असे लक्षात यायला लागलेले आहे. म्हणजे सामाजिक चळवळीची काहीतरी एक पार्श्वभूमी तुम्हाला हवी आहे, असा जो एक भाग होता, तो कमी-कमी होत चालला आहे. सरळ तुम्ही राजकीय क्षेत्रामध्ये उतरू शकता. म्हणजे जर भारतीय समाजकारण, अर्थकारण आणि राजकारणच,

सार्वजनिक क्षेत्रातच सर्व चर्चाविश्व किंवा एकूण वातावरण हे निवडणुकीच्या राजकारणाने व्यापलेले असेल; तर आपण वळून सामाजिक चळवळींकडे बघितले पाहिजे की, ते लोक काय करतायेत? तर एकतर आता आपण म्हटल्याप्रमाणे त्याला उतरती कळा लागलेली आहे; परंतु दुसरा मुद्दा त्यातील जो महत्त्वाचा आहे, तो असा आहे की, सामाजिक चळवळींमधील लोक हे निवडणुकीच्या राजकारणाकडे बघायलाच तयार नाहीत. उलट ते त्यापासून फटकून राहण्यामध्ये एक अभिमान बाळगतात की, आम्ही निवडणुकांपासून दूर राहू, आम्ही पक्षीय राजकारणाच्या दलदलीत फसणार नाही, आम्ही या भ्रष्ट राजकारणाकडे ढुंकूनही पाहणार नाही. त्यांच्यामध्ये ज्या चाललेल्या लांड्या-लबाड्या त्या आम्ही करणार नाही. आम्ही सत्तेसाठी आसुसलेले नाही. अशा प्रकारचा मुद्दा मांडून गेल्या काही वर्षांमध्ये तुम्हाला माहिति आहे की, जनआंदोलनाचा रेटा जो आपण पाहिलेला आहे, या जनआंदोलनाने ही भूमिका फार प्रकर्षाने घेतलेली दिसते. फार ठाशीवपणे घेतलेली दिसते आणि त्यामुळे ते राजकारणापासून दूर राहिले आणि त्यामुळे झालेय काय की, जे प्रभुत्वशाली राजकारण आहे, जे प्रभावी क्षेत्र आहे की, ज्यामध्ये सगळे निर्णय घेतले जातात. उदा. तुम्हाला माहिति आहे की, या सामाजिक चळवळींचा या जागतिकीकरणावर राग आहे, खासगीकरणावर रोष आहे; परंतु हे सर्व निर्णय राजकीय सत्तेच्या प्रांगणात घेतले गेलेले आहेत की, त्यापासून हे लोक फटकून राहिलेले आहेत, त्याकडे ढुंकूनही बघत नाहीत. फक्त चळवळी करून दबाव आणण्याचा त्यांनी प्रयत्न केलेला आहे; परंतु निर्णय तर घेतले गेलेले आहेत आणि ते राजकीय पक्षांच्या सहमतीतून घेतले गेलेले आहेत. अशावेळी चळवळीतील लोकांनी जर सत्तेच्या राजकारणाकडे दुर्लक्ष केले, त्याच्यापासून फटकून राहिले; तर लोकशाहीमधील एक जी महत्त्वाची बाब आहे, लोकशाहीमधील जो एक महत्त्वाचा गाभा आहे, त्यापासून ते दूर राहतात, त्याचा ते फायदा उठवू शकत नाहीत. युरोपमध्ये जेव्हा पर्यावरणवादी चळवळ 'चळवळ' म्हणून उभी राहिली, तेव्हा त्यांनी काही वर्षांतच राजकारणामध्ये प्रवेश केला. पक्षीय राजकारणामध्ये, निवडणुकांच्या राजकारणामध्ये प्रवेश केला. स्वत:चा राजकीय पक्ष स्थापन केला किंवा पूर्वी ब्राह्मणेतरांची चळवळ होती किंवा आंबेडकरांची चळवळ होती, त्यांनीसुद्धा राजकारणामध्ये ताबडतोबीने प्रवेश केला आणि सत्ता हस्तगत करण्याचा प्रयत्न केला. एक तर जे कमकुवत गट असतात, ते बहुसंख्य असतात आणि बहुसंख्यांच्या जोरावर ते सत्तेमध्ये आले, तरच सत्तेच्या क्षेत्रामध्ये जे संपत्तीचे वाटप चाललेले असते, त्याच्यामधला काही वाटा

ते स्वत:कडे घेऊ शकतात. सामाजिक चळवळी करून, दबाव आणून त्या सत्ता किंवा सामुग्रीचा काही वाटा आपल्याला मिळेल अशी शक्यता जर तुम्हाला दिसत नसेल; तर प्रत्यक्ष सत्तेच्या राजकारणात शिरून, सत्ता हस्तगत करून, तुम्ही म्हणजे कमकुवत गटांनी स्वत:च्या संख्येच्या जोरावर काही इथल्या साधनसामुग्रीमधला वाटा आपल्या स्वत:कडे घेतला पाहिजे आणि त्या दृष्टीनेसुद्धा मागासलेले, कमकुवत, गरीब, असंघटित या सर्व लोकांना राजकीय क्षेत्रामध्ये उतरून सत्ता हस्तगत करणे हे जास्त महत्त्वाचे बनलेले आहे. नाहीतर तुम्हाला एक समांतर जाणारे राजकारण कुठेतरी होतेय आणि तुम्ही तुमच्या कामामध्ये मश्गुल राहता आणि मग तुमच्या हातामध्ये बोटं मोडण्याशिवाय दुसरे काही राहत नाही किंवा कलेक्टर कचेरीसमोर २५-३० लोकांनी जाऊन किंवा दोन-तीन ठिकाणी उपोषण करण्यावाचून तुमच्या ठिकाणी काही राहत नाही; म्हणून सामाजिक चळवळींमध्ये जे लोक आहेत, विशेषत: त्यांच्या नेतृत्वामध्ये जे लोक आहेत, त्यांनी हा विचार केला पाहिजे की, आपण निवडणुकीपासून फटकून राहण्याचा, पक्षीय राजकारणापासून फटकून राहण्याचा आजवर ठरवलेला जो मार्ग आहे, तो योग्य आहे की नाही? याचा पुनर्विचार करण्याची वेळ आलेली आहे आणि निवडणुकीच्या राजकारणामध्ये शिरून सत्तेचा जो काही तुकडा तुम्हाला मिळेल, तो मिळविण्याचा प्रयत्न केला पाहिजे आणि तुम्हाला मिळेल तो मिळविण्यास प्रयत्न केला पाहिजे आणि तुम्हाला माहिती आहे की, आघाड्यांचे राजकारण सुरू झाल्यामुळे छोट्या-छोट्या पक्षांनासुद्धा काही वेळा सत्तेच्या समीकरणामध्ये एकदम महत्त्व येऊ शकते आणि त्याचा उपयोग असे बारके पक्षसुद्धा घेऊ शकतील आणि म्हणून मला वाटते की, राजकीय सत्तेच्या खेळामध्ये सामाजिक चळवळींनी उतरले पाहिजे आणि आपली गरिबांची व कमकुवत गटांची जी संख्या आहे, त्याचा उपयोग करून घेऊन ते क्षेत्रसुद्धा व्यापले पाहिजे. त्यासाठी राजकीय पक्ष स्थापन करावे लागतील किंवा दुसऱ्या राजकीय पक्षांमध्ये अस्तित्वात असलेल्या राजकीय पक्षांमध्ये शिरावे लागेल. दुसऱ्या राजकीय पक्षांमध्ये शिरणे हे पूर्वीपासूनच घडत आलेले आहे. काँग्रेसमध्ये कम्युनिस्ट घुसले होते, तेव्हापासून आपल्याकडे ही परंपरा आहे की, अस्तित्वात असलेले पक्ष काबीज करणे.

दुसरा जो मार्ग आहे तो अहिंसेचा, सत्याग्रहाचा मार्ग. अहिंसेचा मार्ग हा सर्वसाधारण भारतामध्ये स्वातंत्र्यपूर्व काळापासून चालत आलेला आहे. स्वातंत्र्योत्तर काळामधला सर्वात प्रभावी, सर्वात जास्त वापरला गेलेला हा मार्ग आहे; तो आहे अहिंसक मार्ग, सत्याग्रहाचा मार्ग. परंतु, नर्मदा आंदोलनाच्या अहिंसक मार्गाच्या

वापरातून असे लक्षात आले की, या मार्गाने जाऊनसुद्धा आपण यश प्राप्त करू शकूच असे नाही. नर्मदा आंदोलन एकूण सर्वसाधारणत: आता २२-२३ वर्षे चालू आहे. आणि २० वर्षांनंतरसुद्धा धरण तर झालेच, सुप्रीम कोर्टाचा निर्णय विरोधी गेला. आणि फार मोठे अपयश आंदोलनाच्या पदरात पडले. यश कोणते मिळाले, तर जे विस्थापित झाले, त्यांच्यासाठी काहीतरी एक पुनर्वसनाची जबाबदारी शासनाने घेतली, हे आंदोलनाचे यश आहे; परंतु जी प्रमुख मागणी होती, त्या प्रमुख मागणीच्या दृष्टीने या आंदोलनास अपयश आले. अशी बरीच आंदोलने दाखविता येतील, की, ज्यांमध्ये सत्याग्रहाचा मार्ग हा अपुरा पडलेला दिसतो, अहिंसेचा मार्ग अपुरा पडलेला दिसतो. मग त्याच्यावर काही अग्रभागी असलेल्या लोकांनी असे सुचवलेय की, आपल्याला मार्गाचा आता पुनर्विचार करावा लागेल. मार्गाचा पुनर्विचार याचा अर्थ काय होतो? अहिंसेचा मार्ग सोडणे. आम्ही अहिंसेचा मार्ग सोडू, असा त्यामध्ये विचार असतो की, जर सत्याग्रही मार्गाने अपयश येत असेल, तर आम्ही सत्याग्रह मार्गाचा पुनर्विचार करू की हिंसेचा मार्ग स्वीकारू, असा त्यामध्ये गर्भित अर्थ असतो. भारतीय संदर्भामध्ये जेव्हा जेव्हा लोक असे म्हणतात की, अहिंसेच्या मार्गाचा वा सत्याग्रहाच्या मार्गाचा पुनर्विचार केला पाहिजे; तेव्हा त्यांच्या डोक्यामध्ये एकच गोष्ट असते, ती म्हणजे हिंसेचा मार्ग चोखाळावयाचा आणि मला वाटते की, येथे फार मोठी फसगत होण्याची शक्यता आहे. म्हणजे नुसते डावपेच म्हणून किंवा व्यूहरचनात्मक विचार केला, म्हणजे मूल्यात्मक विचार न करता, हिंसा श्रेष्ठ की अहिंसा श्रेष्ठ किंवा अहिंसेचाच मार्ग कसा योग्य आहे आणि हिंसेचा मार्ग माणुसकीला कसा काळिमा फासतो, हा जो मूल्यात्मक विचार आहे; तो जरी आपण तात्पुरता चर्चेच्या सोयीसाठी बाजूला ठेवला आणि आपण असे ठरविले की, आपल्याला यश पदरी पाडून घेण्यासाठी हिंसेचा मार्ग कितपत उपयोगी पडतो. त्या संदर्भात आपण जेव्हा विचार करावयास लागतो, तेव्हा असे लक्षात येईल की, आजतागायत हिंसेच्या मार्गाने कोणतेही मोठे यश / कुठल्याही भारतातील चळवळीला मिळालेले नाही. त्याचे एक कारण काय आहे, की भारतीय राज्यव्यवस्था ही जास्तीत जास्त हिंसक झाली. तिच्याकडची शस्त्रसामुग्री, पोलीस दल, तिची ताकद-एकूणच आधुनिक राज्यव्यवस्थेची ताकद फार वाढलेली आहे. त्यांच्या दृष्टीने सर्वात सोपी चळवळ ही हिंसेची चळवळ असते; कारण त्यांना सरळ सरळ गोळ्या घालता येतात, चिरडून टाकणे शक्य असते, एन्काउंटर करणे शक्य असते, या दृष्टीने आपण जर नक्षलवादी चळवळीचा विचार केला, तर त्यांचे अपयश डोळ्यात भरण्यासारखे आहे. १९७२/७३पासून

भारतात नक्षलवादी चळवळ चालू आहे. आता २०१२ साल आले. आजपर्यंत नक्षलवादी चळवळीला कुठेही नेत्रदीपक यश मिळालेले नाही आणि चळवळ चालू आहे. चळवळ चालू आहे म्हणजे काय? लपूनछपून, जंगलांमध्ये, लोकांपासून दूर, राजकारणापासून दूर, समाजकारणापासून दूर, धर्मापासून दूर, अर्थव्यवस्थेपासून दूर कुठेतरी अशा ठिकाणी चालू आहे; तर हिंसात्मक कार्यवाही जेव्हा करत असतात, तेव्हा त्यामध्ये सहभागी होणारे लोक नेहमी कमी असतात, हे लक्षात घ्या. जेव्हा लोक जास्त असतात, तेव्हा हिंसा करावी लागत नाही. असा मार्ग आपणाला आंदोलनाने दाखवून दिला. राजीव गांधींच्या काळामध्ये जो आसाम समझोता झाला, त्या वेळी तुम्हाला आठवत असेल, संपूर्ण अहिंसक मार्गाने आसाम आंदोलनाने यश मिळवलेले होते आणि त्याचवेळी दुसऱ्या टोकाला पंजाबात खलिस्तान चळवळ चालू होती. ती हिंसक कारवायांवर विश्वास असणारी आणि तुम्हाला लक्षात येईल की, दहा वर्षांनंतर खलिस्तान चळवळही नेस्तनाबूत झाली आणि आसामची चळवळ मात्र दोन वर्षांमध्ये यशस्वी होऊन आसामच्या विद्यार्थ्यांची जी मुख्य मागणी होती, ती मान्य झाली. मी हे का सांगतोय, हीच दोन उदाहरणे का घेतोय, याचे कारण मी पुढे आसामच्या आंदोलनाकडे येणार आहे; परंतु जम्मू आणि काश्मीरमधील कारवाया पाहा किंवा एलटीटीईच्या हिंसक कारवाया पाहा. जिथे जिथे हिंसात्मक चळवळी झालेल्या आहेत, त्या त्या चळवळी आजवर अयशस्वी झाल्या आहेत आणि मघा सांगितल्याप्रमाणे लोकांचा जर पाठिंबा असेल, तर हिंसा वापरावी लागत नाही आणि सामाजिक चळवळींचा असा दावा असेल, आमच्या मागे लोक आहेत आणि सामाजिक चळवळी या कमकुवत आणि गरीब लोकांसाठी असतील आणि गरीब लोक जर भारतात जास्त असतील-जवळजवळ सत्तर टक्के-तर त्या संख्येच्या जोरावर अहिंसक मार्गाने यश पदरात पाडून घेता येऊ शकते. तर असे मी म्हणणे मांडतो आणि म्हणून मी असे म्हणतो की, आतापर्यंतचा जो मार्ग आहे, त्या मार्गाचा पुनर्विचार नक्की केला पाहिजे, याचा अर्थ असा नव्हे, त्याने हिंसक मार्गाने जावे; उलट तो आत्मघातकी मार्ग होईल, तो चळवळीला मागे ओढणारा होईल, चळवळ नेस्तनाबूत ठरणारा होईल. त्यांच्यासमोर खरा पर्याय आहे, तो आहे आक्रमक अहिंसावादाचा. अलीकडे मी हा शब्द वापरायला सुरुवात केली आहे. आक्रमक अहिंसावाद म्हणजे सत्याग्रही. अहिंसक मार्गांमधील महात्मा गांधींच्या सत्याग्रहामधल्या महत्त्वाची जी गोष्ट आहे, ती म्हणजे कोणत्याही परिस्थितीत हिंसा करायची नाही. ही गोष्ट या नवीन मार्गामध्येसुद्धा आहे. तेच अगदी शिरोभागी लिहिलेले तत्त्व असेल की,

कोणत्याही परिस्थितीमध्ये कोणत्याही प्रकारची हिंसा होणार नाही, तरीसुद्धा तो मार्ग आक्रमक असेल. हा आक्रमक अहिंसा मार्ग म्हणजे काय, हे आपल्याकडच्या लोकांना खरेतर सांगायची गरज नाहीये. आपण तो पूर्वी वापरलाय. त्याची काही उदाहरणे देतो. परंतु, त्याच्या पलीकडून जावे लागेल, असे दिसतेय, ते आत्ताच सांगून ठेवतो. मगाशी सांगितलेले आसामचे आंदोलन हे माझ्या म्हणण्याप्रमाणे आक्रमक अहिंसावादामध्ये बसणारे आंदोलन आहे. ज्या वेळी दिब्रूगडचे सर्व रस्ते विद्यार्थ्यांनी बसून व्यापले होते आणि संपूर्ण राजधानीमध्ये सर्व कारभार हा ठप्प झाला होता. तेव्हाच तिथे १ हा कोर्ड झाले. १९८० साली सुरू झालेली शेतकऱ्यांची चळवळ होती. तिने जे मार्ग वापरले, त्याची जरी उद्दिष्टे काही असो, ती मध्यम व श्रीमंत शेतकऱ्यांची चळवळ होती आणि आता शरद जोशी हे जागतिकीकरणाच्या कच्छपी लागलेले आहेत. हे सर्व बाजूला ठेवू; परंतु त्या काळामध्ये शेतकरी चळवळीने जे मार्ग वापरले, ते मार्ग यशस्वी ठरले; लक्षात घ्या-ताबडतोबीने मागण्या मान्य होण्याच्या दृष्टीने. परंतु त्यापूर्वी महाराष्ट्रामध्ये संयुक्त महाराष्ट्राची जी चळवळ झाली होती, त्या चळवळीने जे वापरलेले मार्ग आहेत. फार मोठ्या प्रमाणावर लोकांना रस्त्यात उतरवणे, फार मोठ्या प्रमाणावर आंदोलन करणे, फार मोठ्या प्रमाणावर जेलभरो आंदोलन होणे, ज्यायोगे तुरुंग कमी पडतील, अशा पद्धतीने आंदोलक रस्त्यावर उतरले पाहिजेत. ज्यायोगे सर्व कारभार ठप्प झाला पाहिजे, असा संप झाला पाहिजे. जणूकाही लोकांचेच राज्य निर्माण झाले आहे, अशा पद्धतीने चळवळीची व्याप्ती असली पाहिजे. आणीबाणीच्या काळामध्ये आणीबाणीच्या विरोधी जी चळवळ झाली, त्यामध्ये बऱ्याच प्रमाणामध्ये मी म्हणतो तसा आक्रमक अहिंसामार्ग वापरला गेला होता; परंतु त्यांची खरी सुरुवात महात्मा गांधी यांनी १९४२ साली केली. मुंबईला त्यांनी गवालिया ट्रॅक रोडवर, मैदानात 'करेंगे या मरेंगे' हा जो नारा दिला होता, तो आक्रमक अहिंसावादाला प्रोत्साहन देणारा होता. म्हणजे काहीही करा, केलेच पाहिजे, करेंगे या मरेंगे असा अंतिम टोकाचा लढा होता. तशा पद्धतीचा लढा जर तुम्ही दिला, तर आजही सामाजिक चळवळीची उद्दिष्टे गाठावयाची आहेत, ती गाठणे शक्य होईल, असे आक्रमक अहिंसावादाला म्हणावयाचे आहे आणि त्यासाठी तुम्हाला एक पटणारी गोष्ट म्हणून सांगावयाची, गांधीजींच्या अहिंसावादामध्ये एक गोष्ट अत्यंत महत्त्वाची होती. तुम्हाला सर्वांना माहीत आहे. काही तर राज्यशास्त्राचे प्राध्यापक आहेत की, हृदयपरिवर्तन हे महत्त्वाचे होते, संवाद साधावयाचा. प्रतिस्पर्धी हा शब्द गांधीजींना मान्य नव्हता. समोरचा जो

माणूस आहे, त्यालाही सत्य समजलेले आहे, मलाही सत्य समजलेले आहे. त्याला समजलेले असण्याची शक्यता आहे; पण हिंसा करावयाची नाहीय आणि मी माझी बाजू पटवून द्यायची आहे आणि त्यासाठी मी आत्मक्लेशाचा मार्ग स्वीकारावा, याचा सत्याग्रह करावयाचा आहे आणि त्याच्यातून त्याचे हृदयपरिवर्तन घडवून आणावयाचे आहे. ब्रिटिशांचे हृदयपरिवर्तन घडवून आणून काही तरी एक स्वातंत्र्याची चळवळ पुढे न्यायची आहे; परंतु सत्ताधारी वर्ग, सत्ताधारी जाती, आधुनिक राज्यसंस्था ही मुर्दाड बनलेली असली, तर तिचे हृदयपरिवर्तन होऊ शकते का? हा मुद्दा कधी तरी चर्चेला घेतला पाहिजे. त्या दृष्टीने आक्रमक अहिंसावाद असे सांगेल की, हृदयपरिवर्तन झाले, तर फारच चांगले; जर झाले नाही, तर अहिंसक आक्रमक अहिंसावाद असे म्हणेल, सत्ताधाऱ्याला खुर्ची खाली करायला भाग पाडले पाहिजे. त्याच्या गळी उतरवले पाहिजे, तुमचे म्हणणे हृदयपरिवर्तन होईलच याची शाश्वती काही नाही. आक्रमक अहिंसावादातला मुद्दा आहे अराजकाचा. म्हणूनच जे आक्रमक अहिंसावादाचा पुरस्कार करतील, त्या हत्याराचा वापर करतील, त्यांना फार काळजीपूर्वक आपल्या हत्याराचा वापर करावा लागेल. लोकांवर फार मोठ्या प्रमाणावर त्यांचा वचक असला पाहिजे. मुद्दाम 'वचक' शब्द वापरतो. एखाद्या वेळी तुमची नैतिक उंची असावी लागेल– अगदी गांधीसारखी, आंबेडकरांसारखी; परंतु तेवढी नैतिक त्यांची व्याप्ती वाढवायची, तर त्या अर्थाने आपला फार मोठा देश आहे. एवढ्या मोठ्या देशामध्ये आक्रमक अहिंसावादाचा एकाच वेळी वापर करावयाचा, ही गोष्ट अशक्यप्राय वाटते. एका अर्थाने आक्रमक अहिंसावादाच्या मर्यादा आहेत; परंतु आताच्या पद्धतीने जाऊन काही एक यश पदरी पडेल, असे आता तरी दिसत नाही आणि त्यामुळे एकूण निराशा जी सामाजिक चळवळीच्या क्षेत्रामध्ये दिसून येत आहे, त्या निराशा झटकून जर बाहेर पडायचे असेल, तर निवडणुकीच्या प्रांगणात उतरणे आणि आक्रमक अहिंसावादाचा अत्यंत खुबीने आणि नियंत्रित पद्धतीने वापर करणे हे दोनच मार्ग मला दिसतात.

(प्रा. राजेंद्र व्होरा यांनी रामकृष्ण मोरे महाविद्यालय, आकुर्डी येथील 'सामाजिक चळवळी' या विषयावरील सेमिनारमध्ये दिलेले भाषण.)

प्रकरण ७

सामाजिक चळवळ

डॉ. वैशाली पवार

सामाजिक चळवळींचा विकास वंचिताच्या चळवळी ते स्वयंसेवी संघटना अशा टप्प्यांमधून झाला आहे. सार्वजनिक अस्वस्थता सामाजिक चळवळींमधून प्रतिबिंबित होते. राजकीय किंवा सामाजिक परिवर्तनाच्या आकांक्षेतून सामाजिक चळवळी उदयास येतात. लोकशाहींचे अभिवचन आणि राजकीय पक्षांचा प्रत्यक्ष व्यवहार यांचा संबंध जोडत लोकशाहीला नवा अर्थ प्राप्त करून देण्यास त्या साहाय्यभूत होतात. अभिजनवर्गाच्या महत्त्वाकांक्षा आणि आम जनतेची कृतिशीलता यांचे एकत्र येणे, हे सामाजिक चळवळींचे खास वैशिष्ट्य ठरते (यादव, पळशीकर, १६).

सामाजिक चळवळींचा अभ्यास राज्यशास्त्र, समाजशास्त्र, इतिहास अशा सामाजिक शास्त्राच्या विद्याशाखांमध्ये केला जातो. विशेषत: गेल्या अर्धशतकात सामाजिक चळवळ हा राज्यशास्त्राच्या अभ्यासाचा एक महत्त्वाचा घटक ठरला आहे. राज्यशास्त्रामध्ये सामाजिक चळवळींचा अभ्यास एक उपशाखा म्हणून केला जातो. तसेच राजकीय प्रक्रियेचा एक भाग म्हणूनही चळवळीचा अभ्यास करण्याची परंपरा निर्माण झाली आहे. विषमताविरोधी चळवळ, वंगभंग चळवळ, धर्मसुधारणा चळवळ, सत्यशोधक चळवळ, दलित चळवळ, कामगार चळवळ, भूदान चळवळ, नक्षलवादी चळवळ, तेलंगण चळवळ,

हिंदुत्व चळवळ इत्यादी उदाहरणे सांगता येतील. चळवळीचा इतिहास हा एक मुद्दा सामाजिक चळवळीच्या अभ्यासात असतो. मात्र, केवळ त्यापुरता मर्यादित अभ्यास नसतो. सामूहिक कृती, विचारप्रणाली, राज्यसंस्थेच्या विरोधातील विचार, नेतृत्वाचा विकास, पर्यायी सार्वजनिक धोरण, राजकीय पक्षांचा चळवळ एक आधार अशा विविध चौकटींमध्ये सामाजिक चळवळींचा अभ्यास केला जातो. राजकीय चळवळींच्या अभ्यासात सामूहिक कृती, विचारप्रणाली, राज्यसंस्थेच्या विरोधातील विचार, नेतृत्वाचा विकास, पर्यायी सार्वजनिक धोरण, राजकीय पक्षांची चळवळ हे मुद्दे असल्यासच तो राजकीय अभ्यास ठरतो. त्यामुळे हे एका अर्थाने राजशास्त्राचे चळवळीच्या अभ्यासाचे निकष ठरतात.

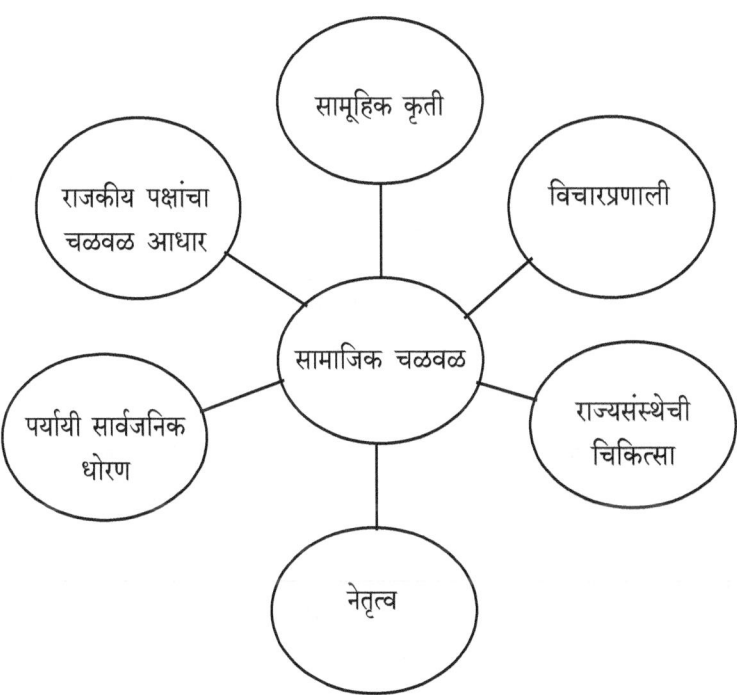

१) सामुदायिक कृती :

चळवळीच्या अभ्यासात असे दिसते की, चळवळीचे विशिष्ट ध्येय सामाजिक मुद्द्यांवर केंद्रित केलेले असते. त्यांचा हेतू सामाजिक परिवर्तन करण्याचा असतो. त्यामुळे चळवळीमध्ये व्यक्तिगत कृती नसते, तर सामुदायिक कृती केली जाते. त्या कारणासाठी जनसमूहांचे राजकीय संघटन राजकीय चळवळी करतात. जनसमूहाला

राजकीय कृती करण्यासाठी प्रेरणा देतात. राजकीय कृती सामूहिकपणे करण्याची क्षमता निर्माण करतात. यामुळे चळवळीत लोकप्रिय प्रतीके व घोषणा यांचा उपयोग केलेला असतो. यातून राजकारण घडत जाते. अर्थातच सामाजिक चळवळ ही विचारपूर्वक केलेली कृती असते. यामुळे राजकीय प्रक्रियेमध्ये सामाजिक चळवळींच्या अभ्यासाला जास्त महत्त्व दिले जाते.

२) राजकीय पक्षांचा आधार :

सामाजिक चळवळी राजकीय पक्षांचा आधार असतात. उदा. स्वातंत्र्यपूर्व काळात काँग्रेस पक्षाचा आधार भारतीय स्वातंत्र्यचळवळ हा होता. भारतीय रिपब्लिकन पक्षाचा आधार दलित चळवळ हा आहे. सामूदायिक कृती, विचारप्रणाली, नेतृत्व आणि बदलाभिमुखता ही चळवळीची वैशिष्ट्ये राजकीय पक्षांचा आधार ठरतात. राजकीय चळवळ घटल्यास राजकारण पोकळ होते. राजकीय चळवळ विस्तृत व व्यापक झाल्यास राजकारण जास्त अर्थपूर्णस्वरूप धारण करते. ऐंशीच्या दशकानंतर काँग्रेस पक्षाचे राजकारण पोकळ झाले. याचे एक कारण, काँग्रेस पक्ष आणि चळवळ यांचे संबंध संपुष्टात आले. नव्वदीनंतर भारिपची ताकद कमी होत गेली, कारण दलित चळवळ कमी कमी होत गेली. त्यामुळे राजकारणाचे चळवळीकरण झाले पाहिजे, असा दावा केला जातो. हिंदुत्ववादी पक्षांनीदेखील हिंदू चळवळ उभी केली आहे. भाजपचा एक आधार 'हिंदुत्ववादी संघटना' या आहेत. त्यामुळे त्यांचे राजकारण नव्वदीच्या दशकात विस्तारले होते.

३) विचारप्रणाली :

चळवळ आणि विचारप्रणाली यांचे घट्ट नाते असते. दलित चळवळीत आंबेडकरवाद, नक्षलवादी चळवळीत क्रांतिवाद, हिंदुत्ववादी चळवळीत हिंदुत्ववाद यांचे संबंध असतात. त्यामुळे चळवळींचा अभ्यास राजकीय विचारप्रणालींच्या संदर्भात केला जातो. सामाजिक चळवळीत मूल्य, संकल्पना यांचे समर्थन केले जाते. त्या मूल्यांची राजकीय, सामाजिक आणि आर्थिक चौकटीत समीक्षा केली जाते. पडताळा करून त्यांचा उपयोग केला जातो. यामुळे मूल्य, संकल्पना, विचारप्रणाली यांच्या नव्याने व्याख्या राजकीय पक्ष करतात.

४) राज्यसंस्थेच्या धोरणाची चिकित्सा :

राज्यसंस्थेच्या विरोधातील मुद्यांचे सुसूत्रीकरण सामाजिक चळवळींत केले जाते. 'सामाजिक चळवळ' यामध्ये सामाजिक ही एक संकल्पना आणि 'चळवळ' ही दुसरी संकल्पना वापरण्यात आली आहे. सामाजिक प्रश्न सामाजिक संकल्पनेच्या

क्षेत्रात येतात. सामाजिक प्रश्न राज्यसंस्था सोडवीत नाही किंवा राज्यसंस्था सामाजिक प्रश्नांकडे दुर्लक्ष करते. त्या मुद्यांकडे चळवळ लक्ष वेधण्याचे काम करते. राज्यसंस्थेच्या किंवा शासनाच्या विरुद्धातील असंतोषाचे संघटन चळवळ करते. राज्यसंस्थेने कोणत्या पर्यायांचा वापर करावा, या संदर्भातील मुद्दे सामाजिक चळवळींमध्ये मध्यभागी असतात. त्यामुळे राज्यसंस्थेबद्दचे आकलन सामाजिक चळवळींच्या अभ्यासातून होते. तसेच काही मुद्यांवर सार्वजनिक धोरणनिश्चिती केली जावी, याचा चळवळीत आग्रह धरला जातो. त्यासाठी लोकमत घडविले जाते. ते लोकमत राज्यसंस्था किंवा सरकार यांच्या विरोधातील असंतोष असतो. यातूनच राज्यसंस्थेच्या धोरणाची चिकित्सा होते.

५) पर्यायी सार्वजनिक धोरण :

विशिष्ट सार्वजनिक धोरणाचा आग्रह सामाजिक चळवळी ठरतात. सार्वजनिक धोरणनिश्चितीमध्ये स्वयंसेवी संघटना, दबाव गट, सामाजिक चळवळी यांचा समावेश होतो. राजकीय माध्यमांचा सार्वजनिक धोरणनिश्चितीचा अधिकार कमी कमी होत आहे. स्वयंसेवी संघटना, दबाव गट, सामाजिक चळवळी घटकांचा सार्वजनिक धोरणनिश्चितीचा अधिकार कसा वाढतो; या मुद्द्यांचा अभ्यास सामाजिक चळवळींमध्ये केला जातो. शासन आणि तज्ज्ञ व्यक्ती सार्वजनिक धोरण निश्चित करतात. परंतु, याखेरीज सार्वजनिक धोरणनिश्चितीमध्ये सामाजिक चळवळी कधी प्रत्यक्षपणे, तर कधी अप्रत्यक्षपणे गुंतलेल्या असतात. त्यामुळे सार्वजनिक धोरण आणि सामाजिक चळवळी यांचा प्रत्यक्षपणे किंवा अप्रत्यक्षपणे सहसंबंध येत असतो. सामाजिक चळवळींचा उदय व विकास सार्वजनिक धोरणांच्या वादविवादांवरच आधारलेला असतो. सामाजिक चळवळींचा कल सार्वजनिक धोरणांमधून आपले ध्येय साध्य करण्याकडे असतो. सरकारच्या कायद्यामध्ये किंवा नियमांमध्ये परिणामकारक बदल घडवून आणण्याच्या उद्दिष्टाने चळवळी काम करतात. सामाजिक चळवळींसंदर्भात सार्वजनिक धोरणाचा अभ्यास दोन वेगवेगळ्या उद्दिष्टांनुसार करता येतो. **एक**– चांगल्या आणि वाईट किंवा अधिक वाईट धोरणांमधून योग्य धोरणाची निवड करण्याचा प्रयत्न करणे. **दोन**–बाह्य मार्गांमधील साधक संबंधांचा अभ्यास करणे. सामाजिक चळवळी व धोरणशास्त्र यांच्यातील संबंध या दोन दृष्टिकोनात सहजीवी असतात. सामाजिक रचनेची सामाजिक चळवळ ही निर्मिती असते. धोरणनिश्चितीवर सामाजिक चळवळी परिणाम करतात. समूहाचे हितसंबंध जपण्यासाठी त्यांचे संघटन सामाजिक चळवळी करतात. धोरणकर्त्यांना अस्तित्वात असलेल्या धोरणामध्ये बदल करण्यास या चळवळी भाग पाडतात किंवा नवीन धोरण तयार करण्यासाठी

प्रवृत्त करतात. सामाजिक चळवळींनी उभ्या केलेल्या प्रश्नांवर आधारित धोरण निर्माण करण्यास धोरणकर्ते प्राधान्य देतात. केवळ धोरणनिश्चितीच्या वेळीच नव्हे, तर निर्णायक टप्प्यांवरदेखील सामाजिक चळवळी निर्णायक व मोठ्या स्वरूपाचा बदल सार्वजनिक धोरणांमध्ये घडवून आणतात. सामाजिक चळवळींमार्फत समाजामध्ये धोरण अंमलबजावणीतील दोष दाखवून दिले जातात. याचा परिणाम सार्वजनिक धोरणांवर होतो.

६) राजकीय संघर्ष :

चळवळींमध्ये संघर्षाचा अभ्यास केला जातो. विविध प्रकारचे समूह व अभिजन वर्ग यांच्यातील संघर्षाचा अभ्यास केला जातो. अभिजन वर्गातील अंतर्गत सत्तासंघर्षांपेक्षा जनसमूह व अभिजन वर्ग यांच्यातील सत्तासंघर्ष जास्त राजकीय स्वरूपाचा असतो. त्यामुळे राज्यशास्त्रामध्ये जनसमूह व अभिजनवर्ग यांच्यातील सत्तासंघर्ष ही सत्तासंघर्षांची वरची पायरी असते, तर अभिजन वर्गातील अंतर्गत सत्तासंघर्ष हा त्या तुलनेत दुसऱ्या स्थानावर जातो. सत्तासंघर्षाचे निराकरण करण्याचा विचार हा उपाययोजना सुचविण्याचा भाग आहे, तर सत्तासंघर्षांचे स्वरूप समजून घेणे हा राज्यशास्त्राच्या अभ्यासाचा भाग ठरतो. भारतात अशाप्रकारचे राज्यशास्त्र विषयाचे भान सत्तरीनंतर आले.

साठ, सत्तर आणि ऐंशीच्या दशकातील सामाजिक चळवळींचा अभ्यास :

साठ, सत्तर आणि ऐंशीच्या दशकात सामाजिक चळवळ या विषयाचा अभ्यास भारतीय राज्यशास्त्रात फारसा झाला नाही. या तीन दशकांमध्ये सामाजिक चळवळ हा विषय परिघाबाहेर राहिला. राज्यशास्त्र विषयामध्ये सत्तासंघर्ष हा सर्वांत जास्त महत्त्वाचा भाग आहे. जनसमूह व अभिजनवर्ग असे सत्तासंघर्षाचे स्वरूप असते. या प्रकारच्या सत्तासंघर्षांत साधनसामुग्री, सत्ता, अधिकार, प्रतिष्ठा, विकास या मुद्यांवर परस्परविरोधी राजकारणाचे ध्रुवीकरण होत जाते. सत्तासंघर्षात जनसमूह संघटना साधन म्हणून बांधतो. जनसमूहाच्या संघटना आणि अभिजनवर्ग यांचे हितसंबंध, अस्मिता आणि सत्तासंपादनाचा कार्यक्रम यांच्यात अंतर्विरोध असतात. या पातळीवरील संघर्ष हा राज्यशास्त्राच्या अभ्यासकक्षेत पन्नास व साठीच्या दशकात येत नव्हता. पन्नास व साठीच्या दशकात अभिजन वर्गातील सत्तासंघर्ष ही राज्यशास्त्राची केवळ विषयपत्रिका होती. याचे मुख्य कारण, भारतीय राज्यशास्त्राचे स्वरूप व व्याप्ती राजकीय कार्यपद्धतीशी संबंधित होती. यामध्ये कायदेमंडळ, संविधान यांना आदर्श मानले गेले होते. जनसमूहाचा संघर्ष बेकायदेशीर किंवा

संविधानाच्या मार्गांनी सोडविण्याची परंपरा होती. कायदेशीर किंवा संविधानाच्या मार्गांनी जनसमूहांच्या संघर्षांचे निराकरण झाले नाही, तर लोकशाहीविरुद्ध त्यांचे स्थान ठरवले गेले. हा भारतीय राज्यशास्त्राचा संदर्भ ब्रिटिश व अमेरिकन राज्यशास्त्र हा होता. भारतीय राज्यशास्त्रावर ब्रिटिश आणि अमेरिकन राज्यशास्त्राचा प्रभाव पन्नास, साठ व सत्तरीच्या दशकात खोलवर होता. अमेरिकन आणि इंग्लंडमधील विद्यापीठांत राज्यशास्त्राच्या विभागांना शासन व नागरी कायदा असे संबोधिले जाते. यांचे अनुकरण भारतातील विद्यापीठेही करत होती. भारतातील विद्यापीठातील राज्यशास्त्राच्या विभागांना नागरिकशास्त्र आणि व्यवस्थापन किंवा लोकप्रशासन असे संबोधिले जाते (शहा घनश्याम, २००८: ४). या शाखांमधूनदेखील शासनाच्या कार्यपद्धतीवर भर दिलेला दिसतो. नियमांची निर्मिती, नियमांची अंमलबजावणी व ही अंमलबजावणी होते की नाही, हे पाहणे हे राज्यशास्त्राचे अभ्यासक्षेत्र ठरले होते. अशा कायदेशीर भाषेत राज्यशास्त्राचा विकास होत गेला. वर्तनवादी क्रांतीमध्येही मूल्याचे अधिकृत वितरण हा राज्यशास्त्राचा अर्थ घेतला गेला. लोकशाही, सहमती, संमती, नागरी संस्कृती व विकास हा त्या राज्यशास्त्राचा गाभा होता. त्यामुळे सरकारची कार्ये, सत्तारूढ वर्ग व अभिजन यांच्याशी संबंधित अभ्यासक्षेत्र विकसित केले गेले. यातून राजकीय प्रक्रिया व राजकीय समाजशास्त्र या प्रकारच्या अभ्यासाला गती मिळाली. परंतु, या विषयामध्ये सत्तासंपादनासाठीच्या अंतर्गत संघर्षापुरतेच मर्यादित संशोधनक्षेत्र राज्यशास्त्राचे होते. यामध्ये सामाजिक समाजांतर्गत संघर्ष आणि जनसमूह अभिजन यांच्यातील संघर्ष यांचा समावेश राज्यशास्त्रात झाला नव्हता. याचाच अर्थ, सामाजिक बदलासाठी जे संघर्ष झाले, त्यांचा समावेश राज्यशास्त्राच्या अभ्यासात नव्हता. म्हणजेच सामाजिक चळवळी यांच्यातील सत्तासंघर्षाचे परस्परसंबंध हा राज्यशास्त्राच्या अभ्यासाचा विषय नव्हता. केवळ अभिजनांमधील अंतर्गत संघर्षाचा अभ्यास केला जात होता. सामाजिक संघर्ष हे राजकीय असतात, सामाजिक संघर्ष बदलासाठी घडतात, हा व्यापक अर्थ देखील सत्ता आणि संघर्षाचा आहे; याचे भान राज्यशास्त्रास पन्नास, साठ व सत्तरीच्या दशकात नव्हते. अर्थातच, सत्तासंघर्ष आणि सत्तासंपादन या मुद्यांभोवती राजकीय प्रक्रिया आणि सामाजिक चळवळी यांची महत्त्वाची भूमिका असते. किंबहुना, राजकीय प्रक्रिया आणि सामाजिक चळवळी यांच्यामधून सत्तासंघर्षाचा आविष्कार होतो. या प्रकारच्या अभ्यासाचे क्षेत्र भारतातील राज्यशास्त्रात सत्तरीच्या दशकाच्या उत्तरार्धापर्यंत नव्हते. म्हणूनच चळवळींवरील अभ्यास बिगरराजकीय, बिगरघटनात्मक, संसदबाह्य मार्ग किंवा बेकायदेशीर स्वरूपाचे ठरविले गेले. सामाजिक निषेधाचे

स्वरूप बेकायदेशीर असे असते, असे डेव्हिड बेले यांचे मत होते (१९६२). साठच्या दशकात रजनी कोठारी यांनीही 'संविधानाबाहेरील' असा शब्द वापरला होता (शहा, २००९: ६). विल्यम कॉर्नहाउसर (१९५९ व १९६८), रॉबर्ट निसबेट (१९५३), एडवर्ड शीलस (१९८२) यांच्या मते, लोकशाहीविरोधी व अतिरेकी विचारांचे समूहच जनआंदोलनाला जन्म देतात (शहा, २००९: १०). या उदाहरणावरून असे म्हणता येते की, राज्यशास्त्र विषयाची अभ्यासपत्रिका मर्यादित होती.

राज्यशास्त्राच्या अभ्यासपत्रिकेत सामाजिक चळवळींचे समावेशन :

घनश्याम शहा यांनी सत्तर व ऐंशीच्या दशकात राज्यशास्त्रात सामाजिक चळवळींवर फारच कमी अभ्यास झाला, हे पुराव्यासह स्पष्ट करून सामाजिक विषयावर सत्तासंघर्षाच्या संदर्भात अभ्यास करण्याची गरज अधोरेखित केली. भारताप्रमाणे महाराष्ट्रातदेखील चळवळींवर फारच कमी अभ्यास झाले. सत्तरीच्या दशकात राज्यशास्त्राचे अभ्यासक्षेत्र बदलण्यास सुरुवात झाली. उदाहरणार्थ य. दि. फडके यांचे 'पॉलिटिक्स अ‍ॅण्ड लँग्वेज' (१९७३) व घनश्याम शहा यांचे 'कास्ट असोसिएशन अ‍ॅण्ड पोलिटिकल प्रोसेस इन गुजरात' (१९७५) रावसाहेब कसबे यांचे 'झोत' (१९७८) ही पुस्तके जनसमूह आणि अभिजनवर्ग यांच्यातील सत्तासंघर्ष मांडणारी राज्यशास्त्राच्या संदर्भात लिहिली गेली. ऐंशी व नव्वदीच्या दशकात राज्यशास्त्र विषयाचे अभ्यासक्षेत्र सत्तरीच्या दशकाच्या तुलनेत जास्त बदलले. महाराष्ट्रात के. के. कसबे (१९८७), एस. एम. सोनावाला (१९८८), दासरी (१९९४) यांनी आंबेडकर चळवळ, राष्ट्रवादी चळवळ आणि नक्षलवादी चळवळ या विषयांवर पुणे विद्यापीठात संशोधन केले. यांपैकी राष्ट्रवादी चळवळ आणि नक्षलवादी चळवळीचा अभ्यास राजेंद्र व्होरा यांच्या मार्गदर्शनाखाली झाला. अमेरिकन आणि ब्रिटिश राज्यशास्त्राच्या प्रभावातून भारतीय राज्यशास्त्र गेल्या तीन दशकांत बाहेर पडण्याची प्रक्रिया घडली. राजकीय प्रक्रिया आणि सामाजिक चळवळी यांमधून सत्तासंघर्षाचा आविष्कार होतो. त्या संदर्भात अभ्यास करण्याची नवी परंपरा सुरू झाली. चळवळीकडे पाहण्याच्या दृष्टिकोनात बदल झाला. घनश्याम शहा यांचे 'सोशल मुव्हमेंट्स इन इंडिया' (१९९१) या पुस्तकामध्ये जनसमूह आणि अभिजनवर्ग यांच्यातील सत्तासंघर्ष मांडला आहे. या पुस्तकामध्ये भारतातील राज्यशास्त्र विषयात राजकीय प्रक्रिया आणि राजकीय चळवळ यांना महत्त्व दिले गेले. नव्वदीच्या दशकात यामध्ये जास्त बदल झाला. महाराष्ट्रातदेखील या दरम्यान बदल झाले. रावसाहेब कसबे (१९९४), जयंत लेले (१९८२अ,

१९८२आ, १९९०अ, १९९०आ, १९९०इ, १९९५), व्होरा राजेंद्र (१९९४), व्होरा राजेंद्र व सुहास पळशीकर (१९९०, १९९६, २००४), सुहास पळशीकर (१९९८अ, २००३अ, २००४अ), पळशीकर सुहास व राजेश्वरी देशपांडे (१९९९, २००३), सुहास पळशीकर व बिरमल नितीन (२००४), सुहास पळशीकर व सुहास कुलकर्णी (२००७), यशवंत सुमंत (२००३), गोपाल गुरू (२००४, २००८), राजेश्वरी देशपांडे (२००४), बिरमल नितीन (१९८९ व १९९९) व प्रकाश पवार (२०१०) या राज्यशास्त्राच्या अभ्यासकांनी सामाजिक क्षेत्रांतील सत्तासंघर्ष राज्यशास्त्राचा अभ्यासविषय म्हणून मांडले. यातून महाराष्ट्रातील राज्यशास्त्र राजकीय कार्यपद्धतीपासून बाजूला सरकले. महाराष्ट्रातील राज्यशास्त्राने राजकीय प्रक्रिया आणि सामाजिक चळवळीतील जनसमूह आणि अभिजन वर्ग यांच्यातील सत्तासंघर्षाचा राज्यशास्त्रात अभ्यास केला. हे अभ्यासक मराठीभाषिक असले, तरी त्यांचे या क्षेत्रातील अभ्यास भारतीय पातळीवरील आहेत. जनसमूह आणि अभिजन वर्ग यांच्यातील सत्तासंघर्षाचे घनश्याम शहा यांचे अभ्यास भारतीय पातळीवरील मराठी भाषेत प्रकाशित झाले आहेत (घनश्याम शहा, २००८, २००८अ, २००९). त्यामुळे महाराष्ट्रातील राज्यशास्त्र महाराष्ट्र व भारतीय पातळीवरील अभ्यासाच्या संयोगातून विकास पावले आहे. त्याच्या अभ्यासाची कक्षा सामाजिक चळवळींमध्ये विस्तारली गेली.

बिगरपक्षीय राजकारणाची विविध रूपे चळवळीमध्ये दिसतात. सामाजिक चळवळी लोकशाही राजकारणास व्यापक करतात. परंतु धार्मिक, सशस्त्र बंडखोर चळवळी लोकशाहीतील सनदशीर मार्गांच्या विरोधातील हिंसेचा मार्ग वापरतात. स्वयंसेवी संस्था स्त्रिया, बालकांचे हक्क, पर्यावरण, शाश्वत विकासाचे प्रश्न, विस्थापितांचे हक्क, कारावासातील छळ यांचे प्रश्न ऐरणीवर आणतात. परंतु स्वयंसेवी संस्थांची चळवळ अराजकीय असण्याची भूमिका घेतात.

संदर्भसूची :

ऑमव्हेट गेल, १९९५, दलित व्हिजन, दिल्ली, ओरिएंट लोगमन प्रकाशन.

ऑमव्हेट गेल, १९९५, वासाहतिक समाजातील सांस्कृतिक बंड, पुणे, सुगावा.

कसबे रावसाहेब, १९९४, हिंदू-मुस्लिम प्रश्न आणि सावरकरांचा हिंदुराष्ट्रवाद, पुणे, सुगावा.

कसबे रावसाहेब, १९७८, झोत, पुणे, सुगावा.

कामत अ. र., १९८२, स्वातंत्र्योतर भारतातील सामाजिक बदल, पुणे, मागोवा प्रकाशन.

काही निरीक्षणे, बदलता महाराष्ट्र, भोळे भा. ल.- किशोर बेडकीहाळ (संपा.), सातारा, डॉ. बाबासाहेब आंबेडकर अकादमी: २५८-२८६.

गुप्ता दीपंकर, २००२, फार्मर्स मुव्हमेंट इन कन्टेंनबरी इंडिया, शहा घनश्याम (संपा), सोशल मुव्हमेंट ॲन्ड द स्टेट, दिल्ली, सेज.

गुरू गोपाळ, १९९४, अंडरस्टडिंग व्हायलंस अगेंस्ट दलितस् इन मराठवाडा, इकॉनॉमिक अँड पॉलिटीकल वीकली, २६ फेब्रुवारी १९९४.

गुरू गोपाळ, १९९७, अंडरस्टडिंग दलित प्रोटेस्ट इन महाराष्ट्र, इकॉनॉमिक अँड पॉलिटिकल वीकली, २६ जुलै १९९७.

घनश्याम (संपा), सोशल मुव्हमेंट ॲन्ड द स्टेट, दिल्ली, सेज.

जाफरलॉट खिस्तोफर, १९९६, द हिंदू नॅशनॅलिस्ट मुव्हमेंट अँड इंडियन पॉलिटिक्स, विकिंग पेनगन.

झोया हसन, १९९८, 'वेस्ट फोर पावर ऑपोजिशिनल मुव्हमेंट्स अँड पोस्ट काँग्रेस पॉलिटिक्स इन उत्तर प्रदेश', दिल्ली, ऑक्सफर्ड.

झोया हसन, २००१, पॉलिटिक्स ऑफ मास मोबिलायझेशन इन युपी, इकॉनॉमिक अँड पॉलिटिकल वीकली, नोव्हेंबर २००१.

देशपांडे राजेश्वरी, २०१०, कास्ट असोसिएशन इन द पोस्ट यंडल ऐरा:नोट्स फॉर महाराष्ट्र, राज्यशास्त्र व लोकप्रशासन विभाग, पुणे, पुणे विद्यापीठ.

पळशीकर सुहास व नितीन बिरमल(संपा), २००४, महाराष्ट्राचे राजकारण: राजकीय प्रक्रियेचे स्थानिक संदर्भ, पुणे, प्रतिमा प्रकाशन.

पळशीकर सुहास व नितीन बिरमल, २००३, महाराष्ट्र फ्रॅग्मेंटेड मराठास रिटेन पावर, पॉल वॅलास व रामाश्रय (संपा) इंडियाज १९९९ इलेक्शन, नवी दिल्ली, सेज, पृ.२०६-२३२.

पळशीकर सुहास व राजेश्वरी देशपांडे, १९९९, महाराष्ट्र : इलेक्टोरल कॉम्पिटीशन अँड स्ट्रक्चर्स ऑफ डॉमिनेशन, पुणे, राज्यशास्त्र व लोकप्रशासन विभाग, पुणे विद्यापीठ.

पळशीकर सुहास व राजेश्वरी देशपांडे, २००३, महाराष्ट्र : चॅलजेंस बिफोर द काँग्रेस सिस्टीम, पुणे, जरनल ऑफ इंडियन स्कूल ऑफ पॉलिटिकल इकॉनॉमी, जून-जुलै, पृ.९७-१२२.

पळशीकर सुहास, १९९५ आ, भावनोद्दीपनाचे राजकारण, पुणे, अनुभव, फेब्रुवारी, पृ.१०-१७.

पळशीकर सुहास, १९९१, 'बहुजन समाज'विचार ते नवब्राह्मणेतरवाद, पुणे, समाज प्रबोधन पत्रिका, जानेवारी- मार्च, पृ.३०-३७.

पळशीकर सुहास, १९९४, डॉ. आंबेडकरांच्या 'हिंदुकरणाची चिकित्सा, सातारा, डॉ. बाबासाहेब आंबेडकर अकादमी.

पळशीकर सुहास, १९९६, शिवशाही : जनविरोधी हितसंबंधाची युती, मराठवाडा, दिवाळी.

पळशीकर सुहास, १९९९, शिवसेना ॲन ॲसेसमेंट, पुणे, ऑकेजनल पेपर, सेरीज् , नं.३, राज्यशास्त्र विभाग, पुणे विद्यापीठ.

पळशीकर सुहास, १९९८अ, भारतीय राजकारण वर्चस्वाकडून धुरीणत्वाकडे, समाज प्रबोधन पत्रिका, एप्रिल-मे-जून, पृ.८५-१०७.

पळशीकर सुहास, १९९८आ, जात व महाराष्ट्रातील सत्ताकारण, पुणे, सुगावा.

पळशीकर सुहास, १९९२, आंबेडकरांचे अपहरण कशासाठी, पुणे, समाज प्रबोधन पत्रिका, जुलै-सप्टेंबर, पृ.१४५-१४९.

पळशीकर सुहास, २००९, भारताच्या राजकारणाचा ताळेबंद, मराठी वाचनसाहित्य तालिका क्र.१, राज्यशास्त्र व लोकप्रशासन पुणे, पुणे विद्यापीठ.

पळशीकर सुहास, २००४अ, समकालीन भारतीय राजकारण, काँग्रेस वर्चस्व ते हिंदू जमातवाद, पुणे, प्रतिमा प्रकाशन.

पळशीकर सुहास, २००४इ, शिवसेना : अ टाइगर विथ मेनी फेसेस, मुंबई, इकॉनामिक अँड पॉलिटिकल विकली, ३-१० एप्रिल, पृ.१४९७-१५०७.

पळशीकर सुहास, २००३, भीमशक्ती-शिवशक्ती: दलित राजकारणापुढील पेच, परिवर्तनाचा वाटसरू, १ ते ३० एप्रिल : २५-२९.

पळशीकर सुहास, २००३अ, महाराष्ट्राचे बदलते राजकारण, बदलता महाराष्ट्र, भोळे भा.ल.-किशोर बेडकिहाळ (संपा.), सातारा, डॉ.बाबासाहेब आंबेडकर अकादमी : २१-३८.

पळशीकर सुहास, २००३आ, परिवर्तनाच्या राजकारणापुढील पेच, आव्हानांशी संघर्ष आणि परिवर्तनाची दिशा (ग. प्र. प्रधान, संपा.), पुणे, भाई वैद्य अमृत महोत्सव गौरव समिती : १०७-१२३.

पळशीकर सुहास, १९९३, मंडल आयोग : सर्वोच्च न्यायालयाचा स्वागतार्ह निर्णय, समाज प्रबोधन पत्रिका, जानेवारी मार्च, पृ.४९-५१.

पळशीकर सुहास, १९९७, मध्यमवर्ग: भांडवलशाहीचा सांगती, मुंबई, प्रगत दिवाळी, पृ. ६८-८२.

पवार प्रकाश, २०११, राजकीय चळवळी, पुणे, डायमंड प्रकाशन.

फडके य. दि., (१९७९), पॉलिटिक्स अँण्ड लँग्वेज, मुंबई, हिमालय प्रकाशन.

फडके य. दि., १९८२, केशवराव जेधे, पुणे, श्रीविद्या प्रकाशन.

फडके य. दि., १९९७, विसाव्या शतकातील महाराष्ट्र, खंड ५, पुणे श्रीविद्या प्रकाशन.

बिरमल नितीन, १९९९, प्रबळ जातीचा प्रादेशिक पक्ष: राष्ट्रवादी काँग्रेस, समाजप्रबोधनपत्रिका, ऑक्टो-डिंसेबर, पृ. २२०-२२५.

लेले जयंत (संपा), १९९०अ, स्टेट अँड सोसायटी: चेजींग सोशल बेसेस ऑफ इंडियन पॉलिटिक्स, दिल्ली, चाणक्य.

लेले जयंत, १९९५, हिंदुत्व दि इर्मजन्स ऑफ द राइट, मद्रास, एर्थवॉरम.

लेले जयंत, १९९०आ, महाराष्ट्रातील निवडणूक आणि मराठ्यांचे धुरीणत्व, पुणे, समाजप्रबोधनपत्रिका, एप्रिल-जून, ५७-६४.

लेले जयंत, १९९०इ, कास्ट, क्लास अँड डॉमिनन्स: पॉलिटिकल मोबिलायझेशन इन महाराष्ट्र, डोंमिनन्स अँड पॉलिटिकल पॉवर इन मॉडर्न इंडिया, व्हॉल्यूम २, मुंबई, ऑक्सफर्ड युनिव्हर्सिटी प्रेस, ११५-२११.

लेले जयंत, १९८२अ, चव्हाण अँड द पॉलिटिकल इन्टेग्रअशन ऑफ महाराष्ट्र, कनटेम्पोररी इंडिया, पुणे, कॉंन्टिन्टल प्रकाशन, पृ. २९-५४.

लेले जयंत, १९८२आ, इलीट प्यूरॅलिझम अँड क्लास रूल: पॉलिटिकल डेव्हलपमेंट इन महाराष्ट्र, मुंबई, पॉप्युलर प्रकाशन.

व्होरा राजेंद्र, १९९४, ॲन अजेंडा फॉर द स्टडी ऑफ पोलिटीकल इकॉनॉमी ऑफ महाराष्ट्र, पुणे, राज्यशास्त्र व लोकप्रशासन विभाग, पुणे विद्यापीठ.

व्होरा राजेंद्र, १९९४, मुळशी सत्याग्रह, पुणे, प्रतिमा प्रकाशन.

शहा घनश्याम (संपा.),२००८, दलितांची अस्मिता आणि राजकारण, पुणे, डायमंड प्रकाशन.

शहा घनश्याम (संपा.),२००४, भारतातील सामाजिक चळवळी, पुणे, डायमंड प्रकाशन.

शहा घनश्याम (संपा.),२००९, सामाजिक चळवळी आणि सरकार, पुणे, डायमंड प्रकाशन.

शहा घनश्याम, १९९९, कनव्हर्शन रिकनव्हर्शन अँड द स्टेट रिसेन्ट इव्हेन्ट इन डांगस्, इकॉनॉमिक अँड पॉलिटीकल विकली, ६ फेब्रुवारी १९९९.

शहा घनश्याम, १९९६, बीजेपी अँड द बॅकवर्ड कास्ट्स इन गुजरात, बिडवाई प्रफुल्ल (संपा) दिल्ली, मनोहर.

शहा घनश्याम, २००३, कास्ट हिंदुत्व अँड हिंदूनेस, चैतन्य कृष्णा, मानक.

शहा घनश्याम, २००३, बीजीपीस् राइस टू पावर इन गुजरात, चैतन्य कृष्णा, मानक.

सुमंत यशवंत, २००३, सामाजिक चळवळीचा परिप्रेक्ष्य आणि महाराष्ट्रातील चळवळी

टीप : www.unipune.ac.in या संकेत स्थळावरील राज्यशास्त्र विषयातील Ph.D.ची यादी वापरली आहे.

विभाग तीन

राजकीय इतिहास आणि राजकीय सिद्धान्त

प्रकरण ८

राजकीय इतिहास : राज्यशास्त्राची एक उपयुक्त ज्ञानशाखा

डॉ. नीता बोकील

प्रस्तावना :

आधुनिक राज्यशास्त्रातील वर्तनवादी क्रांतीमुळे राज्यशास्त्राच्या अभ्यासामध्ये राजकीय प्रक्रियांच्या अभ्यासाला एक विशिष्ट स्थान प्राप्त झाले आहे. जुन्या राज्यशास्त्रामध्ये 'राज्याचे शास्त्र, हे राज्यशास्त्र' ही मुख्य संकल्पना होती. परंतु, नव्या राज्यशास्त्रात हा अभ्यास राज्यापुरता मर्यादित न ठेवता, त्यात राजकारणाचाही अभ्यास समाविष्ट केला गेला. जुन्या म्हणजे पारंपरिक राज्यशास्त्रात राजकीय तत्त्वज्ञानास मध्यवर्ती स्थान देऊन, राजकीय संस्थांच्या अभ्यासाला प्राधान्य दिले गेले होते. त्यामुळे या अभ्यासाची पद्धती ही संस्थात्मक वर्णनाची होती. नव्या राज्यशास्त्रात आंतरविद्याशाखीय दृष्टिकोनाबरोबरच राजकीय संरचना, राजकीय संस्कृती व राजकीय प्रक्रिया या विषयांच्या अभ्यासाला महत्त्व आले आहे. त्याचबरोबर अभ्यासाच्या पद्धतीतही परिवर्तन झाले आहे.

राज्यशास्त्रामध्ये अशा राजकीय प्रक्रियांचा अभ्यास हा एका विशिष्ट कालखंडासाठी, तसेच विशिष्ट राजकीय एककांसंदर्भात करण्याची पद्धत आहे. याचे कारण, राजकीय प्रक्रियांना काळाचा व भूगोलाचा अटळ असा संदर्भ असतो. कोणतीही राजकीय प्रक्रिया ही एका विशिष्ट भूभागावर व त्या भूभागावर असणाऱ्या राजकीय संरचनेसंदर्भात आणि त्या त्या विशिष्ट काळात उलगडत असते. त्यामुळे या

अभ्यासात राजकीय इतिहासाचा अभ्यासही समाविष्ट होतो; म्हणूनच प्रथम इतिहास या अभ्यासशाखेचा अर्थ, स्वरूप, महत्त्व, त्याचे राज्यशास्त्राला होऊ शकणारे उपयोजन व त्याची राजकीय इतिहासाला येणारी सैद्धान्तिकता व त्यामुळे आधुनिक राज्यशास्त्राला प्राप्त होणारी समग्र, व्यापक चौकट समजावून घेऊ.

'हिस्ट्री' हा शब्द ज्या 'हिस्टॉरिया' या ग्रीक भाषेतील शब्दावरून आला, त्याचा मूळचा अर्थच 'समकालीन घडामोडींचे ज्ञान' असा होतो. ग्रीसचा इतिहास घडविण्यात वाटा असलेल्या व्यक्तीच समकालीन घडामोडींचे प्रथम तोंडीकथन करीत असत आणि नंतर आपल्या डोळ्यांसमोर घडलेल्या इतिहासाचे लेखन करीत असत. 'पॉलिबियस' या इतिहासकाराने मात्र आपल्या डोळ्यांदेखत जे घडते आहे ते सांगण्यापेक्षा, ते का घडले, याचा शोध घेत समकालीनांना समजावून सांगण्यावर जास्त भर दिला (य. दि. फडके, खंड सातवा, पृष्ठ १९). पुढे जाऊन फडके म्हणतात, 'राजाश्रय लाभलेले कवी असोत किंवा बखरदार असोत, त्यांनी समकालीन घडामोडींविषयी लिहिले असले, तरी त्यांचे लेखन एकतर्फी व अतिशयोक्तीचे असू शकते, याचे भान इतिहासकाराला ठेवावे लागते.' आपण आपल्या काळातील ज्या घडामोडींचे साक्षीदार आहोत आणि ज्या आपण जवळून पाहिल्या, त्यांचा वृत्तान्त सांगणे, म्हणजे इतिहास, ही समजूत एकोणिसाव्या शतकाच्या पूर्वार्धात प्रचलित होती; परंतु २० व्या शतकाचा इतिहास लिहिताना हॉब्जबॉम म्हणतात, 'इतिहासकार समाजाच्या स्मृतींचा रखवालदार असतो. बहुतेक लोक जे विसरून जातात, त्याची आठवण इतिहासकाराने द्यावयाची असते.' (य. दि. फडके, खंड सातवा, पृष्ठ २०). 'इतिहास म्हणजे भूतकाळ व वर्तमानकाळ यांत चाललेला अखंड संवाद.' असे इ. एच. कार यांनी म्हटले आहे. हा संवाद प्रथम इतिहासकाराचा स्वत:चा स्वत:शीच चाललेला असतो. नंतर इतिहास लिहून तो समकालीन वाचकांशी संवाद साधत असतो.

इतिहास म्हणजे नेमके काय, याबाबत इतिहासकारांमध्येही मतभिन्नता आढळते. 'इतिहास म्हणजे मानवी प्रगतीचा आढावा' या रियासतकार सरदेसाई यांनी केलेल्या व्याख्येचे मूळ भारतीय नसून पाश्चिमात्य (हेगेल, मार्क्स) आहे. 'इतिहास म्हणजे हळूहळू पण निश्चितपणे मानवाला मिळणाऱ्या स्वातंत्र्याची कहाणी' हे लॉर्ड ॲक्टनचे मत ही मूलत: मानवाची प्रगती सूचित करते. तथापि, प्राचीन काळात भारत, ग्रीस, रोम येथील इतिहासकारांनी, इतिहास म्हणजे 'प्रगती' हे समीकरण स्वीकारले नव्हते. (उदा. अर्नोल्ड टॉमन्बी, पिट्रीम सोरोकीन, ओस्वाल्ड स्पेंग्लर, हेन्री जॉर्ज इ.नी 'कालचक्राची' कल्पना स्विकारली. म्हणजे चाकाच्या फिरण्याप्रमाणे मनुष्याची

स्थिती वरचेवर असते, म्हणजे एकदा खाली होते, पुन्हा वर होते. मात्र, इतिहासाचार्य राजवाड्यांची भूमिका वेगळी दिसते. भारतीय इतिहासाची मूलतत्त्वे यात १९०५ साली विशद करताना त्यांनी लिहिले, 'महाराष्ट्र देशाचे जे लहानमोठे इतिहास झाले, त्यात महाराष्ट्रातील शेकडो जातींचा इतिहास सापडावयाचा नाही. त्यात राजकारणी, ब्राह्मण व मराठा जाती, त्यातील काही प्रमुख व्यक्तींच्या राजकीय कृत्यांचा थोडाफार इतिहास आढळतो. मुख्य भर राजकीय कृत्यांचे वर्णन करण्याकडे असतो. पृथ्वीवरील कोणत्याही देशाचे प्राचीन व अर्वाचीन इतिहास घ्या, त्यात राजकीय कृत्यांचीच तेवढी हकिकत मुख्यत: आढळते. इंग्लंडचा इतिहास, महाराष्ट्राचा इतिहास, असे व्यापक नाव देऊन एकदेशी राजकीय वृत्तान्त देणे म्हणजे वाचकांना बुचकळ्यात पाडण्याचे कृत्य व तरुण लोकांना चकविण्याचा धंदा आहे.' (मु. ब. शहा : (संपादक) इतिहासाचार्य राजवाडे : समग्र साहित्य, खंड अकरावा, १९९८, पृ.७८).

'इतिहास म्हणजे केवळ राजकीय इतिहास नव्हे', याचे भान न्या. रानडे, विष्णूशास्त्री चिपळूणकर, वि. का. राजवाडे इ. ना होते. त्यांनी गोऱ्या साहेबांच्या विपर्यस्त लेखनाचे खंडण करण्यासाठी मुख्यत: राजकीय इतिहासाची अस्सल व अप्रकाशित साधने पायपीट करून गोळा केली. राष्ट्रवादी स्वातंत्र्यचळवळीबरोबरच वाढलेल्या इतिहास संशोधकांच्या लेखनाचा अटळ परिणाम मराठी भाषकांवर झाला. शेजवलकर म्हणत असत, त्याप्रमाणे 'शिवशाहीच्या उदयापासून ते पेशवाईच्या अस्तापर्यंतच्या मध्ययुगीन इतिहासाचा संबंध मराठी भाषकांच्या मानगुटीवर बसला. त्याने एकविसावे शतक उजाडले, तरी मराठी भाषिकांना पछाडलेले आहे. मराठी भाषिक शरीराने एकविसाव्या शतकात वावरत असले, तरी मनाने ते मध्ययुगातच रमलेले दिसतात.' मध्ययुगातील मराठेशाहीच्या मोहिनीतून मराठी माणूस मुक्त झालेला नाही. सत्तेच्या राजकारणात मुरलेल्या चतुर राजकीय नेत्यांना समकालीन राजकारणात मध्ययुगीन महाराष्ट्राच्या इतिहासाला वेठीला धरल्याशिवाय चैन पडत नाही (य. दि. फडके : पॉलिटिक्स ॲण्ड लँग्वेज : १९७९, पृ. ३३-३४).

भारतातील वर्णजातीव्यवस्था मुळातच विषमतेवर व अन्यायावर आधारलेली आहे. तिचे लाभधारक मूठभर व बळी असंख्य अशी स्थिती आजतागायत आहे. १९व्या व २०व्या शतकातील सहा-सात दशकांमध्ये महाराष्ट्राच्या इतिहासाचे संशोधन करणाऱ्यांमध्ये, तसेच उपलब्ध आधारसामुग्रीचा अर्थ उकलून दाखविणाऱ्यांमध्ये ब्राह्मणांचा फार मोठा भरणा होता. लोकहितवादी, न्या. रानडे, वि. का. राजवाडे, वासुदेवशास्त्री खरे, द. वि. आपटे, रियासतकार सरदेसाई, न. र. फाटक, व्यं. शं. शेजवलकर इ.चा. त्यामध्ये समावेश होतो. असे असले, तरी त्या काळातही भाईसाहेब

गुप्ते, केळूसकर, बेंद्रे, वाकसकर, प्रबोधनकार ठाकरे, अण्णासाहेब लठ्ठे हे प्रमुख ब्राह्मणेतर इतिहाससंशोधक प्रस्थापित ब्राह्मणी परंपरेला आव्हान देत होते; हे विसरून चालणार नाही. वर उद्‌धृत केलेले शेजवलकरांनी रंगविलेले चित्र हळूहळू पालटत गेले, कारण विद्यार्जन ही मूठभर लोकांची मिरासदारी राहिली नाही (फडके, खंड सातवा, पृष्ठ २४).

देशाला स्वातंत्र्य मिळाल्यानंतर ब्राह्मणेतर व बहुजन समाजातील संशोधकांनी इतिहासाच्या क्षेत्रातील भटशाही किंवा ब्राह्मणशाहीविरुद्ध आवाज उठवून, तिचा बीमोड करण्यासाठी, आपल्या लेखण्या सज्ज केल्या. या बहुजनसमाजातील व अनुसूचित जाती-जमातींतील इतिहाससंशोधकांनी तिखट, कडवट शब्दांत इतिहासाची मीमांसा केली.

१९ व्या शतकात युरोपात तसेच इंग्लंडमध्ये लिओपोल्ड फान रान्के (१७९५-१८८६) या जर्मन इतिहासकाराच्या इतिहासलेखनाच्या पद्धतींचा फार मोठा प्रभाव समकालीन इतिहासकारांवर पडलेला होता. अस्सल, अप्रकाशित दस्तऐवज धुंडाळून अव्वल दर्जाच्या साधनांचा संग्रह करणे आणि ती कालक्रमानुसार जुळवून प्रसिद्ध करणे, हे रान्केला अभिप्रेत होते. अशा साधनांच्या भक्कम आधारावर वस्तुस्थिती काय होती, हे सांगितले की, सत्य त्यातून आपोआप प्रकट होते, असे रान्केला वाटत होते. हीच पद्धत राजवाड्यांनीही वापरली.

दीड-दोनशे वर्षांपूर्वी वस्तुस्थिती काय होती, हे सांगू पाहणाऱ्या इतिहासकाराला हस्तलिखित दस्तऐवजांवर मुख्यत: अवलंबून राहावे लागत असे. कारण ऐतिहासिक महत्त्वाच्या घटनांचे साक्षीदार कालवश झालेले असत. त्यामुळे विश्‍वसनीय मौखिक साधनांचा वापर करणे शक्य नव्हते. या उलट, इतिहास घडविण्यात सहभागी झालेल्यांना भेटून त्यांना बोलते करून वस्तुस्थिती काय होती, हे जाणून घेण्याचा मार्ग समकालीन इतिहास लिहिणाऱ्यांना खुला असतो; पण हा मार्गही वाटतो तितका सरळ नाही. कारण समकालीन इतिहास लिहिणाऱ्याने कोणाचे वकीलपत्र न घेता न्यायाधीशाप्रमाणे नि:पक्षपाती भूमिका घ्यावी, असे सांगितले जाते (य. दि. फडके, खंड सातवा, पृष्ठ ३०, ३१).

इतिहासकाराने नैतिक निकष लावून, इतिहास घडविणाऱ्या व्यक्तींचे कोठे चुकले किंवा कोणाची कृती योग्य होती, याबद्दलचा निर्णय देण्याच्या भानगडीत पडू नये, असे रान्के म्हणत असे; परंतु त्यांचा शिष्ट लॉर्ड ॲक्टन याला हे मान्य नव्हते. त्याच्या मते, 'शक्य तितक्या तटस्थपणे आपण जमविलेल्या पुराव्याची कसोशीने छाननी करून, इतिहास घडविणाऱ्या व्यक्तींचे निर्णय समाजातील जास्तीत जास्त

लोकांच्या हिताचे होते की अहितकारक ठरले, हे आपल्या सदसद्विवेकबुद्धीनुसार सांगणे, हे इतिहासलेखकाचे कर्तव्य आहे. इतिहासकाराला ऐतिहासिक सत्याची पडताळणी करता येते, हे नाकारून चालत नाही. समकालीन वृत्तपत्रांच्या संचिकांचा एक साधन म्हणून इतिहासकार वापर करत असले, तरी वृत्तपत्र हे अव्वल दर्जाचे साधन नसून दुय्यम दर्जाचे साधन असते आणि ते सामान्यत: विश्वसनीय समजले जात असले, तरी ते तितकेसे विश्वसनीय नसते, म्हणून इतिहासकाराला या साधनाचा सावध राहून फार काळजीपूर्वक उपयोग करावा लागतो.' (य. दि. फडके, खंड सातवा, पृष्ठ ३९).

१९७३ साली हेडेन व्हाईटचे 'मेटा हिस्ट्री' (इतिहासाच्या पलीकडे) हे पुस्तक प्रसिद्ध झाले. ते आधुनिकोत्तर काळाच्या परिप्रेक्ष्यातून लिहिले गेल्यामुळे वादग्रस्त ठरले. आधुनिक काळातील इतिहासकार वस्तुस्थिती आणि कल्पित यांत फरक करून, निश्चित सीमारेषा आखतात; आपण कल्पितापासून वस्तुस्थिती वेगळी करून ती मांडतो, असा त्यांचा दावा असतो. हेडेन व्हाईटच्या मते, इतिहासात कल्पित आणि वस्तुस्थिती यांची इतकी सरमिसळ झालेली असते की, त्यांना परस्परांहून वेगळे करणेही अशक्य होते. रान्केसारखा इतिहासकार वस्तुनिष्ठ इतिहासलेखन करणे शक्य तसेच इष्ट आहे, असे समजत असे. या उलट, इतिहासकार भूतकाळातील घटनांचा आपले पूर्वग्रह आणि मते यांच्या आधारे अर्थ उकलून दाखवीत असतो, असे आधुनिकोत्तर काळातील इतिहासकारांचे म्हणणे असते (य. दि. फडके, खंड सातवा, पृष्ठ ४०).

इतिहासाच्या अभ्यासाचे महत्त्व :

राज्यशास्त्र व इतिहास यांचा जवळचा संबंध आहे. म्हणूनच राजकीय इतिहास ही ज्ञानशाखा महत्त्वाची ठरते. इतिहासाच्या संशोधनातून मानवी समूहाच्या अस्तित्वाचे, स्वत्वाचे व समस्यांचे आकलन करून घेण्याचा प्रयत्न निरंतरपणे घडत आला आहे. व्यक्तीला स्वत:च्या सामाजिक अस्तित्वाची व अस्मितांची ओळख इतिहासातून घडत असते. नव्या सामाजिक अस्मितांच्या उभारणीसाठी इतिहासाची नवीन मांडणी आवश्यक ठरते. ऐतिहासिक विश्लेषणातून सामाजिक गतिनियम प्राप्त होतात. त्यांद्वारे वास्तवाचे आकलन व मानवी समस्यांची सोडवणूक करण्याची दृष्टी, क्षमता व प्रेरणा प्राप्त होत असते. माणसा-माणसांमधील नातेसंबंधांचे ज्ञान म्हणजे नीतिविचारही इतिहासातून प्राप्त होत असतो. समाजामध्ये विशिष्ट व्यक्तींचे, गटांचे, वर्गांचे, जातींचे व पुरुषांचे प्रभुत्व प्रस्थापित करण्यासाठी इतिहासाची विचारसरणी म्हणून अवलंब केला जात असतो. प्रचलित इतिहासलेखन प्रवाहांच्या मीमांसेमधूनच इतिहासलेखनाच्या

नवनव्या शक्यता निर्माण होत असतात. उदा. मार्क्सवादी इतिहासलेखनाच्या कर्म व साचेबंद भूमिकेच्या चिकित्सेमधूनच दामोदर धर्मानंद कोसंबी यांना प्राचीन भारताच्या इतिहासाची एक नवी व सघन मांडणी सादर करता आली. भारतीय समाजातील व इतिहासातील गतिशीलता त्यांनी अनेक पुरावे देऊन अधोरेखित केली (उमेश बगाडे, निवडक समाजप्रबोधनपत्रिका खंड १, पृष्ठ ९, १०).

याचाच अर्थ असा की, आधुनिक राज्यशास्त्राच्या चौकटीतून राजकीय इतिहासाचा अभ्यास करता येणे शक्य असते; एवढेच नाही, तर उपयुक्त किंवा आवश्यकही असते.

आधुनिक राज्यशास्त्रातील राजकीय इतिहासाचे वैशिष्ट्य असे की, त्यातील विश्लेषण हे फक्त राजकीय घडामोडींपुरतेच मर्यादित न राहता, या कालखंडात समाजात घडणाऱ्या व समाजावर परिणाम करणाऱ्या सांस्कृतिक, सामाजिक, आर्थिक, औद्योगिक, शहरी, ग्रामीण, कृषक अशा सर्व प्रक्रियांचा त्यात मागोवा घेण्यात येतो. 'कोणत्याही समाजातील राजकीय घडामोडी समजावून घेताना त्या समाजातील आर्थिक व्यवस्था व सामाजिक रचना यांचे त्यावर होणारे परिणाम, तसेच राजकारणाचेही अर्थव्यवस्थेवर व सामाजिक रचनेवर होणारे परिणाम लक्षात घ्यावे लागतात. भारतासारख्या शेतीप्रधान समाजाचे उद्योगप्रधान भांडवलशाही समाजात परिवर्तन होण्याची प्रक्रिया सुरू असताना, राजकीय घडामोडीत ओढले जाणारे किंवा त्यात सहभागी होणारे जमीनदार, मध्यम किंवा छोटे शेतकरी, शेतमजूर, व्यापारी, कारखानदार, मजूर व बुद्धिजीवी वर्ग आणि त्यांचे आर्थिक हितसंबंध यांचे भान इतिहासकाराला ठेवावे लागते. या वर्गातील विविध धर्मांच्या, जातींच्या लोकांमधील संघर्षामुळे तसेच सहकार्यामुळेही राजकारणाला वळण मिळत असते... भारतातील समाजव्यवस्था ही जातींवर आधारलेली असल्याने राजकीय क्षेत्रात पुढे सरसावलेल्या किंवा मागे पडलेल्या जाती, त्यांनी केलेली युती तसेच त्यांच्यामधली दुही यांचीही राजकीय घडामोडींचे विश्लेषण करताना दखल घ्यावी लागते. कनिष्ठ किंवा नीच समजल्या जाणाऱ्या जातींनी उच्चवर्णीयांशी दिलेल्या लढती, सत्ता संपादन करण्यासाठी किंवा सत्तेत जास्तीत जास्त वाटा मिळवण्यासाठी केलेले प्रयत्न, त्यातून उद्भवलेले ताणतणाव, सामाजिक चळवळी व संघटना यांचाही विचार इतिहास लिहिताना करावा लागतोच.' (फडके, १९८९ : बारा-तेरा).

राज्यशास्त्रातील वर्तनवादी क्रांतीमुळे राजकीय प्रक्रियांच्या अभ्यासाला राजकीय समाजशास्त्राचे व राजकीय अर्थशास्त्राचे महत्त्वाचे परिमाण लाभलेले आहे. राजकीय प्रक्रियांमधील गुंतागुंत समजून घेण्यासाठी एकमार्गी दृष्टिकोनाऐवजी अनेकमार्गीय,

आंतरशास्त्रीय दृष्टिकोनाची आवश्यकता निर्माण झाली आहे. 'या नव्या दृष्टिकोनामुळे सामाजिक व आर्थिक घटकांच्या मर्यादा व राजकीय प्रक्रियेची ऐतिहासिक पार्श्वभूमी लक्षात घेता येते. राजकीय गतिमानतेचे समाजशास्त्रीय विश्लेषण करण्यावर आधारलेला हा दृष्टिकोन सम्यक स्वरूपाचा आहे. अन्य घटकांप्रमाणेच मानवी वर्तनाचाही राजकारणावर प्रभाव पडत असतो, याकडे त्यामुळे दुर्लक्ष होत नाही.' (सिरसीकर, २००१ : २).

आधीच म्हटल्याप्रमाणे भारतीय राज्यशास्त्राच्या संदर्भात राजकीय इतिहासाच्या अभ्यासाला शिष्टजन व कनिष्ठ श्रेणीचे लोक यांच्या संबंधांचे परिमाणही प्राप्त होते. आजवर भारताचा इतिहास लिहिणाऱ्या वसाहतवाद्यांनी, तसेच बुर्झ्वा राष्ट्रवाद्यांनी भारतातील एक शिष्टजनांच्या कामगिरीवरच लक्ष केंद्रित केले आहे आणि कनिष्ठ दर्जाच्या सामान्य लोकांनी कधी शिष्टजनांशी युती करून अगर कधी स्वयंस्फूर्तीने आपल्याच बळावर केलेल्या उठावाकडे दुर्लक्ष केले आहे, अशी टीका 'सबाल्टर्न' अभ्यासाला प्राधान्य देणारे संशोधक करत असतात.

सबाल्टर्न स्टडीज नामक इतिहासप्रकल्प चालवणाऱ्या विविध ज्ञानक्षेत्रांतील अभ्यासकांच्या समूहाने गेल्या अडीच दशकांत भारतीय इतिहासलेखनाबाबत नव्याने विचारमंथन घडवून आपले सबाल्टर्न इतिहासलेखनाचे प्रवर्तक रणजित गुहा व त्यांच्या सहकाऱ्यांनी 'सबाल्टर्न' ही संकल्पना प्रसिद्ध इटालियन कृतिशील मार्क्सवादी विचारवंत अंतोनिओ ग्रामची (१८९१-१९३७) यांच्याकडून घेतली. पारंपरिक अर्थी, सबाल्टर्न ही संज्ञा लष्करी अधिकार सोपानातील निम्नस्तरीय श्रेणींना उद्देशून वापरण्यात येते; परंतु, ग्रामची यांनी ही संकल्पना धुरीणत्व नसलेल्या गटांना किंवा वर्गांना लागू केली. वर्गभान नसलेले शोषित-अंकितसमूह असाही अर्थ त्यातून ध्वनित होतो. सबाल्टर्न संकल्पनेची ही लवचिकता भारतातील सामाजिक वास्तवातील व्यामिश्रतेचा वेध घेण्यासाठी उपयोगी असल्याच्या धारणेतून, सबाल्टर्न इतिहास प्रकल्पाने तिचा स्वीकार केला. अर्थातच सबाल्टर्न संकल्पनेला भारतीय स्वरूपात उभे करण्याची जोखीमही या प्रकल्पाने पत्करली (उमेश बगाडे, निवडक समाज प्रबोधन पत्रिका, खंड १, पृष्ठ ७९). सबाल्टर्न स्टडीजच्या अभ्यासकांनी वसाहतवादी, राष्ट्रवादी, मार्क्सवादी या पारंपरिक इतिहासलेखन प्रवाहांमधील अभिजनवादी प्रवृत्तीला तिलांजली देऊन, वेगवेगळ्या तत्त्वांचा व पद्धतीशास्त्रांचा अवलंब करून समाजतळातून इतिहास लिहिण्याचा प्रयत्न केला. त्याने सामाजिक शास्त्रात अधिक वास्तवता आली. त्यांनी प्रथमच शोषित-अंकितजनांच्या जाणिवेचा इतिहास लिहिला. इतिहास लेखनातील सर्व प्रकारच्या अभिजनवादाला नकार देऊन शोषित-अंकितांचे आत्मनिष्ठ कर्तेपण

प्रस्थापित केले. वर्गभान नसलेल्या शोषित-अंकितांच्या समूहांना इतिहासलेखनाच्या कक्षेत आणून, त्यांच्या विद्रोहातील प्रतिकारातील जाणिवेची नकार क्रिया, बंडाचा प्रसार, विद्रोहाची/हिंसेची पद्धत, शोषित, अंकितांची एकसंघीयता व क्षेत्रिककल्पना यांच्या संदर्भात त्यांच्या कर्तेपणाचा शोध घेतला. मात्र, सुमित सरकार म्हणतात त्याप्रमाणे, 'सबाल्टर्न स्टडीजच्या इतिहासलेखनामध्ये शोषित-अंकितांचेच पतन होऊ लागले. सबाल्टर्न स्टडीजने केलेले शोषित-अंकितजनांचे इतिहासलेखन मुक्तीचे राजकारण पुढे नेऊ शकले नाही.'

ही टीका योग्य अशीच आहे. मात्र, सबंध भारतीय समाजाची शिष्टजन आणि कनिष्ठ श्रेणीचे लोक अशी फक्त दोन गटांत विभागणी करणे फारच ढोबळ होईल आणि त्यामुळे 'इतिहास सोपपत्तिक झाला, तरी राजकीय इतिहासाची व्यामिश्रता नाहीशी होईल. त्यापेक्षा शिष्टजन आणि कनिष्ठ श्रेणीचे लोक यांच्यामधल्या इतिहास घडवणाऱ्या, अन्योन्य क्रिया-प्रतिक्रियांचा वेध घेणे कदाचित अधिक फलदायी ठरेल.' असेही मत संशोधक व्यक्त करतात (फडके, १९८९ : १६).

या कारणांमुळे राजकीय इतिहासाच्या अभ्यासाचा आवाका हा साहजिकच विस्तृत असा होतो आणि त्यामध्ये निवडणुका, पक्षीय राजकारणे, सामाजिक-राजकीय चळवळी, नेतृत्व, राजकीय विचारप्रणाली इत्यादी अंगांचा अभ्यास शक्य होतो. दुसऱ्या बाजूने ही सर्व अंगे एका व्यापक राजकीय चौकटीतील दुवे असल्याने, त्यांचा एकत्रित अन्वयार्थ हा राजकीय इतिहासाला सखोलता तर देतोच, परंतु पुढील काळातील घडामोडींचे दिग्दर्शनही करतो.

भारताच्या राज्यघटनेत 'भारत राज्यांचा संघ आहे' अशी स्पष्ट धारणा आहे. भारत हा अमेरिकेच्या संयुक्त संस्थानांप्रमाणे एक फेडरेशन जरी नसला, तरी राज्यघटनेच्या या धारणेप्रमाणे, भारतातील राज्यांना स्वतंत्र आणि वैशिष्ट्यपूर्ण अस्तित्व आहे. ब्रिटिश राज्यकर्त्यांनी भारत ही एकात्म, एकसंध वसाहत बनवण्याच्या अगोदर, भारत देश हा विविध राष्ट्रकांमध्ये विभागलेला होता. शेकडो वर्षांच्या इतिहासाने आणि त्या इतिहासातील निरनिराळ्या राजकीय व सांस्कृतिक घडामोडींनी तयार झालेली विविधता हेच भारतीय उपखंडाचे अनन्यसाधारण वैशिष्ट्य होते. भारतातील राज्ये जरी भाषावार प्रांतरचनेमुळे निर्माण केली गेली असली, तरी मुळात ते भिन्नभाषिक प्रदेश होते, ही गोष्ट महत्त्वाची आहे. शिवाय भारतासारख्या खंडप्राय देशात एकेका राज्याचा विस्तार व लोकसंख्या युरोपखंडातील एकेका देशांप्रमाणे आहे. साहजिकच स्वातंत्र्य मिळाल्यानंतर भारताची राजकीय व्यवस्था जरी एक झाली, तरी राजकीय प्रक्रियेचे स्वरूप राज्यपरत्वे भिन्न झालेले आहे. त्यामुळे भारतीय राजकीय प्रक्रियेचा अभ्यास, असे जेव्हा म्हटले

जाते, तेव्हा त्याचे एक महत्त्वाचे परिमाण भारतीय राज्यांतील राजकीय प्रक्रियेचा अभ्यास, असे असते. सबंध देशात एकच एक राजकीय प्रक्रिया नाही, हे जसे त्याचे कारण आहे; तसेच संघराज्याच्या रचनेमुळे तशी ती असू शकत नाही, हेही महत्त्वाचे कारण आहे.

दुसरी गोष्ट अशी की, भारतासारख्या देशाचा राजकीय इतिहास जेव्हा लिहिला जातो, तेव्हा फक्त देशपातळीवरच्या मोठमोठ्या घडामोडींचाच परामर्श घेतला जातो. त्यामध्ये प्रादेशिक पातळीवर घडलेल्या अनेक महत्त्वपूर्ण घटनांचा उल्लेखही केला जात नाही. आधुनिक भारताच्या राजकीय इतिहासाच्या लेखनात–विशेषत: महाराष्ट्राच्या बाबतीत असे घडलेले आहे (फडके, १९८९ : सात). भारतातील प्रांतांच्या इतिहासाचे स्वातंत्र्यपूर्व काळ आणि स्वातंत्र्योत्तर काळ असे दोन भाग पाडता येतात. महाराष्ट्र, पंजाब, बंगाल अशा प्रांतांमधून स्वातंत्र्यपूर्व काळातच प्रादेशिक–भाषिक अस्मितेची वाढ होऊन वैशिष्ट्यपूर्ण राजकारण साकारायला सुरुवात झाली होती; तर स्वातंत्र्योत्तर काळात भाषावार प्रांतनिर्मितीची प्रक्रिया सरळ, सुरळीतरीतीने पार न पडल्यामुळे आंध्र, तमिळनाडू, कर्नाटक अशा राज्यांत राज्यनिर्मितीसाठीच चळवळ करावी लागली होती. या घटना केवळ वैशिष्ट्यपूर्णच होत्या, असे नाही; तर त्यांनी त्या राज्यांच्या जडण–घडणीवर, तसेच राज्य व केंद्र यांच्या संबंधांवर दूरगामी परिणाम केलेला होता; परंतु, देशाचा इतिहास पाहताना या घडामोडींकडे लक्ष दिले जात नाही. हे दोन कारणांनी होते. एक तर भारतासारख्या खंडप्राय देशाचा इतिहास एकसंधपणे लिहिता येत नाही, कारण मुळात तो तसा घडलेला नसतो आणि दुसरे म्हणजे अशा इतिहासलेखनात जी समग्रलक्ष्यी पद्धत अवलंबिली जाते, त्या पद्धतीची ती मर्यादा असते. या दोन्ही त्रुटींवर मात करण्यासाठी राजकीय इतिहास प्रादेशिक पातळीवर लिहिणे जरुरीचे असते. ते सूक्ष्मलक्ष्यी पद्धतीने करता येते. आधुनिक राज्यशास्त्रात समग्रलक्ष्यी पद्धतीपेक्षा सूक्ष्मलक्ष्यी पद्धतीला प्राधान्य दिले जाते, ते याच कारणांमुळे.

भारतातल्या राजकीय प्रक्रियेचा अभ्यास करण्यासाठी राज्यपातळीवरील राजकारण समजून घेतले पाहिजे, हे तत्त्व आता भारतीय राज्यशास्त्रात मान्य होऊ लागले आहे. याचे कारण अभ्यासकांच्या मते, अशा अभ्यासातून अखिल भारतीय राजकारणावर दोन प्रकारे प्रकाश पडतो. एक म्हणजे वेगवेगळ्या राज्यांमधील राजकारणाची समान (किंवा परस्परांशी तुलना करण्यासारखी) सूत्रे त्यातून स्पष्ट होतात. दुसरे म्हणजे, त्या त्या राज्याचे वेगळेपण कशात आहे, खास वैशिष्ट्य काय आहे, याचा उलगडा त्यातून होतो. शिवाय सूक्ष्मलक्ष्यी पद्धतीवर भर असल्याने,

राज्यपातळीवरील स्थूल प्रवाहांचे विश्लेषण करताना त्या प्रक्रियांचे स्थानिक संदर्भही उलगडता येतात. प्रादेशिक राजकीय अभ्यासात स्थानिक राजकीय प्रक्रियांचे संदर्भ न घेणे ही सध्याच्या राज्यशास्त्रीय अभ्यासात एक त्रुटी राहिलेली आहे (पळशीकर-बिरमल, २००४ : १-५).

राज्यांमधील राजकीय प्रक्रिया ही सबंध देशातील राजकीय प्रक्रियेची केवळ उपप्रक्रिया नाही. त्या त्या राज्यांतर्गत ती एक स्वतंत्र व स्वयंभू प्रक्रिया आहे. तिला त्या त्या राज्यांतर्गत राजकीय इतिहास आहे. एवढेच नाही; तर वैशिष्ट्यपूर्ण अशी भाषिक, सामाजिक व आर्थिक परिमाणे आहेत. उदाहरणार्थ, महाराष्ट्र राज्यापुरते बघायचे ठरले, तर पेशवाई-मराठा राज्य हे ब्रिटिशांच्या सत्तेपुढे हार मानणारे शेवटचे राज्य होते. १८१८ साली पुण्यातील शनिवारवाड्यावर ब्रिटिश झेंडा फडकला. त्यापूर्वी बाकीचा सबंध भारत ब्रिटिशांच्या कब्जाखाली आला होता. बंगालसारखे प्रांत तर सतराव्या शतकाच्या सुरुवातीलाच ईस्ट इंडिया कंपनीच्या ताब्यात आले होते. या कारणाने निदान पश्चिम महाराष्ट्रात एक विशिष्ट मनोभूमिका तयार झाली होती, जिचा पारतंत्र्याच्या सुरुवातीच्या काळात-म्हणजे एकोणिसाव्या शतकाच्या मध्य व उत्तरार्धात, सामाजिक व राजकीय घडामोडींवर विशिष्ट परिणाम झाला. इथली राजकीय प्रक्रिया इतर प्रांतांपेक्षा वेगळी झाली. तिला महाराष्ट्रीय अस्मितेचे परिमाण मिळाले, ज्याचा दूरगामी प्रभाव स्वातंत्र्यानंतरच्या काळातही पडत राहिला.

आधुनिक राज्यशास्त्राच्या अभ्यासकांना देशपातळीवरील एकूणच राजकारण समजून घेण्यासाठी प्रादेशिक पातळीवरची गुंतागुंत समजून घेणे जरुरीचे वाटते. याची पाच कारणे नमूद करण्यात आली आहेत. ती म्हणजे (१) राजकारणातील वादविषय हे प्रदेशविशिष्ट आहेत. (२) नेतृत्वाची जडणघडण राज्याच्या पातळीवर होते. (३) सामाजिक शक्ती याही प्रादेशिक सीमांमध्येच अस्तित्वात येताना दिसतात. (४) निवडणुका, जनसंघटन या राजकीय प्रक्रियेत लोकांपुढील पर्याय हे प्रादेशिक पातळीवरच असतात आणि (५) राजकीय स्पर्धा राज्यपातळीवर होत असल्यामुळे त्या स्पर्धेच्या निष्पत्तीला प्रादेशिक संदर्भ असतात (पळशीकर, २००२ : १०४-१०५).

भारतीय संघराज्याच्या या विशिष्ट रचनेमुळे, राज्यांच्या भौगोलिक भव्यतेमुळे, मोठ्या लोकसंख्येमुळे आणि सांस्कृतिक व भाषिक वेगळेपणामुळे प्रादेशिक राजकीय इतिहास स्वतंत्रपणे अभ्यासणे अनिवार्य होते. भारतीय संदर्भात राज्याच्या राजकारणाचा अभ्यास ही एक महत्त्वाची उपशाखा म्हणून विकसित झालेली आहे व या संदर्भात विविध अभ्यास झालेले आहेत. (वायनर (एडिटर), १९६८ : नारायण (एडिटर), १९७६; फ्रँकेल ॲण्ड राव (एडिटर्स), १९८९, १९९०; वूड (एडिटर), १९८४;

बर्जर, १९६९; ब्रास, १९६६, १९९०; कोहली, १९८७; हॅरिस, १९९९; यादव, १९९९; पळशीकर, २००२. २००३, २००४ (ब)). असे अभ्यास झालेले असले, तरी विषयाची व्याप्ती लक्षात घेता अद्यापही ते मर्यादितच आहेत.

महाराष्ट्राच्या राजकीय इतिहासाचा आढावा :

महाराष्ट्रातील राजकारण व राजकीय प्रक्रियांविषयीच्या अभ्यासाची सुरुवात १९६० नंतर राज्यशास्त्रात जो वर्तनवादी दृष्टिकोन प्रचलित झाला, त्यातून झाली. यातील काही अभ्यास १९७० च्या दशकात प्रसिद्ध झाले, तरी अशा अभ्यासांची खरी वाढ ही १९९० नंतरच झाली.

महाराष्ट्राच्या राजकारणाच्या अभ्यासाचे चार ठळक प्रवाह आहेत, असे अभ्यासकांचे मत आहे. यातील पहिला प्रवाह हा राजकीय इतिहासाच्या अभ्यासाचा, दुसरा निवडणुका व राजकीय पक्ष यांचा, तिसरा मराठा वर्चस्वाच्या अभ्यासाचा, तर चौथा राजकीय अर्थव्यवस्थात्मक अभ्यासाचा आहे (पळशीकर-बिरमल, २००४ : ३-४). यामध्ये निवडणुका व राजकीय पक्षांच्या अभ्यासाचा वाटा मोठा आहे आणि राजकीय पक्षांमध्येही काँग्रेस पक्षाच्या वर्चस्वाचा वेध घेणारे अभ्यास संख्येने अधिक आहेत.

असे प्रवाह दिसत असले, तरी काही अभ्यास हे समग्रपद्धतीने या प्रवाहांचा मिलाफ करणारेही आहेत. सुरुवातीच्या काळातील प्रा. व. मं. शिरसीकर यांचे 'पोलिटिकल बिहेव्हियर इन इंडिया' (१९६५) आणि 'रुरल एलिट इन ए डेव्हलपिंग सोसायटी' (१९७०) हे या प्रकारचे आहेत. या अभ्यासांचे मराठीकरण त्यांच्या 'आधुनिक महाराष्ट्राचे राजकारण' या पुस्तकात केलेले आहे (२००१). त्यामध्ये त्यांनी महाराष्ट्राच्या राजकारणाचे १९६०-२००० या काळातले स्वरूप, महाराष्ट्राची राजकीय संस्कृती, तीवर प्रभाव टाकणारे सामाजिक व आर्थिक घटक व राजकीय सामाजिकीकरण यांचा ऊहापोह केलेला आहे. हा अभ्यास प्रामुख्याने राजकीय अभिजनांच्या भूमिकेचे विश्लेषण या दृष्टिकोनातून केलेला असून; त्यात जाती, वर्ग, पैसा व राजकीय शक्ती या घटकांचा परिणाम तपासला आहे. मात्र, हा अभ्यास समग्रवादी असला, तरी राजकारणाविषयी निश्चित असे कोणतेही निष्कर्ष त्यात काढलेले नाहीत. महाराष्ट्राच्या राजकीय जीवनाची सत्यस्थिती वर्णन करणे, एवढेच या अभ्यासाचे मर्यादित उद्दिष्ट दिसते (सिरसीकर, १९७६).

महाराष्ट्रातील अभिजनांच्या बहुलवादी राजकारणाचा आणि अभिजनवर्गाच्या वर्चस्वाचा अभ्यास जयंत लेले यांनी सातत्याने केलेला आहे. त्यांचे या संदर्भातले महत्त्वाचे योगदान 'एलिट प्लुरालिझम ॲण्ड क्लास रुल' या पुस्तकात झालेले आहे

(१९८२). लेले यांनी अमेरिकन राज्यशास्त्रातील वर्तनवादी क्रांतीतून बहुलवादी लोकशाहीचे जे सिद्धान्तन पुढे आले, त्याची चिकित्सा महाराष्ट्राच्या संदर्भात केली आहे. बहुलवादी विश्लेषणाची मर्यादा ही परंपरा आणि आधुनिकता हे दोन ध्रुव कल्पिण्यात आल्याने, कार्ल मार्क्स व मॅक्स वेबर यांच्या सिद्धान्तनाच्या आधारे वर्ग, जात व धुरीणत्व यांची चर्चा केली पाहिजे; अशा सैद्धान्तिक भूमिकेतून त्यांनी महाराष्ट्रातील मराठा जातीच्या, काँग्रेसी वर्चस्वाचा मागोवा घेतला आहे. हेच सूत्र त्यांनी आपल्यानंतरच्या अभ्यासातही कायम ठेवले आहे (१९९०).

राज्यापेक्षाही लहान पातळीवरच्या स्थानिक प्रक्रियांचे काही अभ्यास १९७० च्या दशकात झाले. यामध्ये मेरी कॅरस यांनी केलेला जिल्हा परिषदेच्या पातळीवरचा राजकीय गटांचा अभ्यास (१९७२) आणि अँथनी कार्टर यांचा पश्चिम महाराष्ट्रातील अभिजन राजकारणाचा-विशेषत: राजकीय स्तरीकरण आणि आघाड्यांचा अभ्यास (१९७५) हे दोन नोंद घेण्यासारखे आहेत. या अभ्यासांमधून राजकीय प्रक्रियेचे स्थानिक संदर्भ तर समजतातच, पण राजकीय अभ्यासात सूक्ष्मलक्ष्यी तपशिलांनाही महत्त्व आहे, याची जाणीव होते. मेरी कॅरस यांनी महाराष्ट्रातील रत्नागिरी, पुणे, औरंगाबाद आणि अकोला या जिल्ह्यांतील राजकीय गटबाजीचा अभ्यास करून असे अनुमान काढले आहे की, राजकीय पुढाऱ्यांची गटबाजी ही अविवेकी किंवा भावनिक नसून, तीमागे स्थानिक पातळीवरील निश्चित असे आर्थिक हितसंबंध असतात. हे पुढारी केवळ स्वार्थप्रेरित असतात, असे नसून, स्थानिक राजकीय संरचना व विचारप्रणालीचा त्यांच्या वर्तणुकीवर परिणाम होत असतो (१९७२ : १८४-१८५).

राज्यशास्त्रातील सैद्धान्तिक अभ्यास जरी नसले, तरी महाराष्ट्राच्या राजकारणाचा आढावा घेणारे ग्रंथही अलीकडच्या काळात प्रसिद्ध झालेले आहेत, ज्यातून सुरुवातीच्या कालखंडाविषयी माहिती कळते. महाराष्ट्राच्या १९४७ ते १९८७ या चाळीस वर्षांतील राजकीय-आर्थिक जडणघडणीचा आढावा साथी विनायकराव कुलकर्णी गौरवग्रंथात घेण्यात आला आहे (सुराणा व बेडकिहाळ, १९८८). यामध्ये स्वातंत्र्योत्तर महाराष्ट्रातील डावी चळवळ, दलितांचे राजकारण, हिंदू जमातवादी राजकारण, मुस्लिम राजकारण, स्त्रिया व राजकारण, शेती-अर्थ-राजकारण, सहकारी चळवळीचे यशापयश, शेतीतील कष्टकऱ्यांचे प्रश्न व त्यांच्या संघटनेचे स्वरूप अशा विषयांचा ऊहापोह करण्यात आला आहे.

अशाचप्रकारे महाराष्ट्रातील साठोत्तरी परिवर्तनाचा मागोवा प्रा. एन. डी. पाटील गौरवग्रंथाच्या निमित्ताने घेण्यात आला आहे (भोळे व बेडकिहाळ, २००३). साठोत्तर काळात घडलेल्या घडामोडीच पुढच्या महाराष्ट्राच्या जडणघडणीला कारणीभूत

आहेत, या दृष्टिकोनातून या पुस्तकातील लेख संग्रहित केलेले आहेत. बदलत्या महाराष्ट्राच्या विविध पैलूंचा सर्वंकष वेध घेण्याचा प्रयत्न असल्याने त्यात राजकारण, अर्थमान, औद्योगिक विकास, सहकारी चळवळ, कामगार चळवळ इत्यादी विविध बाबींचा परामर्श घेण्यात आला आहे.

हे अभ्यास झालेले असले, तरी शास्त्रीय भाषेत ज्याला राजकीय इतिहास म्हणता येईल, असे अभ्यास मर्यादित आहेत. या संदर्भातील पायाभूत काम ज्येष्ठ संशोधक प्रा. य. दि. फडके यांनीच केलेले आहे. 'विसाव्या शतकातील महाराष्ट्र- राजकीय इतिहास' या विषयावर त्यांनी प्रसिद्ध केलेल्या पाच खंडात इ. स. १९०० पासून १९४७ पर्यंतच्या घडामोडी ग्रंथित केलेल्या आहेत. प्रा.फडके यांच्या अफाट परिश्रमामुळे व सर्वांगीण विद्वत्तेमुळे हे पाच खंड म्हणजे राजकीय इतिहासाचा मौलिक दस्तऐवज तर झालेले आहेतच; पण भावी संशोधकांना दीपस्तंभाप्रमाणे मार्गदर्शकही ठरणारे आहेत (फडके, १९८९, १९८९अ, १९९१, १९९३, १९९७). प्रा.फडके यांनी म्हटल्याप्रमाणे, अर्वाचीन महाराष्ट्राचा इतिहास साक्षेपाने लिहिला गेलेला नाही, कारण मुळातच सामाजिक शास्त्रात राजकीय इतिहासावर लिहिणाऱ्या लोकांची संख्या कमी आहे आणि त्यातही मराठी भाषिकांच्या हातून या विषयाची उपेक्षा झाली आहे. 'आधुनिक महाराष्ट्राच्या राजकीय इतिहासाच्या या उपेक्षेला... मराठी भाषिकच जबाबदार आहेत... अलीकडे मराठीत इतिहासविषयक लेखन करणाऱ्यांची संख्या घटते आहे. अशा परिस्थितीत महाराष्ट्रात अधूनमधून जे थोडे इतिहासविषयक ग्रंथ मराठीत व क्वचित इंग्रजीत प्रसिद्ध होतात, ते बहुतेक मध्ययुगीन इतिहासासंबंधी असतात' (फडके, १९८९ : आठ).

प्रा.फडके यांचा या मालिकेतला सहावा खंड १९४८ ते १९६० या कालखंडातल्या घडामोडींचे चित्रण करणारा असणार आहे. हा खंड अद्याप प्रकाशित व्हायचा आहे. समग्र व साक्षेपी पद्धतीने राजकीय इतिहास लिहिण्याबरोबरच, या इतिहासावर परिणाम करणाऱ्या संयुक्त महाराष्ट्र चळवळींसारख्या विशेष प्रक्रियांचा अभ्यासही फडके यांनी केला आहे (१९७९). या सोबतच महाराष्ट्राच्या राजकीय इतिहासाला उपयोगी पडणारी साधने धुंडाळून, त्यांच्याआधारे काही महत्त्वाच्या व्यक्ती व घटना यांच्याविषयी साधार व सविस्तर माहितीची पुस्तकेही त्यांनी प्रकाशित केलेली आहेत (१९८२ (अ), १९८४, १९८४ (अ), १९८९ (ब), १९९०). मी स्वत: पीएच.डी. प्रबंधासाठी महाराष्ट्राच्या इतिहासातील सन १९६० ते १९७२ हा कालखंड विचारात घेतला आहे. हा कालखंड अभ्यासाकरिता निवडण्यात येण्याचे कारण म्हणजे, फडके यांनी १९६० पर्यंतच्या इतिहासाचा आढावा घेतलेला आहे,

हेही आहे. मात्र, प्रस्तुत प्रबंध हा आधुनिक राज्यशास्त्राच्या वर्तनवादी परंपरेतला असल्याने त्याची विश्लेषणाची पद्धत फडके यांच्या वर्णनात्मक शैलीपेक्षा भिन्न आहे.

राजकीय इतिहास : १९६०–१९७२

कोणत्याही राज्याची स्थापना झाल्यानंतरची सर्वच वर्षे ही राजकीय इतिहासाच्या दृष्टीने महत्त्वाची असतात. महाराष्ट्राच्या बाबतीतही ते तसेच आहेच. अशावेळी कोणते टप्पे किंवा कालखंड अभ्यासासाठी घ्यायचे, हा अभ्यासकासमोर प्रश्न उभा राहतो. त्याचे एक उत्तर, दशवार्षिक टप्पे विचारासाठी घ्यावेत, असे असते. हा पूर्णपणे कालसापेक्ष आणि परिस्थितीनिरपेक्ष मार्ग आहे. जनगणनेसारख्या प्रक्रियांमध्ये तो सोईचा ठरेल, परंतु ऐतिहासिक लिखाणासाठी तो उपयुक्त नाही. इतिहासलेखनात महत्त्वपूर्ण घडामोडींच्या आधारावरच टप्पे पाडावे लागतात.

राजकीय घडामोडींचे टप्पे पाहताना, काही अभ्यासक १९५६–१९७६ हा महाराष्ट्राच्या राजकारणाचा पहिला खंड मानतात (पळशीकर–बिरमल, २००४ : ५). १९५६ साली मुंबई राज्याचे गठन झाले. यामध्ये ब्रिटिश राजवटीतला मुंबई प्रांत (म्हैसूरमधील जिल्हे वगळून), त्याच काळातल्या मध्य प्रांत व वऱ्हाड यांमधील विदर्भ, निजामाच्या राज्यातून सोडवलेला मराठवाडा या मुख्य भूभागांचा समावेश होता. मूळच्या मुंबई प्रांतातला गुजरातही त्यात समाविष्ट असल्याने हे एक विशाल द्वैभाषिक राज्य तयार झाले. आज महाराष्ट्रात ज्या प्रदेशांचा समावेश होतो, ते राजकीय–प्रशासकीयदृष्ट्या १९५६ साली प्रथमच एकत्र आले असल्याने, महाराष्ट्राच्या राजकारणाचा आढावा १९५६ पासून घेणे योग्यच आहे. मात्र, त्या वेळी भाषावार प्रांतरचनेच्या काटेकोर तत्त्वांनुसार राज्याची उभारणी झाली नव्हती. त्या तत्त्वांनुसार महाराष्ट्र राज्य हे १९६० साली अस्तित्वात आले. त्यामुळे भारतीय संघराज्याचा चौकटीत राज्याचा इतिहासाचा आढावा १९६० पासूनच घेणे उचित ठरते. मुख्य म्हणजे १९६० नंतरच्या घडामोडींना समान राजकीय चौकट आहे (पळशीकर, २००४ : १६). आधी उल्लेख केल्याप्रमाणे प्रा.फडके यांनीही १९४७ पासून १९६० पर्यंतचा कालखंड जमेस धरला आहे. अर्थात, सालांच्या सीमारेषा या अभ्यासाच्या सोईसाठी आखलेल्या असतात, प्रत्यक्ष इतिहासाला त्या रेषांचे बंधन नसते. त्यामुळे १९६० सालच्या आधीच्या घडामोडींचाही आढावा या प्रबंधात घेतलेला आहे.

१९६० या सुरुवातीच्या वर्षाची निवड इतिहासानेच केलेली असली, तरी नंतरच्या समयरेषेबद्दल प्रश्न उभा राहतो. पळशीकर–बिरमल यांनी १९५६ ते १९७६ हा स्थिर काँग्रेस वर्चस्वाचा व सुरळीत भांडवलविकासाचा कालखंड मानलेला आहे. यातली भांडवलविकासाची प्रक्रिया नंतरही चालू राहिली असल्याने राजकीय

इतिहासासाठी तो संदर्भ प्रस्तुत नाही. १९७७पासून काँग्रेस वर्चस्व कमी होत गेले व राजकीय अर्थव्यवस्थेची घडी काहीशी बिघडण्यास सुरुवात झाली. त्यामुळे १९७६ पर्यंतच्या काळाचा त्यांनी एक टप्पा मानलेला आहे. राजकीय घडामोडींच्या दृष्टीने ही कारणमीमांसा योग्यच आहे. कारण १९७७ नंतर केवळ राज्यातच नाही, तर केंद्रातही महत्त्वपूर्ण राजकीय बदल झाले.

प्रस्तुत प्रबंधात मात्र १९६० ते १९७२ हा कालखंड घेतलेला आहे. याचे मुख्य कारण असे की, महाराष्ट्रातील काँग्रेसी वर्चस्वाचा-किंबहुना स्थिर, एकसंध व समर्थ अशा काँग्रेसी सत्तेचा हाच कालखंड आहे. प्रादेशिक पातळीवरील काँग्रेसी राजकारणाची सर्व वैशिष्ट्ये याचकाळात दृष्टीस पडतात. १९७१ मध्ये केंद्रात मध्यावधी निवडणुका झाल्या व त्यामध्ये इंदिरा गांधी यांच्या नेतृत्वाखालची इंडिकेट काँग्रेस बहुमताने निवडून आली. राष्ट्रीय पातळीवर काँग्रेसमध्ये १९६९ पासून जुने विरुद्ध नवे किंवा सिंडिकेट विरुद्ध इंडिकेट असा जो संघर्ष सुरू झाला होता, त्यात इंदिरा गांधींची निर्विवाद सरशी झाली. १९७१च्या डिसेंबरमधील पाकिस्तानवरील विजयाने तर त्यांच्या नेतृत्वावर शिक्कामोर्तबच झाले. तत्पूर्वी म्हणजे १९६६ पासून जरी त्या पंतप्रधान असल्या, तरी त्यांची निर्णायक सत्ता प्रस्थापित झाली नव्हती. जुने काँग्रेसी नेते त्यांच्या नेतृत्वाला वारंवार आव्हान देत. ही परिस्थिती १९७१ मध्ये बदलली. १९७१ नंतर भारताच्या राजकारणाचा ढाचाच भिन्न झाला. इंदिरा गांधींच्या काळात राजकीय प्रक्रिया दिल्लीकेंद्री तर झालीच, पण काँग्रेस पक्षांतर्गत लोकशाहीचा ऱ्हास होऊन पक्षसंघटना दुबळी होऊ लागली.

महाराष्ट्राच्या राजकारणात ही समयरेखा १९७२ ही आहे. त्या वर्षी महाराष्ट्रात विधानसभेच्या निवडणुका झाल्या. या निवडणुकीत इंडिकेट काँग्रेस बहुमताने विजयी झाली. देशाच्या इतर भागांत होता, तसा महाराष्ट्रात सिंडिकेट काँग्रेसचा जोर नव्हता. त्यामुळे इथल्या काँग्रेसीसत्तेला १९७२ साली अंतर्गत आव्हान नव्हते. विरोधी पक्षही निष्प्रभ झालेले. त्यामुळे काँग्रेसीसत्तेच्या सातत्याच्या दृष्टीने महाराष्ट्रात काही फरक पडला नाही; पण इंदिरावादी किंवा इंदिरा पद्धतीच्या राजकारणाची सुरुवात झाल्याने तत्पूर्वी जे बेरजेचे, बहुलवादाचे आणि सहमतीचे राजकारण होत होते, त्याचे महत्त्व कमी झाले. वसंतराव नाईक, जे १९६२ पासून राज्याची धुरा सांभाळत होते, तेच १९७२ मध्ये पुन्हा मुख्यमंत्री झाले आणि त्यानंतर ते दोन वर्षे त्या पदावर राहिलेही. यशवंतराव चव्हाणांचे नेतृत्वही त्यावेळी प्रभावी होते, परंतु १९७२ नंतर महाराष्ट्राच्या राजकारणाची संस्कृती व संरचना बदलली. राज्यकेंद्री, बहुलवादी, बहुसत्ताक राजकारणाऐवजी दिल्लीकेंद्री, एकवादी,

एकसत्ताक राजकारणाची सुरुवात झाली. दुसरी महत्त्वाची गोष्ट म्हणजे, भारतीय राजकीय इतिहासात १९७३ ते १९७६ हा कालखंड असाधारण होता. तो राजकीय धुमश्चक्रीचा होता, एवढेच नाही, तर अंतर्गत आणीबाणीचा-म्हणजे स्वातंत्र्योत्तर भारतातील हुकूमशाहीचाही होता. त्याचा परिणाम प्रादेशिक राजकीय प्रक्रियांवरही झाला; म्हणून या कालखंडाचा विचार आधीच्या कालखंडाबरोबर (१९६०-७२) करता येत नाही; तसेच १९७७ नंतरच्या काळाबरोबरही करता येत नाही. तो एक अनन्यसाधारण कालखंड असल्याने भारतीय वा प्रादेशिक संदर्भात त्याचा विचार पृथकपणेच करावा लागेल.

महाराष्ट्र राज्याची स्थापना झाल्यापासून १९७२ पर्यंतचा कालखंड हा राज्याच्या उभारणीचा कालखंड आहे. महाराष्ट्राच्या पुढील जडणघडणीचा पाया या कालखंडात घातला गेला. त्याचप्रमाणे नंतरच्या काळात घडणाऱ्या अनेक आर्थिक व राजकीय प्रक्रियांचे बीजारोपण या काळात झाले. दुसरी महत्त्वाची गोष्ट अशी की, वासाहतिक काळापासूनच्या महाराष्ट्राच्या राजकीय विकासाचे सातत्य या काळापर्यंत दृष्टीस पडते (लेले, १९९० : १८०). महाराष्ट्राची राजकीय संरचना, राजकीय प्रक्रिया आणि राजकीय अर्थव्यवस्थेचे एक विशिष्टस्वरूप या कालखंडात दिसून येते. राजकीय इतिहासाच्या दृष्टीने हा कालखंड एकसंध असल्याने, त्याचे विश्लेषण करणे जसे सुलभ आहे, तसेच सुसंगतही. त्यामुळे या प्रबंधात तो अभ्यासार्थ घेतला आहे. मात्र, आधी उल्लेख केल्याप्रमाणे सालांच्या सीमारेषा या केवळ विश्लेषणाच्या सोयीसाठी असतात. त्यामुळे १९६० पूर्वीच्या आणि १९७२ नंतरच्या प्रक्रियांचाही योग्य तो परामर्श या प्रबंधात घेतलेला आहे.

भारतासारख्या देशातील एखाद्या राज्याच्या राजकारणाचा अभ्यास करण्यासाठी कोणता सैद्धान्तिक आराखडा वापरायचा, हा प्रश्न अवघड व पेचाचा आहे, असे राजकीय अभ्यासकांचे मत आहे. (नारायण, १९७६ : सोळा). असे अभ्यास, हे क्षेत्रकार्यामार्फत माहिती जमवून, त्यातून शास्त्रीय प्रतिमाने निर्माण करण्याच्या पद्धतीपेक्षा ऐतिहासिक, विश्लेषक रीतीच्या उपयोगाने अधिक चांगले सिद्ध होऊ शकतात. स्वातंत्र्य मिळाल्यापासून भारतासारखा देश एका मोठ्या स्थित्यंतरातून जात असल्याने इथल्या राजकीय प्रक्रिया या कायमच अस्थिर व गतिमान राहिल्या आहेत. त्यांच्याविषयीचा संपूर्ण तपशील अभ्यासकाला उपलब्ध होतोच असे नाही. शिवाय प्रत्येक राज्याचे स्वरूप हे वेगवेगळे असल्याने, राजकारणाचा एकच एक प्रकार आढळत नाही. त्यामुळे राज्यशास्त्राच्या ठराविक सिद्धान्तनाचे उपयोजन करण्यास मर्यादा येते. दुसरी महत्त्वाची गोष्ट म्हणजे, हे सिद्धान्तन राजकारणाचा अभ्यास

करण्यासाठी वापरले जाऊ शकले, तरी राजकीय इतिहासाचा वेध घेण्यासाठी त्यांचा मर्यादितच उपयोग होतो.

असे असले, तरी राजकीय इतिहासाचे विश्लेषण करताना अभ्यासकाला काही ना काही सैद्धान्तिक प्रश्न हे विचारार्थ घ्यावेच लागतात. महाराष्ट्राच्या राजकीय इतिहासाचा जो आढावा आधी घेतला आहे, त्यावरून असे दिसते की, राजकीय इतिहासाचे विश्लेषण करण्यासाठी समग्र, वर्तनवादी, आंतरविद्याशाखीय दृष्टिकोन उपयुक्त ठरू शकेल. या दृष्टिकोनाचे वैशिष्ट्य म्हणजे, तो केवळ कालक्रमानुसार राजकीय घडामोडींचे वर्णन करत नाही, तर त्या त्या काळात राजकीय प्रक्रियेवर परिणाम करणाऱ्या राजकीय-संरचनेच्या, राजकीय-समाजशास्त्राच्या व राजकीय-अर्थव्यवस्थेच्या प्रक्रियांचाही वेध घेतला जातो. ही पद्धत समग्रलक्ष्यी असली, तरी सूक्ष्मलक्ष्यी पद्धतीचे विश्लेषण ती त्याज्य मानत नाही. किंबहुना, सूक्ष्म तपशिलांचाही मागोवा घेतल्याने समग्रलक्ष्यी पद्धतीतून निसटणारे राजकीय अवकाश त्यातून भरून काढले जाते. त्या अर्थाने हा सम्यक दृष्टिकोन आहे, हे आधी म्हटलेच आहे. या दृष्टिकोनाला अनुसरून खालील सैद्धान्तिक मांडणीचा व त्यातून उद्भवणाऱ्या प्रश्नांचा विचार प्रस्तुत प्रबंधात केला आहे.

१. कोणत्याही राजकीय कालखंडाला एक व्यापक संदर्भीय चौकट असते; जी त्या कालखंडाचा इतिहास, भूगोल व राजकीय संरचना यांनी बनलेली असते- प्रस्तुत अभ्यासाच्या कालखंडाला अशी कोणती चौकट होती व तिचा कालखंडातील राजकारणावर काय परिणाम झाला?

२. राजकीय इतिहास हा राजकीय प्रक्रियांचा इतिहास असतो. लोकशाही राज्यव्यवस्थेत सार्वत्रिक निवडणुका, त्या निवडणुकांत सहभागी होणारे राजकीय पक्ष, निवडणुकांचे निकाल व त्यातून प्रतीत होणारे राजकीय बलाबल या महत्त्वाच्या राजकीय प्रक्रिया असतात. प्रस्तुत कालखंडामध्ये पक्षीय राजकारणाचे स्वरूप काय होते? त्यातून या राजकारणाच्या प्रकाराबद्दल कोणती अनुमाने काढता येतात?

३. राजकीय इतिहास हा सामाजिक-राजकीय चळवळींचाही इतिहास असतो. किंबहुना, अशा चळवळी याच राजकारणाच्या गतिमान रूपाचे दर्शन घडवीत असतात-राजकीय समाजशास्त्राच्या दृष्टिकोनातून बघता या कालखंडात कोणत्या राजकीय-सामाजिक चळवळी झाल्या? त्यांच्यातून राजकारणाचे व राजकीय-सामाजिक स्थितीचे कोणते स्वरूप दृष्टिगोचर झाले? त्यांनी राजकीय प्रक्रियांसंदर्भात कोणती कामगिरी केली?

४. राजकीय प्रक्रियांच्या आधुनिक अभ्यासात राजकीय अर्थव्यवस्था ही एक पायाभूत संकल्पना मानली जाते. राजकीय अर्थव्यवस्थेचा मागोवा घेतल्याशिवाय राजकीय प्रक्रियांचा अभ्यास पूर्ण होऊ शकत नाही. प्रस्तुत कालखंडात राजकीय अर्थव्यवस्थेचे स्वरूप कसे होते? तिचा राजकारणाशी कसा संबंध होता? कालखंडातील राजकीय धोरणांनी तीमध्ये कोणते स्थित्यंतर झाले?

५. राजकीय विचारप्रणाली व नेतृत्व हे कोणत्याही राजकीय कालखंडाचे वैशिष्ट्य असते - अभ्यासार्थ घेतलेल्या कालखंडात महाराष्ट्रात कोणती राजकीय प्रणाली होती? त्यातून कोणते नेतृत्व आकारास आले? त्यांचे परस्परपरिणाम कोणते झाले? राजकीय प्रणालींचे उपयोजन कसे करण्यात आले?

या प्रश्नांची चिकित्सा व विश्लेषण हे प्रस्तुत प्रबंधाच्या गाभ्याशी आहे. त्याला अनुसरून अभ्यासाची पद्धती विकसित करण्यात आली आहे. सारांशाने असे म्हणता येईल की (१) राज्य (महाराष्ट्र) हा भौगोलिक-राजकीय घटक मानून (२) सामाजिक-राजकीय प्रक्रियेचे एका कालखंडाचे राजकारण समजून घेणे हे या प्रबंधाचे उद्दिष्ट आहे. या अभ्यासाचा रोख व्यक्ति-संस्था केंद्रित नसून 'सामाजिक इतिहासा'कडे आहे.

राजकीय इतिहासाच्या अभ्यासाच्या पद्धती समजून घेण्यासाठी महाराष्ट्राचा राजकीय इतिहास माझ्या पीएच.डी. प्रबंधासाठी निवडलेली अभ्यासपद्धत उदाहरण म्हणून घेऊ.

आधुनिक राज्यशास्त्राच्या वर्तनवादी दृष्टिकोनातून आणि आंतरशास्त्रीय पद्धतीने राजकारणाचा अभ्यास करणे ही एक सखोल व सम्यक प्रक्रिया असते. त्या प्रक्रियेला आधारभूत होईल, अशा साधनांचा उपयोग त्यासाठी करावा लागतो. तसेच ती प्रक्रिया टप्प्याटप्प्याने पुढे न्यावी लागते.

प्रस्तुत अभ्यासाची पहिली पायरी ही राजकीय इतिहासाचा कालखंड ठरवणे ही होती. त्यासाठी आधी उल्लेखलेली कारणमीमांसा विचारात घेण्यात आली.

त्यानंतरची पायरी ही अभ्यासाला उपयुक्त अशा साधनांचा शोध घेणे ही होती. राज्यशास्त्रात अशाप्रकारचे अभ्यास करण्याच्या दोन मुख्य पद्धती आहेत. अभ्यास पद्धत ग्रांथिक विश्लेषण, क्षेत्रीय कार्य, प्राथमिक दुय्यम मुलाखतींचे सर्वेक्षण

प्रस्तुत अभ्यासाचे मुख्य उद्दिष्ट इतिहासलेखन हे नसून, महाराष्ट्राच्या १९६० ते १९७२ या कालखंडात घडलेल्या राजकीय प्रक्रियांचा अन्वयार्थ लावणे हे असल्याने, त्यामध्ये ग्रांथिक विश्लेषणाच्या पद्धतींचा व त्या अनुषंगाने येणाऱ्या

साधनांचा उपयोग केला आहे. या साधनांमध्ये मुख्यत: चार प्रकारच्या दस्तऐवजांचा
आधार घेण्यात आला आहे.

१. सरकारी अहवाल

२. वृत्तपत्रे आणि नियतकालिके

३. संशोधनपर लेखन

४. चरित्रात्मक व आत्मचरित्रात्मक लेखन

अभ्यासाच्या कालखंडातील संपूर्ण व सूक्ष्म राजकीय व सामाजिक घडामोडी
समजून याव्यात, म्हणून पुणे येथील 'दैनिक केसरी' व मुंबई येथील 'दैनिक महाराष्ट्र
टाइम्स' या दैनिकांच्या १९६० ते १९७२ या काळातील प्रत्येक अंकाचे वाचन
करण्यात आले. या वाचनाच्या तपशीलवार नोंदी काढण्यात आल्या. त्या काळातील
ही दोन महत्त्वाची वृत्तपत्रे असल्याने, बहुतेक सर्व राजकीय घडमोडींचा वृत्तान्त
त्यामधून उपलब्ध झाला. त्यातील महाराष्ट्र टाइम्स हे मुंबईकेंद्री, तर केसरी हे
महाराष्ट्रकेंद्री असल्याने, राजधानी व त्या भोवतालचा परीघ अशा दोन्ही क्षेत्रांतील
घडामोडींचा मागोवा घेता आला. याशिवाय आवश्यकतेनुसार नागपूर व औरंगाबाद
या केंद्रांमधील प्रमुख वृत्तपत्रांचा संदर्भ घेण्यात आला.

वृत्तपत्रांच्या अभ्यासाला नियतकालिकांच्या वाचनाची जोड देण्यात आली.
यामध्ये प्रामुख्याने लोकराज्य, समाजप्रबोधनपत्रिका, महाराष्ट्र, किर्लोस्कर इत्यादी
नियतकालिकांचा आधार घेण्यात आला.

वृत्तपत्रे व नियतकालिकांसोबतच या कालखंडातील राजकीय प्रक्रियांचे विश्लेषण
करणारे ग्रंथ हेही या संशोधनाचा मुख्य आधार राहिले आहेत. त्यांचा संदर्भ योग्य
ठिकाणी देण्यात आला आहे.

या पद्धतीची मर्यादा म्हणजे यामध्ये मुलाखतींचा उपयोग नाही. याचे कारण
इतिहासाचे दस्तऐवजीकरण हा या अभ्यासाचा उद्देश नाही. कालखंडातील राजकारणाच्या
समग्र चौकटीचा, उपलब्ध ग्रंथित पुराव्यांच्या आधाराने वस्तुनिष्ठ शोध घेणे हा हेतू
असल्याने, व्यक्तिनिष्ठ घटकांचा अभ्यास त्यात कमी आहे. मुलाखतींतून कर्त्यांच्या
हेतूंवर प्रकाश पडतो. इथे भर परिणामांवर असल्याने निष्पत्तीकेंद्री दृष्टी स्वीकारलेली
आहे. मात्र, आवश्यक तिथे चरित्रात्मक व आत्मचरित्रात्मक साधनांचा उपयोग केलेला
आहे. दुसरी मर्यादा म्हणजे या अभ्यासात महत्त्वाच्या सर्व घटनांचा वेध घेतलेला
असला, तरी सुट्या सुट्या घटनांचे सखोल व तपशीलवार वर्णन केलेले नाही. अशा
वर्णनातून इतिहासाचे तपशील हाती लागतात, परंतु विश्लेषणाची धार बोथट होण्याचा
धोका असतो. तिसरी मर्यादा म्हणजे, ह्यात इतर राज्यांशी तुलना नाही. राजकीय

प्रक्रियांचा तौलनिक अभ्यास ही राज्यशास्त्रातील उभरती पद्धती आहे, परंतु या अभ्यासाचा उद्देश निराळा असल्याने ती पद्धत इथे वापरण्यात आलेली नाही.

पारंपरिक इतिहासलेखनात घटना व घडामोडींचे कालक्रमानुसार वर्णन करण्यात येते; परंतु फक्त तेवढेच करणे इथे प्रस्तुत नाही. त्यामुळे पारंपरिक पद्धतीसोबतच समग्र, वर्तनवादी पद्धतीला अनुसरून निरनिराळ्या राजकीय प्रक्रियांचे विश्लेषण करण्यात आले आहे.

पहिल्या प्रकरणात प्रास्ताविकात अभ्यासाचे उद्देश व पद्धती स्पष्ट केल्यानंतर, दुसऱ्या प्रकरणात महाराष्ट्र निर्मितीमागची राजकीय पार्श्वभूमी म्हणजे संदर्भीय चौकट स्पष्ट केली आहे. यामध्ये स्वातंत्र्यपूर्व काळातील घडामोडींचा मागोवा घेतानाच प्रामुख्याने संयुक्त महाराष्ट्रासाठीचे आंदोलन आणि भाषावार प्रांतरचनेच्या तत्त्वावर महाराष्ट्र या राष्ट्रकाची झालेली स्थापना हा भाग आलेला आहे. या घडामोडींचा केवळ १९६० च्या दशकावरच नाही, तर एकूण महाराष्ट्राच्या जडणघडणीवर सखोल आणि दूरगामी परिणाम झाला असल्याने त्यांचा मागोवा घेणे आवश्यक ठरते.

तिसऱ्या प्रकरणात पक्षीय राजकारण व निवडणुकांचे विश्लेषण केले आहे. त्यामध्ये मुख्यत: या कालखंडातील निवडणुकांतून दिसणारे राजकारणाचे चित्र व निरनिराळ्या राजकीय पक्षांची स्थिती आणि गती यांचे विवेचन येते. हा काँग्रेसी वर्चस्वाचा आणि वैशिष्ट्यपूर्ण काँग्रेसी राजकारणाचा काळ असल्याने, त्याच्या सामाजिक व राजकीय आधाराची चिकित्सा यामध्ये येते. त्याचप्रमाणे त्रिस्तरीय पंचायत राज्यव्यवस्था, तिचे राजकारणावर होणारे परिणाम आणि विविध विरोधी पक्षांची कामगिरी यांचा आढावा घेतला आहे.

चौथ्या प्रकरणामध्ये महाराष्ट्रातील राजकीय-सामाजिक चळवळींचे विश्लेषण केले आहे. त्यामध्ये प्रादेशिक राजकीय चळवळी व सामाजिक हक्कचळवळींचा आढावा घेतला आहे. महाराष्ट्राची निर्मिती जरी झाली, तरी राज्याच्या भौगोलिक सीमांचे व प्रादेशिक संरचनेविषयीचे अनेक प्रश्न अनुत्तरितच राहिले. एक म्हणजे बेळगाव-कारवारचा सीमाप्रश्न. दुसरा म्हणजे विदर्भासारख्या भागाची स्वतंत्र राज्याची आकांक्षा. या प्रश्नांवरच्या राजकीय चळवळी हे अभ्यासाच्या काळाचे प्रमुख वैशिष्ट्य. याशिवाय याच काळात कामगार चळवळी, जमीन बळकवा आंदोलने, आदिवासी जमीनहक्क चळवळी, महागाईविरोधी आंदोलने अशा निरनिराळ्या प्रक्रिया घडत गेल्या आणि त्यांनी त्या काळातल्या राजकीय इतिहासावर परिणाम घडवला.

त्यानंतरच्या प्रकरणात महाराष्ट्राच्या राजकीय अर्थव्यवस्थेची चर्चा केली आहे. महाराष्ट्र हे कृषिप्रधान राज्य असले, तरी अभ्यास केलेल्या कालखंडात शेतीची

परिस्थिती चिंताजनक होती. तसे होण्यामागे जमीनमालकीचे प्रश्न, दुष्काळ, जलसिंचनाचा अभाव, निम्न उत्पादनक्षमता, अन्नधान्याचा तुटवडा इत्यादी कारणे होती. या समस्या सोडवाव्यात, म्हणून निरनिराळे उपाय योजले गेले. तसेच महाराष्ट्र एक उद्योगप्रधान राज्य व्हावे, म्हणूनही योजना आखल्या गेल्या. सहकारक्षेत्राची-विशेषत: सहकारी साखरकारखान्यांची वाढ या काळात झाली. मुंबई, ठाणे, पुणे अशी औद्योगिक केंद्रे निर्माण झाली. या नियोजनाचे दूरगामी परिणाम महाराष्ट्राच्या राजकीय अर्थव्यवस्थेवर झाले. विकासाच्या संदर्भात जो प्रादेशिक असमतोल नंतर तयार झाला, त्याची बीजे या कालखंडात पेरली गेली.

सहाव्या प्रकरणात महाराष्ट्रातील राजकीय विचारप्रणाली व नेतृत्वाचे विश्लेषण करण्यात आले आहे. या काळात देशपातळीवर कोणत्या विचारप्रणाली होत्या, त्यांचा प्रभाव व उपयोजन राज्यपातळीवर कसे झाले व त्यामुळे राज्यस्तरीय नेतृत्वाचे स्वरूप कसे घडले, याची चिकित्सा करण्यात आली आहे. या कालखंडावर यशवंतराव चव्हाण यांचा प्रभाव आहे. त्यांच्या वैशिष्ट्यपूर्ण बहुलवादी राजकारणाचे विश्लेषण करून, त्याबरोबरच त्यांचे अनुयायी आणि सहकारी वसंतराव नाईक यांच्या कारकिर्दीची चर्चा करण्यात आली आहे. या कालखंडातील बहुतेक वर्षे नाईक हे मुख्यमंत्री होते. त्यामुळे महाराष्ट्राच्या राजकीय इतिहासात हा चव्हाण-नाईक कालखंड म्हणून ओळखला जातो. महाराष्ट्राच्या विकासाची विचारप्रणाली, बहुलवादी राजकारणातून निर्माण होणारे विविध पातळींवरचे नेतृत्व, तसेच सत्ता व नेतृत्व यांतील आंतरसंबंधांचे विश्लेषण या प्रकरणामध्ये केले गेले आहे.

सातव्या आणि शेवटच्या प्रकरणामध्ये अनुमान व निष्कर्ष सादर करण्यात आले आहेत. अभ्यासाच्या कालखंडातून महाराष्ट्राच्या राजकीय इतिहासाचे कोणते चित्र दिसते, या कालखंडाअंती राजकारणाची काय स्थिती होती व पुढील राजकीय प्रक्रियांची कोणत्या तऱ्हेने पायाभरणी झाली, याचे विवेचन करून प्रबंधाचा समारोप केला आहे.

कोणत्याही राज्याच्या निर्मितीनंतरचा काळ हा राजकीय-सामाजिकदृष्ट्या अत्यंत महत्त्वाचा असतो. त्यातून भारतासारख्या विशाल संघराज्यात जेव्हा भाषिक अस्मितेची आणि स्वतंत्र भौगोलिक व राजकीय अस्तित्वाची चळवळ करून एखाद्या राज्याची निर्मिती होते, तेव्हातर अशा कालखंडाला अनन्यसाधारण महत्त्व प्राप्त होते. असे असूनही या कालखंडातील राजकीय प्रक्रियांचा समग्र अभ्यासच नव्हे, तर त्या प्रक्रियांची सविस्तर नोंदही झालेली नाही. या अभ्यासाद्वारे त्या प्रक्रियेला चालना मिळावी व ज्ञानशाखेला उपयुक्त योगदान व्हावे, या अपेक्षेने हा प्रबंध सिद्ध करण्यात आला आहे.

या प्रबंधाच्या उदाहरणातून राजकीय इतिहास या ज्ञानशाखेच्या माध्यमातून आधुनिक राज्यशास्त्राचे स्वरूप हे किती भव्य, व्यापक आणि विस्तृत बनले आहे, याची प्रचिती येते. तसेच त्याचा आवाका, व्याप्ती कशी वाढली आहे; या ज्ञानशाखेद्वारे केलेला अभ्यास किती समग्र होऊ शकतो, हेही समजते. त्यामुळेच आधुनिक राज्यशास्त्रातील 'राजकीय इतिहास' ही एक महत्त्वाची ज्ञानशाखा आहे, हे मान्य करावे लागते.

संदर्भसूची :

फडके, य. दि. २००७. 'विसाव्या शतकातील महाराष्ट्र : संयुक्त महाराष्ट्र चळवळ १९४८ ते १९५६' (खंड सातवा) श्रीविद्या प्रकाशन, पुणे.

फडके, य. दि. १९७९. 'पॉलिटिक्स ॲण्ड लॅन्वेज', हिमालय पब्लिशिंग हाऊस, मुंबई.

डॉ.बोकील नीता, २०१२. 'महाराष्ट्राचा राजकीय इतिहास १९६० ते १९७२', मौज प्रकाशन, मुंबई.

पळशीकर सुहास व नितीन बिरमल (संपादक) २००४. 'महाराष्ट्राचे राजकारण : राजकीय प्रक्रियेचे स्थानिक संदर्भ', प्रतिमा प्रकाशन, पुणे.

पळशीकर, सुहास २००३. 'महाराष्ट्राचे बदलते राजकारण' बदलता महाराष्ट्र (साठोत्तर परिवर्तनाचा मागोवा), भा. ल. भोळे व किशोर बेडकिहाळ (संपादक) डॉ.बाबासाहेब आंबेडकर अकादमी, सातारा (२९, ३८).

पेंडसे, लालजी, १९६५. 'महाराष्ट्राचे महामंथन', साहित्य सहकार संघ प्रकाशन, मुंबई.

बगाडे उमेश, २०१०, 'इतिहासलेखनमीमांसा', (निवडक समाज प्रबोधन पत्रिका : खंड १).

महाराष्ट्र शासन १९८०. 'महाराष्ट्र राज्य आर्थिक समालोचन (१९७०-८०)', अर्थ व सांख्यिकी संचालनाय, मुंबई.

महाराष्ट्र शासन १९६७. 'शासनाचे महत्त्वाचे निर्णय (१९०१-१९४४)', संचालक, प्रसिद्धी संचालनालय, मुंबई.

संपादित : समाज प्रबोधन पत्रिका आणि सेंटर फॉर स्टडी इन कल्चर ॲण्ड सोसायटी, लोकवाङ्मय गृह, मुंबई.

प्रकरण ९

राजकीय सिद्धान्त

डॉ. प्रकाश पवार

राजकीय सिद्धान्त ही एक राज्यशास्त्राची गाभ्याची उपविद्याशाखा आहे. या उपविद्याशाखेमध्ये राज्यसंस्था, शासन, समता, स्वातंत्र्य, बंधुभाव, न्याय, हक्क अशा मूलभूत राजकीय संकल्पनांचा अभ्यास केला जातो. चिद्‌वाद (आदर्शवाद), उदारमतवाद, नवउदारमतवाद, मार्क्सवाद, नवमार्क्सवाद, रचनावाद यांसारख्या विविध राजकीय विचारसरणींचादेखील या शाखेत अभ्यास केला जातो. याशिवाय प्लेटो, ॲरिस्टॉटल, मॅकिएव्हेली, हॉब्ज, जॉन लॉक, रूसो, कार्ल मार्क्स, लेनिन, माओ, गांधी, आंबेडकर, नेहरू इत्यादी राजकीय विचारवंतांचा अभ्यास केला जातो. अर्थातच, या उपशाखेत राजकीय संकल्पना-विचारप्रणाली, राजकीय विचार आणि सिद्धान्त या तीन घटकांचा अभ्यास केला जातो. राजकीय संकल्पना-विचारप्रणाली, राजकीय विचार आणि सिद्धान्त या तीन घटकांच्या अभ्यासात काही साम्य आहे. राजकीय संकल्पना-विचारप्रणाली, राजकीय विचार आणि सिद्धान्त यांच्यात काही साम्य असले किंवा एकाच उपशाखेत समावेश होत असला, तरी यांच्यामध्ये सूक्ष्म फरकदेखील आहेत. त्यामुळे या तीन घटकांमधील साम्य आणि सूक्ष्म फरकांचे आकलन सिद्धान्त समजून घेण्यास उपयुक्त ठरते.

राजकीय संकल्पना :

राजकीय सिद्धान्त ही संकल्पना राजकीय वाचक आणि सिद्धान्त वाचक या दोन गोष्टींची मिळून तयार झाली आहे. त्यामुळे राजकीय म्हणजे काय आणि

सिद्धान्त म्हणजे काय, असे दोन प्रश्न उपस्थित होतात. 'राजकीय' या संकल्पनेचे अर्थ विविध आहेत. मात्र, राजकीय संकल्पनेची समज भारतीय पातळीवर काळ्या-पांढऱ्या रंगात रंगवण्यात आली आहे. भारतीय समाजाच्या मनामध्ये राजकीय संकल्पनेने जास्तच रंजक स्वरूप धारण केले आहे. यातून राज्यशास्त्राच्या विद्यार्थ्यांनी बाहेर पडले पाहिजे. रंजक राजकीय संकल्पनेचे स्वरूप राजकारण संकल्पनेचा आशय बदलविणारे आहे. कटकारस्थाने किंवा कुटिलनीती असा एक रंजक राजकीय संकल्पनेचा अर्थ आहे. या संकल्पनेमुळे व्यक्तिवैशिष्ट्याला राजकारण म्हटले जावे, असा अभ्युपगम मांडला जातो. दैनंदिन जीवनातील व्यक्तिवैशिष्ट्याला राजकारण म्हणून ओळखले जाते. बेबनाव किंवा लपवाछपवी करणे, हिशोबीपणा अंगी असणे, गोडी-गुलाबीचा व्यवहार करणे यास 'राजकारण' संबोधिले जाते; तर नेमके या उलट व्यक्तिवैशिष्ट्यांनाही राजकारण संबोधिले जाते. भ्रष्टाचार झाला की, त्याचीही राजकारण म्हणून चर्चा होते. राजकारण नाठाळाचे असते. राजकारणात गुन्हेगार असतात. यामधून अस्वच्छ व्यवहार म्हणजे 'राजकारण' असा अर्थ घेतला जातो. यास भारतीय समाजात रुजलेले राजकारणविषयक आकलन संबोधिले पाहिजे. फार तर हे राजकारणविषयक सामान्यज्ञान आहे. त्यास राजकारणाचे विशेष ज्ञान म्हणता येणार नाही. याचा प्रभाव राज्यशास्त्राच्या अध्यापनावर झाला आहे. त्यामुळे राजकारण म्हणजे काय, या प्रश्नांचे उत्तर देताना आपण राज्यशास्त्र म्हणजे सिद्धान्तांचा अभ्यास करतो, असे सहजपणे अध्यापक बोलतात. अशाप्रकारच्या भूमिका घेण्यातून 'राजकारण' ही संकल्पना वगळली जाते. राज्यशास्त्राचे अध्यापक त्यापासून अलिप्त राहातात. अनेकदा राज्यशास्त्राच्या अभ्यासात राजकारण संशोधनही सापडत नाही. अशाप्रकारच्या घटना घडतात, तेव्हा एक प्रश्न उपस्थित होतो, तो म्हणजे, राजकारणास संकल्पनेत बांधण्यास अपयश आले आहे का? तसेच राजकारण संकल्पनेचे सुलभीकरण करणे फार अवघड आहे का? किंवा यातून राजकारण संकल्पनेचा तर्कशुद्ध व शास्त्रशुद्ध अर्थ स्पष्ट करता येत नाही का? या प्रश्नांची उकल करण्याचा प्रयत्न झाला आहे. राजीव भार्गव यांनी राजकीय संकल्पनेला विविध अर्थ आहेत, हे स्पष्ट केले. त्यांनी राजकारण संकल्पनेचे पुढील अर्थ स्पष्ट केले.

एक–समाजातील जे जीवन आहे, त्यापेक्षा जास्त चांगल्या जीवनासाठी सार्वत्रिक निर्णयनिश्चिती करण्याची सत्ता म्हणजे राजकारण, हा एक अर्थ स्पष्ट केला आहे. **दोन**–संपूर्ण समाजाहिताऐवजी स्वहितासाठी काही गटांना त्यांच्या इच्छेविरुद्ध कृती करण्यास भाग पाडणे, यास राजकारण संबोधिले आहे.

तीन–सामान्यांचे हित साध्य करण्यासाठी राज्याने वापरलेली सत्ता म्हणजे राजकारण होय.

चार–एका गटाने दुसऱ्या गटांवर नियंत्रण ठेवण्यासाठी वापरलेली राज्याची सत्ता म्हणजे 'राजकारण' होय.

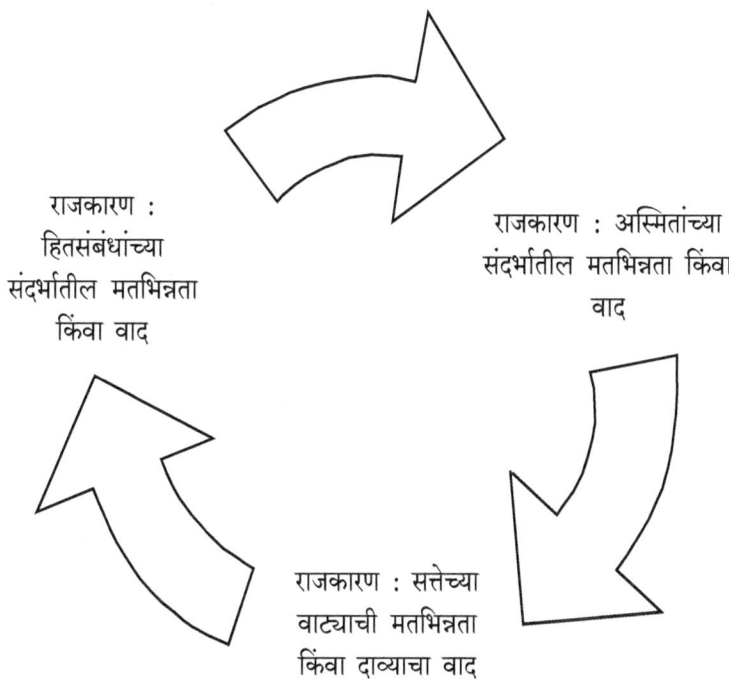

राजकारण : हितसंबंधांच्या संदर्भातील मतभिन्नता किंवा वाद

राजकारण : अस्मितांच्या संदर्भातील मतभिन्नता किंवा वाद

राजकारण : सत्तेच्या वाट्याची मतभिन्नता किंवा दाव्याचा वाद

तसेच सुहास पळशीकरांनी 'राजकीय' संकल्पना स्पष्ट केली आहे. राजकारण हा गंभीरपणे समाजविषयक निर्णय घेण्याचा मार्ग आहे, सार्वजनिक धोरणांविषयी सहमती निर्माण करण्याचे ते एक साधन आहे. सार्वजनिक वादविषय राजकारणात असतात. वादविषय हाच राजकारणाचा अर्थ आहे. सार्वजनिक व्यवहारांमध्ये असलेल्या सार्वजनिक वादक्षेत्राला राजकारण संबोधिले जाते. यांमध्ये हितसंबंधांचा वादविषय, अस्मितेचा वादविषय आणि सत्तेच्या वाट्याचा किंवा दाव्याचा वादविषय कळीचा असतो. अर्थातच हितसंबंधांचा वादविषय, अस्मितेचा वादविषय आणि सत्तेच्या वाट्याचा किंवा दाव्याचा वादविषयक अभ्यास म्हणजेच राजकारण होय (पळशीकर सुहास, विग्रहांकडून अ-द्वैता कडे). यावरून राजकारण संकल्पनेविषयी काही निष्कर्ष नोंदविता येतात.

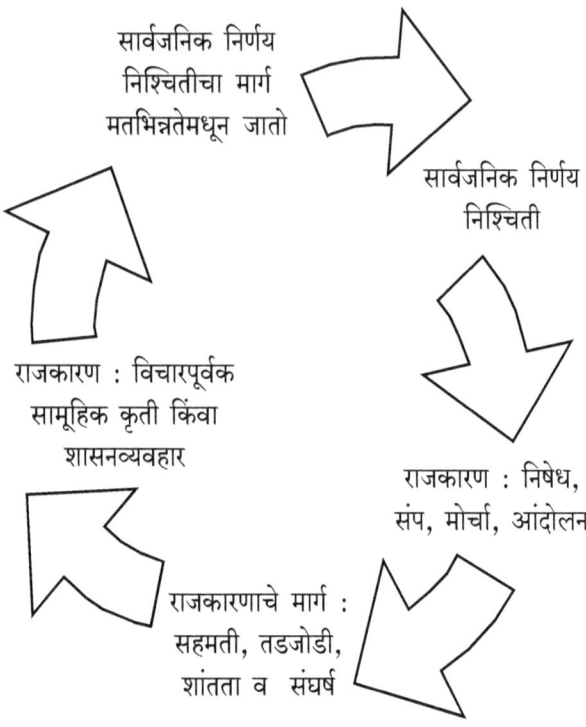

सार्वजनिक निर्णय
निश्चितीचा मार्ग
मतभिन्नतेमधून जातो

सार्वजनिक निर्णय
निश्चिती

राजकारण : विचारपूर्वक
सामूहिक कृती किंवा
शासनव्यवहार

राजकारण : निषेध,
संप, मोर्चा, आंदोलन

राजकारणाचे मार्ग :
सहमती, तडजोडी,
शांतता व संघर्ष

एक–राजकारण हे रंजक नसते, तसेच ते निरर्थकही नसते. याशिवाय राजकारण हे व्यक्तिकेंद्रित नसते. अर्थातच राजकारण हे गंभीर आणि सर्जनशील स्वरूपाचे असते. राजकारण हे अविवेकी नसते. राजकारण विचारपूर्वक केलेली सामूहिक कृती असते.

दोन–राजकारण हे सातत्याने बदलते; म्हणून त्याचे सर्वसामान्य नियम किंवा सामान्यीकरण करता येत नाहीत, असे नव्हे. राजकारण संकल्पनेमध्येही मोठे व सातत्य असलेले नियम पडताळा करून तयार करता येतात. त्यामुळे राजकारण ही संकल्पना अभ्यासक्षेत्राच्या कक्षेत येते.

तीन–सार्वजनिक निर्णयनिश्चितीचा मार्ग वादामधून जातो. वादामधून गंभीरपणे वाट काढत पुढे जाणाऱ्या प्रवाहास राजकारण म्हटले जाते. अर्थातच, राजकारण म्हणजे मतभिन्नता होय.

चार–राजकारणाचा अभ्यास म्हणजे सार्वजनिक निर्णयनिश्चितीचा आणि सार्वजनिक निर्णयनिश्चिती करणाऱ्या संस्थांचा अभ्यास असतो. याबरोबरच सार्वजनिक निर्णयनिश्चितीचा प्रभाव समर्थक आणि विरोधी दोन्ही गटांवर पडतो. त्यामुळे सार्वजनिक

निर्णयनिश्चितीच्या कक्षेबाहेरील गटांनी नोंदविलेला निषेध, संप, मोर्चा, आंदोलन हे मुद्दे म्हणजेही 'राजकारण' होय. थोडक्यात, यांमध्ये विविध सामाजिक चळवळींचा समावेश होतो.

पाच–राजकारण हे सहमती, तडजोडी, शांतता याबरोबरच संघर्षात्मक स्वरूपही धारण करते. कारण समतेची वागणूक दिली जात नाही. भेदभावपूर्ण वागणुकीस राजकारण म्हटले जाते, कारण त्या समाजघटकांवर सत्ता गाजवावयाची असते. त्यामुळे राजकीय संकल्पनेत सामाजिक चळवळींचा समावेश होतो. याची दोन उदाहरणे देता येतील–अ) भारतीय स्वातंत्र्यचळवळ संघर्षात्मक स्वरूपाची होती. ब्रिटिशांच्या विरोधातील संघर्ष त्यामध्ये होता. ब) दलित चळवळीचे स्वरूप संघर्षात्मक स्वरूपाचे आहे. या चळवळीत विषमतेच्या विरोधातील संघर्ष दिसतो. हा मुद्दा अनुसूचित जमाती आणि स्त्रियांच्या चळवळीसही लागू होतो. या प्रकारच्या राजकारणाचे विरोधक त्यास राजकारण संबोधित नाहीत. त्यांच्या दृष्टीने संसदेत नांगर हाकायचा आहे काय किंवा संसदेत स्वयंपाक करावयाचा आहे काय, हे मते समाजातील एक गटाची आहेत. ही मते एकांगी आहेत, याचे भान राज्यशास्त्राच्या अभ्यासकांनी ठेवल्यास राजकारणाच्या रंजक स्वरूपातून हरवलेले राजकारण पुन्हा मिळविता येते.

सहा–अस्मितांच्या जडणघडणीतून राजकारण घडत जाते. विविध समूहांना त्यांची अस्मिता असते. तसेच नवी अस्मिता प्राप्त होते. समूहांना आत्मभान येणे, प्रतिष्ठेचा दावा करणे, सन्मानाचा दावा करणे यांसारख्या प्रक्रियांमधून अस्मिता अभिव्यक्त होतात. अस्मितांची अभिव्यक्ती परंपरागत पद्धतीने होते. तेव्हा इतिहास, प्रतीके, ऐतिहासिक स्मृती या साधनांचा वापर केला जातो. यामुळे राजकारणात भावनिकता येते. यास राजकारण म्हटले जाते.

राजकीय सिद्धान्त :

राजकीय सिद्धान्ताचा परीक्षण, निरीक्षण किंवा पडताळा या प्रक्रियेशी संबंध असतो. राजकीय तथ्ये किंवा राजकीय घटनांचे परीक्षण, निरीक्षण किंवा पडताळ्यांनंतर त्यांचे रूपांतर राजकीय सिद्धान्तात होते. या कारणांमुळे राजकीय सिद्धान्त घडण्याची प्रक्रिया शास्त्रीय असते, तसेच राजकीय सिद्धान्त हा शास्त्रीय स्वरूपाचा असतो. अमूर्त तर्क, अटकळी आणि निर्णय यांचा आधार अनुभवजन्य असतो. त्यामुळे या प्रक्रियेतून सुचलेल्या कल्पना हे स्वप्नरंजन नसते, तर त्या कल्पना या अनुभवजन्य ज्ञानाच्या स्वरूपात व्यक्त होतात. परीक्षण, निरीक्षण किंवा पडताळा या साधनांच्यामधून मिळणाऱ्या ज्ञानाच्या आधारे केलेले अनुमान हा सिद्धान्ताचा भाग असतो. राजकीय सिद्धान्तात तथ्य, नियम आणि पडताळा केलेले अभ्युपगम सामावलेले असतात.

त्यामुळे अभ्युपगम हादेखील सिद्धान्तांचा आधार असतो. मात्र, अभ्युपगम हे शास्त्रीय स्वरूपाचे असावे लागतात. अर्थातच अभ्युपगम शास्त्रीय स्वरूपाचा असल्यासच तथ्य आणि सिद्धान्तामध्ये सत्य असते. सिद्धान्त हा घसरडा, बोथट, अस्पष्ट नसतो. सिद्धान्तात पडताळा करून स्वीकारलेल्या ज्ञानाची एक सुसंघटित किंवा तर्कसंगत व्यवस्था असते. या कारणामुळे सिद्धान्त गुंतागुंतीचे स्वरूप धारण करतो. सिद्धान्ताचे आकलन त्या सिद्धान्ताच्या घटकांच्या संदर्भात केले जाते. सिद्धान्तातील घटकांवर लक्ष केंद्रित केलेले असते. सिद्धान्तातील घटक म्हणजे पडताळा करून सिद्ध झालेल्या राजकीय संकल्पनांचा संच किंवा समूह असतो. कल्पनांच्या संचाला किंवा विचारांना सुबोध करण्याचे काम सिद्धान्त करतात. संकल्पना किंवा विचार यांचे सुसूत्रीकरण सिद्धान्तात असते. त्यामधूनच तथ्य किंवा घटनांचे सामान्यीकरण केलेले असते. त्यामुळे सिद्धान्तात तथ्य किंवा घटनांचे चांगले वर्णन आणि तर्कसंगत व्यवस्था केलेली असते. या प्रकारचे सिद्धान्त रचण्याचे काम महाराष्ट्रातील आचार्य जावडेकरांनी केले होते. आचार्य जावडेकर हे टिळक महाराष्ट्र विद्यापीठात राजकीय तत्त्वज्ञान व राज्यशास्त्र यांचे अध्यापन करीत होते. आचार्य जावडेकरांनी राजनीतिशास्त्र परिचय (१९२६), राज्यशास्त्रमीमांसा (१९३४), आधुनिक भारत (१९३८), आधुनिक राज्यमीमांसा (दोन भाग १९४०, १९४१), लोकशाही (१९४०), गांधीवाद (१९४१) आणि शास्त्रीय समाजवाद (१९४३) ही राज्यशास्त्रविषयक पुस्तके लिहिली. त्यांच्या या पुस्तकांमधून राजकीय सिद्धान्तांचा परिचय होतो. मात्र, आचार्य जावडेकरांचा अभ्यास राज्यशास्त्रात करणारे अभ्यास फारच विरळ आहेत. मात्र, या तुलनेत मार्क्सचा वर्गविग्रहाचा सिद्धान्त व रॉबर्ट मिचलस याचा अल्पजनसत्तेचा सिद्धान्त हे जास्त सुप्रसिद्ध आहेत. वर्गविग्रहाचा सिद्धान्त (मार्क्स), अल्पजनसत्तेचा सिद्धान्त (रॉबर्ट मिचलस) यांना सिद्धान्त म्हटले जाते. या उदाहरणांवरून असे दिसते की, सार्वत्रिक स्पष्टीकरण करणारे नियम तयार करणे ही राज्यशास्त्राची सैद्धान्तिक बाजू आहे.

राजकीय सिद्धान्त आणि राजकीय तत्त्वज्ञान या दोन संज्ञा एकाच अर्थाने वापरल्या जातात. मात्र, राजकीय सिद्धान्त आणि राजकीय तत्त्वज्ञान या दोन संज्ञांचे अर्थ वेगवेगळे आहेत. राजकीय सिद्धान्त ही संज्ञा शास्त्रीयअर्थाने वापरली जाते. स्पष्टीकरण करण्याच्या उद्देशाने सिद्धान्ताची रचना केली जाते. राज्यशास्त्र संकलित माहितीच्या आधारे सर्वसाधारण नियमांचे उदाहरण म्हणून त्या माहितीद्वारे स्पष्टीकरण देतात. सार्वत्रिक स्पष्टीकरण करणारे नियम तयार करण्यास सिद्धान्त संबोधिले जाते. या संदर्भात महाराष्ट्रातील सत्याग्रही समाजवाद या सिद्धान्ताचे उदा. सांगता येते. याखेरीज राजीव भार्गव यांनी संकल्पनात्मक जाणीव, तार्किक रचना, मनुष्याला साध्य

करता येईल अशा सत्य आणि वस्तुनिष्ठतेचा ध्यास, समग्र किंवा स्थूल चिंतन, अभ्युपगम स्पष्ट करणारे स्वरूप आणि अचिंतनात्मक उद्देश अशी सहा वैशिष्ट्ये नोंदविली आहेत(राजीव भार्गव, २०१: ११).

राज्यशास्त्रात राजकीय सिद्धान्त फार मांडलेले नाहीत. वर्तनवादी राज्यशास्त्राने मात्र अभ्युपगम मांडून त्यांचा पडताळा केला आणि सिद्धान्तमांडणी केली. हा बदल दुसऱ्या महायुद्धानंतरचा आहे. १९५० ते १९९० पर्यंत वर्तनवादी राज्यशास्त्रातील सिद्धान्त विकसित झाले. तेव्हा समाजशास्त्र, संख्याशास्त्र, मानसशास्त्र यांच्याकडील अभ्यासपद्धती राज्यशास्त्राने घेतल्या. त्या अभ्यासपद्धतीच्या आधारे सिद्धान्त मांडले. नव्वदीनंतर राजकीय सिद्धान्ताचे सामाजिक, आर्थिक, राजकीय संदर्भ बदलले. लोकशाहीची व जागतिकीकरणाची लाट आली. तसेच स्त्रीवाद व पर्यावरणवाद अशा अभ्यास शाखांमधून नव्या अभ्यासपद्धती विकसित झाल्या. त्यामुळे गेल्या तीन दशकांत राजकीय सिद्धान्ताचे स्वरूपाबद्दलचे नव्याने अभ्युपगम मांडून त्यांचा पडताळा केला जातो आणि सिद्धान्तमांडणी केली जात आहे. जुन्या सिद्धान्ताचे पुनर्परीक्षण केले जात आहे. गेल्या तीन दशकांतील राजकारणाची स्पष्टीकरणे देणारे सिद्धान्त मांडण्याचे आव्हान समकालीन राजकीय सिद्धान्ताच्या अभ्यासकांसमोर आहे. या काळात समाजशास्त्र, संख्याशास्त्र, मानसशास्त्र यांच्याकडील अभ्यासपद्धतींबरोबरच स्त्रीवाद, पर्यावरणवाद यांच्याकडील अभ्यासपद्धती राज्यशास्त्राने घ्यावी, असा मुद्दा पुढे आला आहे. सर्वेक्षण पद्धतीचा उपयोग करून संशोधकांनी सर्वसाधारण नियम तयार करण्याचा प्रयत्न केला आहे. त्यांनी सर्वेक्षणांमधून मिळालेल्या माहितीचे अन्वयार्थ लावणे हे किचकट व अवघड काम केले. या पातळीवर संशोधक फार प्रयत्न करत नाहीत. मात्र, हे काम राज्यशास्त्राच्या संशोधकांनी पार पाडले आहे. राज्यशास्त्राच्या संशोधकांनी सर्वेक्षणे केवळ माहिती संकलित केली नाही तर माहिती संकलनाच्या पुढे जाऊन सिद्धान्त तयार केले गेले. सीएसडीएसच्या डेटा बँकेचा वापर करून लोकशाहीतील विविध संकल्पनांचे नवे अर्थ लावले गेले. त्यामधूनच लोकशाहीचादेखील नवा अर्थ व सिद्धान्त त्यांनी विकसित केला आहे. जयंत लेले यांनी, 'इलीट प्यूरॅलिझम अँड क्लास रुल : पॉलिटिकल डेव्हलपमेंट इन महाराष्ट्र' (१९८२) या ग्रंथात अनेकसत्तावाद आणि अभिजन या दोन सिद्धान्तांचे लोकशाहीच्या संदर्भात स्पष्टीकरण केले. तसेच त्यांनी 'कास्ट क्लास अँड डॉमिनन्स : पॉलिटिकल मोबिलायझेशन इन महाराष्ट्र, डॉमिनन्स अँड पॉलिटिकल पॉवर इन मॉडर्न इंडिया' (१९९०) या पुस्तकात प्रभुत्वशाली जातीचा सिद्धान्त मांडला आहे. योगेंद्र यादव, सुहास पळशीकर, पीटर डिसूझा यांनी 'स्टेट ऑफ डेमॉक्रसी इन साऊथ एशिया' हा

दक्षिण आशियातील लोकशाहीविषयीचा अहवाल आहे. त्यामध्ये लोकशाही सिद्धान्ताची मांडणी केली गेली आहे. प्रभुत्वशाली जात हा एक भारतीय राजकीय सिद्धान्तातील महत्त्वाचा सिद्धान्त आहे. त्यांचे पुनर्परीक्षण डॉ. राजेंद्र व्होरा व डॉ. सुहास पळशीकर यांनी केले. त्यांनी प्रभुत्वशाली जात या सिद्धान्ताच्या मर्यादा नोंदविल्या. गोपाल गुरू यांनी ह्युमिलिएशन या सिद्धान्ताचा क्षेत्रीय अभ्यासपद्धतीचा वापर करून परीक्षण केले आहे. या काही उदाहरणांवरून नव्वदीनंतरच्या राजकीय सिद्धान्तात बदल झाले, असे दिसते. राजकीय सिद्धान्त राजकीय प्रक्रियेचा अभ्यास करून मांडण्यात आले, हा एक महत्त्वाचा बदल झाला. तसेच दुसरा बदल म्हणजे, दक्षिण आशियातील लोकशाहीचा अभ्यास करून सिद्धान्ताचे नवे अर्थ शोधले गेले. राज्यपातळीवरील राजकीय प्रक्रियेचा अभ्यास करून राजकीय सिद्धान्त आकाराला आले. त्यास सामाजिक आणि आर्थिक संदर्भ राज्यपातळीवरील राजकारणाचे होते. यामुळे भारतीय राजकीय सिद्धान्ताचे स्वरूप पाश्चिमात्य स्वरूपाचे राहिले नाही. भारतीय राजकीय सिद्धान्त हे भारतीय संदर्भात घडले. हा एक राज्यशास्त्रात महत्त्वाचा बदल झाला. राजकीय सिद्धान्तात राजकीय तथ्यांचे सामान्यीकरण केलेले असल्यामुळे राजकीय घडामोडींचे विश्लेषण राजकीय सिद्धान्ताच्या वैज्ञानिक हत्यारामार्फत करता येते. हे राजकीय सिद्धान्ताचे महत्त्व आहे.

राजकीय तत्त्वज्ञान :

राजकीय मूल्यांचा चिकित्सक अभ्यास करणारी ही राज्यशास्त्रातील एक शाखा आहे. राजकीय संकल्पनांचे स्पष्टीकरण आणि विश्लेषण चिकित्सकपणे केले जाते. त्यामुळे संकल्पनांचे अर्थ काटेकोरपणे या शाखेत स्पष्ट केले जातात. संकल्पना सघन आणि अर्थपूर्णपणे मांडण्याचा प्रयत्न केला जातो. या शाखेमध्ये राज्यशास्त्रातील नैतिकप्रश्नांची उत्तरे शोधली जातात. राजकीय घटकांच्या परस्परसंबंधांचे तात्त्विक परीक्षण करून, त्यांच्यात तांत्रिक सुसंगतता आणण्याचा प्रयत्न राजकीय तत्त्वज्ञानात केला जातो. या अभ्यासशाखेची तीन उद्दिष्ट आहेत.

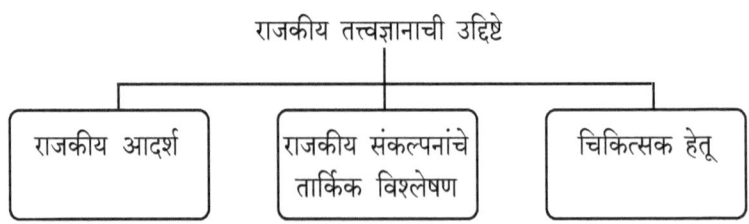

राजकीय तत्त्वज्ञानाची उद्दिष्टे
राजकीय आदर्श
राजकीय संकल्पनांचे तार्किक विश्लेषण
चिकित्सक हेतू

एक–या शाखेचे एक व्यापक उद्दिष्ट आहे. राजकीय व्यवहार कसा चालावा, राजकीय व्यवहाराचे कोणते ध्येय असावे, समाजाचे राजकीय आदर्श कोणते असावेत, या मुद्यांचा विचार करणे हे एक राजकीय तत्त्वज्ञानाचे उद्दिष्ट आहे.

दोन–राजकीय संकल्पनांचे तार्किक विश्लेषण हे या शाखेचे एक मर्यादित उद्दिष्ट आहे.

तीन–अमेरिकेतील वर्तनवादी अभ्यास, अनुभववादी आणि शास्त्रीय पद्धतीचा आग्रह धरून पारंपरिक राजकीय तत्त्वज्ञानावर टीका करतात. यातूनही राजकीय तत्त्वज्ञानाच्या अभ्यासाचा एक चिकित्सक हेतू स्पष्ट झाला आहे. स्वातंत्र्य, समता, न्याय, अधिकार, लोकशाही, नागरिकत्व, सत्ता, सार्वभौमत्व, राज्य, नागरी समाज, लिंगभेद, राजकीय समावेशन, राजकीय वगळण्याची कल्पना इत्यादी संकल्पनांचा अभ्यास राज्यशास्त्रात केला जातो. संकल्पनांच्या अभ्यासाला स्थळ, काळ व परिस्थिती यांचे संदर्भ असतात. १९५० ते १९९०पर्यंतचा संदर्भ आणि १९९० नंतरचा संदर्भ वेगळा आहे. त्यामुळे स्वातंत्र्य, समता, न्याय, अधिकार, लोकशाही, नागरिकत्व, सत्ता, सार्वभौमत्व, राज्य, नागरी समाज, लिंगभेद या संकल्पनांचे अभ्यासकांकडून नवे अर्थ शोधले गेले आहेत. जागतिकीकरणाच्या संदर्भात स्वातंत्र्य, समता, न्याय, अधिकार, लोकशाही, नागरिकत्व, सत्ता, सार्वभौमत्व, राज्य, नागरी समाज, लिंगभेद या संकल्पनांचे स्पष्टीकरण केले जाते. यास राज्यशास्त्रातील एक बदल म्हणता येईल. नवउदारमतवाद या राजकीय तत्त्वज्ञानाचा प्रभाव या संकल्पनांवर जास्त पडला आहे. नवउदारमतवादाचे समीक्षक संकल्पनांची चिकित्सा करून त्यांचे स्वरूप स्पष्ट करत आहेत. समुदायवाद, स्त्रीवाद, पर्यावरणवाद, बहुसंस्कृतिवाद, उत्तर आधुनिकतावाद अशी नवी तत्त्वज्ञाने तयार झाली आहेत. या तत्त्वांच्या संदर्भात राजकीय संकल्पनाचे स्पष्टीकरण केले जाते. भारतीय राजकीय तत्त्वज्ञांतदेखील नव्वदीच्या दशकानंतर बदल झाला आहे. योगेंद्र यादव, सुहास पळशीकर, पीटर डिसूझा यांनी 'स्टेट ऑफ डेमॉक्रसी इन साऊथ एशिया' हा दक्षिण आशियातील लोकशाहीविषयीचा अहवाल आहे. या अहवालाची इंग्रजी व मराठी अशी पुस्तके प्रकाशित झाली आहेत. त्यामध्ये लोकशाहीविषयक संकल्पनांचे सर्वेक्षण पद्धतीने पुनर्परीक्षण केले आहे. त्यामधून लोकशाहीचे विविध अर्थ स्पष्ट केले आहेत. याखेरीज अनुमान पद्धतीचादेखील उपयोग केला जातो.

राजकीय विचार :

राजकीय विचार ही राजकीय तत्त्वज्ञानाची एक शाखा आहे. राजकीय विचार ही राजकीय तत्त्वज्ञानाची शाखा असली, तरी राजकीय विचार व तत्त्वज्ञान यांच्यात

सूक्ष्म फरक आहे. राजकीय विचारात विचारवंतांच्या विचारांना केंद्रबिंदू मानून अभ्यास केला जातो, तर राजकीय तत्त्वज्ञानात तात्त्विक समस्यांना केंद्रबिंदू मानून अभ्यास केला जातो. दुसऱ्या शब्दांत राजकीय विचारात विचारवंतांच्या विचारांचा अभ्यास करताना, तात्त्विक समस्यांना केंद्रबिंदू मानून अभ्यास केला जात नाही. या बरोबरच राजकीय विचारांच्या अभ्यासामध्ये अनुभवनिष्ठ सिद्धान्तन किंवा राजकीय विश्लेषण केले जात नाही. हा सूक्ष्म फरक राजकीय विचार आणि राजकीय तत्त्वज्ञान यांच्यामध्ये राहातो. (पाहा-व्होरा राजेंद्र, १९८७ : २४२-२४३)

राजकीय विचार या शाखेमध्ये राजकीय विचारवंतांच्या विचारांचा व राजकीय विचारप्रणाली किंवा संकल्पना या दोन मुद्यांचा अभ्यास केला जातो. या शाखेमध्ये राजकीय विचारवंतांच्या विचारांचा अभ्यास केला जातो. राजकीय विचारवंतांचा अभ्यास करण्यासाठी सर्वसाधारणपणे दोन नियम पाळले जातात.

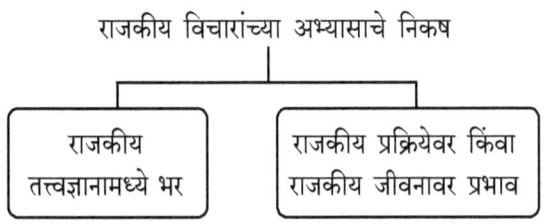

राजकीय विचारांच्या अभ्यासाचे निकष
राजकीय तत्त्वज्ञानामध्ये भर
राजकीय प्रक्रियेवर किंवा राजकीय जीवनावर प्रभाव

एक-ज्यांनी राजकीय तत्त्वज्ञानामध्ये मोलाची भर घातली, अशा विचारवंतांचा अभ्यास केला जातो. उदाहरणार्थ, म्हणजे प्लेटो, ॲरिस्टॉटल इत्यादी.

दोन-राजकीय प्रक्रियेवर किंवा राजकीय जीवनावर ज्या विचारवंतांचा प्रभाव पडला, अशा विचारवंतांचा अभ्यास केला जातो किंवा ज्यांनी राजकीय तत्त्वज्ञानामध्ये मोलाची भर घातली व राजकीय प्रक्रियेवर किंवा राजकीय जीवनावर ज्या विचारवंतांचा प्रभाव पडला, अशा विचारवंतांचा अभ्यास केला जातो. उदाहरणार्थ, म. फुले, म. गांधी, डॉ. बाबासाहेब आंबेडकर इत्यादी. पश्चिमी तसेच पौर्वात्य राजकीय विचारवंत इत्यादिंचा अभ्यास केला जातो. याबरोबरच राजकीय विचारप्रणाली व संकल्पनांचा अभ्यास राजकीय विचारांमध्ये केला जातो. याशिवाय विविध देशांतील त्या त्या देशांमधील, राज्यांमधील राजकीय विचारांचा अभ्यास केला जातो.

राजकीय विचार म्हणजे काय?

प्रत्येक व्यक्तीकडील विचार हा कच्चा विचार असतो. त्याच्याकडील कच्च्या

विचारांचे रूपांतर पक्क्या विचारांमध्ये घडावे लागते. राजकीय विचारांमध्ये तत्त्व केंद्रबिंदू असतो. याचाच अर्थ तत्त्वांच्या संदर्भात केलेला विचार होय. या संदर्भात वारकरी परंपरेत मडके नीट भाजले आहे की नाही, असे एक रूपक वापरले गेले आहे. त्यास कच्चे मडके व पक्के मडके संबोधिले गेले. याचाच अर्थ पूर्ण प्रगती झाली आहे की नाही? अर्थातच, कच्च्या विचारांचे रूपांतर पक्क्या विचारांमध्ये घडावे लागते. विचारांचे रूपांतर तत्त्वविचारांमध्ये घडून येण्यासाठी पुढील सहा कारणे जबाबदार ठरतात.

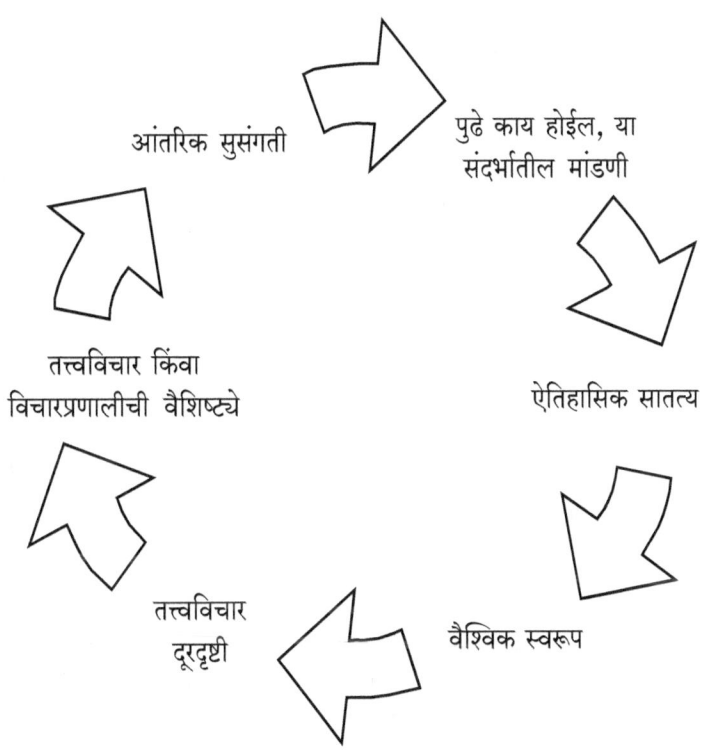

१) तत्त्वविचार ही विचारप्रणाली आहे. त्यामुळे विचारप्रणालीची वैशिष्ट्ये तत्त्वविचारांमध्ये असतात.

२) तत्त्वविचारांमध्ये आंतरिक सुसंगती असते. याचा अर्थ, छेद देण्याची भावना नसते.

३) तत्त्वविचारांमध्ये तार्किक सुसंगती असते. त्यामुळे पुढे काय होईल, या संदर्भात मांडणी केलेली असते.

४) तत्त्वविचारांमध्ये ऐतिहासिक सातत्य असते. या गुणवैशिष्ट्यांमुळे काही विचार सदासर्वकाळ पूरक किंवा उपयुक्त ठरतात.

५) तत्त्वविचार वैश्विक स्वरूपाचा असतो. त्यांचे वैश्विक विशेषीकरण केले जाते.

६) तत्त्वविचारांमध्ये दूरदृष्टी असते. त्यामुळे राजकीय विचार हा भविष्याचे स्वप्न पाहतो. म्हणजेच तत्त्वविचार हा तात्पुरत्या परिस्थितीपुरता मर्यादित विचार नसतो. तसेच तो विचार केवळ भविष्यकाळापुरताही मर्यादित नसतो. त्या विचारांमध्ये वर्तमानकाळाचाही तत्त्वविचार असतो; म्हणजेच काळाच्या संदर्भात तो प्रस्तुत ठरतो. म्हणून तो स्वप्नाळू स्वरूपाचा नसतो. या निकषावर जो विचार टिकतो, त्यास तत्त्वविचार संबोधिले जाते. अशाप्रकारच्या विचारास राजकीय विचार का म्हणावे किंवा राजकीय विचार असे संबोधिण्याची कारणे कोणती आहेत. यांची दोन कारणे आहेत. **एक**-व्यक्ती, समूह (समाज किंवा समष्टी) आणि राज्य यांच्यातील परस्परसंबंधातून निर्माण होणारे प्रश्न हे राजकीय स्वरूपाचे असतात. या कारणामुळे त्यांच्याबद्दल तात्त्विक विचार मांडणे म्हणजे राजकीय विचार होय. **दोन**-व्यक्ती, समूह (समाज किंवा समष्टी) आणि राज्य यांचे व्यवस्थापन कोणत्या तत्त्वाला अनुसरून करावे, अशी मांडणी राजकीय विचार करतो. राजकीय विचारांमध्ये मूल्ये असतात. उदा. स्वातंत्र्य, समता, न्याय इत्यादी. अशा प्रकारची मूल्ये असणारा विचार हा राजकीय असतो. या कारणामुळे त्यास राजकीय म्हटले जाते.

राजकीय विचारांमध्ये वेगवेगळ्या मूल्यांचे समर्थन केलेले असते. तसेच काही मूल्यांना नाकारलेले असते. निष्कर्षांवर आधारित राजकीय विचारांचे वर्गीकरण करता येते. आदर्शवादी राजकीय विचार, उदारमतवादी राजकीय विचार, पारंपरिक राजकीय विचार, संपूर्ण राजकीय विचार अशाप्रकारची वर्गीकरणे केली जातात. वाद-विवाद व प्रतिवाद या द्वंद्वात्मक प्रक्रियेतून राजकीय विचारांचा नवा विचार उदयास येतो.

राजकीय विचारांच्या उदयाची प्रक्रिया

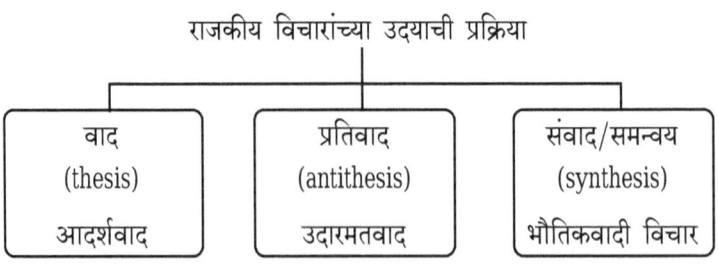

वाद	प्रतिवाद	संवाद/समन्वय
(thesis)	(antithesis)	(synthesis)
आदर्शवाद	उदारमतवाद	भौतिकवादी विचार

पारंपरिक राजकीय विचारास वादप्रक्रिया म्हणून आदर्शवाद घडतो. आदर्शवादास प्रतिवाद म्हणून उदारमतवाद उदयास आला. तर पुढे या दोन्हींच्या वाद प्रतिवादातून म्हणून भौतिकवादी विचार उदयास आला. विचार घडण्याच्या या प्रक्रियेचे एक उदाहरण म्हणजे आंबेडकरवाद, हे एक सांगता येईल. कारण आंबेडकरांच्या राजकीय विचारांमध्ये पाश्चिमात्य राजकीय विचार आणि भारतीय राजकीय विचार यांच्यामधील वाद-प्रतिवादाची प्रक्रिया नोंदविता येते. म्हणजेच पाश्चिमात्य राजकीय विचार हा वाद आणि हिंदुत्ववाद हा प्रतिवाद आणि आंबेडकरवाद हा सुसंवाद ठरतो. अशाप्रकारच्या प्रक्रियेतून विचार घडतो, असा एक अन्वयार्थ लावता येतो.

राजकीय विचारांचा अभ्यास कसा करावा?

राजकीय विचारांचा अभ्यास कसा करावा, हा एक राज्यशास्त्रातील अभ्यास पद्धतीविषयक महत्त्वाचा मुद्दा आहे. दुसऱ्या शब्दात राजकीय विचारांचा अभ्यास करण्यासाठी कोणती पद्धत वापरली जावी. त्या अभ्यासपद्धतीच्या कौशल्याची क्षमता विकसित करण्यातून विचारांचा अभ्यास करता येतो. राजकीय विचारांचा अभ्यास करण्यासाठी पुढील पद्धती वापरल्या गेल्या आहेत. त्यामध्येच त्या अभ्यासपद्धतीची कौशल्ये सामावलेली आहेत.

१) राजकीय विचारांचा अभ्यास करण्यासाठी तर्कशास्त्राचा वापर केला जातो. प्राचीनकाळात प्लेटो व ॲरिस्टॉटल यांनी राज्यशास्त्रात ज्ञानप्राप्तीचे साधन म्हणून तर्कशास्त्राचा वापर केला होता. अर्थात, ज्ञानप्राप्तीत तर्कशास्त्राचे स्थान अत्यंत महत्त्वपूर्ण आहे. तर्कशास्त्र हा ज्ञानाचा विभाग नसून ते ज्ञानप्राप्तीचे साधन आहे, असे ॲरिस्टॉटल मानत असे. तर्कशास्त्र हे अनुमानांचे शास्त्र आहे. पारंपरिक तर्कशास्त्रात विगामी किंवा निगामी अशी दोन महत्त्वाची अनुमाने होती. प्लेटो व ॲरिस्टॉटल यांच्या संशोधनात अनुमान हे एक महत्त्वाचे ज्ञानसाधन होते. अनुमानांमध्ये निगामी अनुमान किंवा निगमन हा एक अनुमानाचा महत्त्वाचा प्रकार आहे. एका प्रकारच्या विशिष्ट वस्तूंचे किंवा घटनांचे निरीक्षण केले असता, त्या प्रकारच्या सर्व निरीक्षित वस्तूंमध्ये किंवा घटनांमध्ये एक वैशिष्ट्य समान आहे, असे आढळून आले; तर ह्यापासून त्या प्रकारच्या सर्व निरीक्षित आणि अनिरीक्षित वस्तूंमध्ये किंवा घटनांमध्ये ते वैशिष्ट्य असले पाहिजे, ह्या स्वरूपाचे जे अनुमान करतो, त्याला 'विगामी अनुमान' किंवा 'विगमन' म्हणतात. विगमनाचे आधारविधान सत्य म्हणून स्वीकारले, पण त्याचा निष्कर्ष नाकारला, तर ते आत्मव्याघाती ठरत नाही. विगामी अनुमाने प्रमाण ठरत नाहीत, पण काही विगामी अनुमाने स्वीकारार्ह असतात आणि काही नसतात, असा भेद आपण करतो. यामध्ये अनुभववाद आणि विवेकवाद अशा

दोन ज्ञानमीमांसेतील दोन परस्परविरोधी अभ्यासपद्धती आहेत. 'इंद्रियानुभव' हाच मानवी ज्ञानाचा एकमेव उगम आहे. मानवी ज्ञानाचे प्रामाण्य इंद्रियानुभवावर आधारलेले असते. अर्थातच विधानात जे सांगितलेले असते, त्याची अनुभवाद्वारे प्रतीती घेऊनच, ते खरे आहे की खोटे आहे, हे ठरविता येते. ही तत्त्वे अनुसरणे म्हणजेच 'अनुभववाद' होय. अनुभववाद या ज्ञान मिळविण्याच्या पद्धतीचा इतरांच्या तुलनेत लॉकने जास्त अभ्यास केला होता. अनुभववादाच्या संदर्भात लॉकचे विचार पद्धतशीर, विस्तृत आणि मूलगामी होते. याच्या विरोधातील अभ्यासपद्धती म्हणजे 'विवेकवाद' होय. सर्वोच्च मानवी ज्ञान किंवा यथार्थपणे ज्ञान, म्हणजेच प्रमाण ज्ञान, केवळ विवेक किंवा बुद्धी या मन:शक्तीपासून मिळते. अनुभववादापासून मिळणारे ज्ञान दुय्यम असते, असे विवेकवादाचे मत आहे. विवेकवादी ज्ञानाची घडण निगामी असते. त्यांची मूलविधाने स्वत: प्रमाण असतात. प्रत्येक पायरी स्वत: प्रमाण असते. ज्ञान आहे, म्हणजे निश्चितपणे खरे आहे, हे अभिप्रेत असते. एखादी गोष्ट खरी नसेल किंवा ती खरी आहे की नाही, ह्याविषयी आपल्या मनात यत्किंचितही शंका असेल; तर त्या गोष्टीचे ज्ञान एखाद्याला आहे, असा दावा आपण मांडू शकत नाही. त्यामुळे अनुभववादात संशयग्रस्तपणा असल्यामुळे ते सत्य ज्ञान नाही, असे विवेकवादाचे मत आहे. इंद्रियजन्य प्रत्येक ज्ञान आणि त्यावर आधारलेल्या स्मृती, ऐतिहासिक परंपरा इत्यादींपासून मिळणारे ज्ञान संशयग्रस्त असते. खरे ज्ञान स्वत: प्रमाण अशा विधानांपासून तयार झालेले असते. विधानांमधून सत्याचे साक्षात व सुस्पष्ट दर्शन आपल्या विवेकाला घडते, असे विवेकवादाचे मत आहे. थोडक्यात विवेकवाद आणि अनुभववाद या दोन परस्परविरोधी अभ्यासपद्धती आहेत. परंतु या दोन्ही पद्धतींचा वापर करून ज्ञान मिळविता येते.

२) राजकीय विचारांचा अभ्यास त्या विचारांच्या काळाच्या संदर्भात केला जातो.

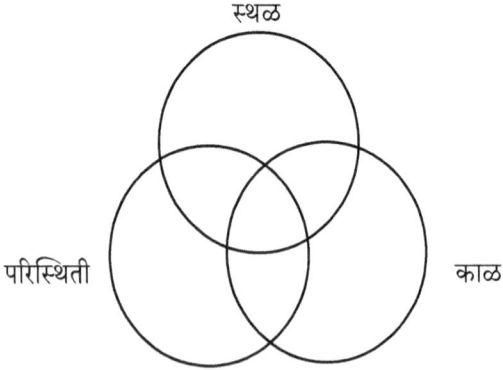

स्थळ, काळ आणि परिस्थिती या चौकटींत विचार समजून घ्यावे लागतात. अर्थातच सामाजिक, आर्थिक, राजकीय परिस्थितीच्या संदर्भात विचारांचा अभ्यास केला जातो. त्यामुळे प्राचीन ग्रीक, प्राचीन भारतीय किंवा प्राचीन चिनी विचारांचा अभ्यास, त्या त्या स्थळ, काळ आणि सामाजिक, आर्थिक, राजकीय परिस्थितीच्या चौकटीत केला जातो. प्लेटो आणि ॲरिस्टॉटल यांचा अभ्यास प्राचीन काळाच्या संदर्भात केला जातो. स्थळ, काळ आणि परिस्थिती या चौकटींमधून विचार बाहेर काढून अभ्यासला, तर मूळ विचारांचा अर्थ राहात नाही. मूळ विचारांचा अर्थ जसाच्या तसा राहाण्यासाठी स्थळ, काळ आणि परिस्थिती या चौकटीही अभ्यासासाठी पद्धत म्हणून स्वीकारावी लागते (Jha Shefali, २०१०: २-५).

३) राजकीय विचारांचे विश्लेषण करण्यासाठी राजकीय संकल्पना, राजकीय विचारप्रणाली आणि राजकीय सिद्धान्त यांचा अभ्यासपद्धती म्हणून वापर केला जातो. राजकीय विचारवंतांचा अभ्यास करताना त्यांच्या विचारातील स्वातंत्र्य, समता, न्याय, अधिकार, लोकशाही, नागरिकत्व, सत्ता, सार्वभौमत्व, राज्य, नागरी समाज, लिंगभेद यांसारख्या संकल्पनाविषयक मते तपासली जातात. विचारवंतांच्या विचारातील मते आणि संकल्पना यांची तुलना केली जाते. त्यामुळे तो विचार समकाळात किती उपयुक्त आहे, या संदर्भातील चिकित्सक मते नोंदविली जातात. राजकीय विचारांचा पडताळा केल्यानंतर त्या विचारात सत्य आढळले किंवा सर्वसामान्यीकरण झालेले नियम दिसले, तर त्यांचा समावेश विचारप्रणालीमध्ये केला जातो. तसेच त्यांचा समावेश पुढे राजकीय सिद्धान्तांत केला जातो.

४) दोन विचारांची तुलना करण्याची अभ्यासपद्धती वापरली जाते. स्वातंत्र्य, समता, न्याय, अधिकार, लोकशाहीविषयक दोघांचे वेगवेगळे आकलन असल्याचे स्पष्टीकरण केले जाते. आंबेडकरांचे अपहरण कशासाठी व डॉ.आंबेडकरांच्या 'हिंदूकरणा'ची चिकित्सा हा अभ्यास आंबेडकरविचार आणि हिंदुत्वविचार यांच्या तुलनेवर आधारलेला आहे (पळशीकर सुहास, १९९४). आंबेडकरविचारांतील सर्वसामान्य नियम आणि हिंदुत्वविचारातील सर्वसामान्य नियम कसे वेगवेगळे आहेत, या मुद्यांचा अभ्यास झाला आहे.

राजकीय विचारांच्या अभ्यासाचे स्वरूप :

राजकीय विचारांमध्ये ॲरिस्टॉटल, मॅकिएव्हेली, हॉब्ज, जॉन लॉक, रूसो, कार्ल मार्क्स, लेनिन, माओ, गांधी, आंबेडकर, नेहरू इत्यादी राजकीय विचारवंतांचा अभ्यास केला जातो. यांचे वर्गीकरण केले तर पश्चिमी व पौर्वात्य, आधुनिक व समकालीन राजकीय विचारवंत असे केले जाते. त्यामुळे पश्चिमी, पौर्वात्य, आधुनिक

व समकालीन राजकीय विचारवंतांचा अभ्यास या विषयात अभिप्रेत आहे. यामुळे आधुनिक राजकीय विचारावर अभ्यास झाले. उदा. जी. एन. शर्मा (१९६०) यांनी लास्की यांच्या विचारांचा अभ्यास केला होता; तर मौलाना अब्दुल कलाम आजाद यांच्या सामाजिक आणि राजकीय कल्पना (idea) यांचा अभ्यास इक्बाल नसिम यांनी केला होता (१९७१). मेधा कोतवाल यांनी एम. एन. रॉय यांच्या 'मूलग्राही मानवतावाद' या विषयावर अभ्यास केला (१९८६). याशिवाय राजकीय विचारांच्या अभ्यासात स्थानिक पातळीवरील विचारांचाही समावेश केला जातो. स्थानिक विचारांमध्ये व्यापक विचार आणि सिद्धान्त आहेत. याबद्दलचे संशोधन झाले आहे. पुणे विद्यापीठामध्ये १९६० पासून स्थानिक पातळीवरील विचारांचा अभ्यास काळजीपूर्वक केला गेला. वामन कुबेर यांनी बी. आर. आंबेडकर यांच्या सामाजिक व राजकीय विचारांचा चिकित्सक अभ्यास केला होता (१९६७). घारे पांडुरंग यांनी 'महाराष्ट्रातील राजकीय विचार' (१६००-१८१८) हा अभ्यास केला आहे (१९६८). महात्मा फुले यांच्या सामाजिक आणि राजकीय कल्पना (idea) यांचा अभ्यास ए. पी. पाटील यांनी केला आहे. गोपाळ हरी देशमुख यांचे सामाजिक आणि राजकीय विचार यांचा अभ्यास व. कृ. क्षिरे यांनी केला आहे (१९७२). महाराष्ट्रातील उदारमतवादी विचार : १८५० ते १९२० या विषयावर अभ्यास राजेंद्र व्होरा यांनी केला होता (१९७४). हे अभ्यास सत्तर व ऐंशीच्या दशकात झालेले आहेत. यानंतर नव्वदीच्या दशकात अभ्यास होऊ लागले. त्यामध्ये यशवंत सुमंत (१९९१), संजय पळशीकर (१९९४), विद्याधर मालेगावकर (१९९५), राजेश्वरी देशपांडे (१९९६), प्रतिमा परदेशी, सुहास कुलकर्णी, मुक्ता कुलकर्णी (२००३) यांनी राजकीय विचारांवर संशोधन केले. पुणे विद्यापीठाच्याखेरीज शिवाजी विद्यापीठात अशोक चौसाळकर यांनी राजकीय विचारांचा अभ्यास केला. लोकमान्य टिळक, आगरकर, के. सी. ठाकरे, आचार्य जावडेकर, श्री. म. माटे, महर्षी वि. रा. शिंदे, डी.डी. कोसंबी यांच्या राजकीय विचारांचा अभ्यास स्थानिक पातळीवर केला गेला. त्याआधारे व्यापक राजकीय विचार समजून घेतले गेले. या सर्व राजकीय विचारवंतांच्या राजकीय मुद्यांचे वर्गीकरण व्यापकपणे सहा चौकटीत करता येते. कारण त्या सहामुद्यांना राजकीय विचारांच्या अभ्यासात मध्यभागी ठेवले जाते. परंपरा, आधुनिकता, राष्ट्रवाद, लोकशाही, अभिजनवाद आणि मार्क्सवाद या मुद्यांना अनुसरून राजकीय अभ्यासाचे स्वरूप निश्चित होत जाते. राज्यसंस्था हा या सर्व राजकीय विचारांच्या अभ्यासाचा केंद्रबिंदू असतो. याशिवाय आर्थिक, सामाजिक व राजकीय विचारांचा अभ्यास राजकीय विचारांमध्ये केला जातो. चिद्वाद, व्यक्तिवाद, उपयोगितावाद, उदारमतवाद, मार्क्सवाद

या विचारप्रणालींचा अभ्यास ऐंशी व नव्वदीच्या दशकांपर्यंत केला जात होता. नव्वदीच्या दशकानंतर नवमार्क्सवाद, नवउदारमतवाद, समुदायवाद, बहुसंस्कृतिवाद, स्त्रीवाद, नवरचनावाद, उत्तर आधुनिकतावाद अशा विचारप्रणालींच्या संदर्भात राज्यशास्त्रात अभ्यास होऊ लागले. महाराष्ट्रात राष्ट्रवाद, विकासवाद, उदारमतवाद, आधुनिकतावाद, आंबेडकरवाद यांचा अभ्यास होत असे. त्या अभ्यासाच्या स्वरूपात बदल झाला आहे. महाराष्ट्रात जागतिकीकरण, स्त्रीवाद, पर्यावरणवाद, वितरणात्मक न्याय, सामाजिक न्याय, सकारात्मक कृती अशा विचारप्रणालींचा अभ्यास केला जातो. स्त्रीवाद या विचारप्रणालीमध्ये हिंदुत्वविचारांची चिकित्सा केली जात आहे. हिंदुत्व विचारप्रणाली म्हणून नव्वदपर्यंत अभ्यास केला गेला. त्यानंतर नवहिंदुत्व या विचारप्रणालीचा अभ्यास केला गेला. व्होरा राजेंद्र व सुहास पळशीकर यांनी 'निओ हिंदुइझम ए केस ऑफ डिस्टॉर्टेड कॉन्शस्नेस' (१९९०) या लेखात नवहिंदुत्वाचा सिद्धान्त मांडला आहे. आंबेडकरवादामध्ये लोकशाही, समाजवाद, राज्य समाजवाद या विचारांचा अभ्यास होत असे. १९९० नंतर स्वातंत्र्य, समता, न्याय व बंधुभाव यांचे सामाजिक न्यायाच्या प्रारूपात अभ्यास झाले. रावसाहेब कसबे यांनी आंबेडकरवाद आणि मार्क्सवाद यांचा तुलनात्मक अभ्यास करून, वर्ग व जात यांच्या समन्वयाचे प्रारूप मांडले. भेदभावाच्या संकल्पनेचा अभ्यास होतो. लोकशाही या विचारप्रणालीमधील सहमती किंवा संमतीच्या अभ्यासाखेरीज राजकीय संघर्ष या मूल्याचाही अभ्यास केला जातो. थोडक्यात, राजकीय विचारांचे अभ्यास बदलत्या संदर्भात केले गेले.

संदर्भसूची :

गर्गे, स. मा. (संपा.) समाजविज्ञान कोश, समाजविज्ञान मंडळ, पुणे, १९९० खंड ४.

घोष पार्थ, १९९९, बीजेपी अँड द इव्हल्यूशन ऑफ हिंदू नॅशनॅलिझम, दिल्ली, मनोहर.

फडके य. दि., १९८९, स्वातंत्र्यवीर सावरकरांची शस्त्रास्त्रांच्या वापराबद्दलची भूमिका, पुणे, संरक्षण आणि सामरिकशास्त्र विभाग, पुणे विद्यापीठ.

चौसाळकर अशोक, १९८६, नवहिंदुत्ववाद, परामर्श, खंड ८, अंक ३, पुणे, तत्त्वज्ञान विभाग, पुणे विद्यापीठ, पृ.५५-७५.

जोशी लक्ष्मणशास्त्री, राज्यशास्त्र, मराठी विश्वकोश, विश्वकोश मंडळ, महाराष्ट्र शासन १९८९, खंड १४, पृ. ७४२-७५१.

पळशीकर सुहास, १९९४, डॉ.आंबेडकरांच्या 'हिंदूकरणा'ची चिकित्सा, सातारा, डॉ. बाबासाहेब आंबेडकर अकादमी.

पळशीकर सुहास, १९९१, बहुजनसमाज विचार ते नवब्राह्मणेतरवाद, पुणे, समाज प्रबोधन पत्रिका, जानेवारी-मार्च, पृ.३०-३७.

पळशीकर सुहास, १९९६अ, नव्या शहरीकरणाचं रसायन, पुणे, अनुभव, सप्टेंबर, पृ.२-५.

पळशीकर सुहास, १९९८अ, भारतीय राजकारण वर्चस्वाकडून धुरीणत्वाकडे, समाज प्रबोधन पत्रिका, एप्रिल-मे-जून, पृ.८५-१०७.

पळशीकर सुहास, १९९८आ, जात व महाराष्ट्रातील सत्ताकारण, पुणे, सुगावा.

पळशीकर सुहास, मराठीतून राज्यशास्त्र-दोन प्रयत्न, भाषा आणि जीवन, वर्ष ६ : अंक १, १९८८, पृ. ३-१६.

पळशीकर सुहास, लोकप्रशासन, मराठी विश्वकोश १९९५, खंड १५, पृ. ७०२-७०७

पळशीकर सुहास, १९९२, आंबेडकरांचे अपहरण कशासाठी, पुणे, समाज प्रबोधन पत्रिका, जुलै-सप्टेंबर, पृ.१४५-१४९.

पळशीकर सुहास, २००४अ, समकालीन भारतीय राजकारण, काँग्रेस वर्चस्व ते हिंदू जमातवाद, पुणे, प्रतिमा प्रकाशन.

पळशीकर सुहास, १९९७, मध्यमवर्ग : भांडवलशाहीचा सांगाती, मुंबई, प्रगत दिवाळी, पृ.६८-८२.

बिरमल नितीन, १९८९, हिंदू एकता आंदोलन : महाराष्ट्रातील नवहिंदुत्ववादाचा एक अभ्यास, पुणे, राज्यशास्त्र व लोकप्रशासन विभाग, पुणे विद्यापीठ.

भार्गव राजीव, अशोक आचार्य, २०११, राजकीय सिद्धान्त परिचय, दिल्ली, पियरसन.

यादव योगेंद्र, सुहास पळशीकर, पीटर डिसूझा, लोकशाही जिंदाबाद, पुणे, समकालीन प्रकाशन.

लेले जयंत (संपा.), स्टेट अँड सोसायटी: चेंजिंग सोशल बेसेस ऑफ इंडियन पॉलिटिक्स, दिल्ली, चाणक्य.

लेले जयंत (संपा.), १९९०अ, स्टेट अँड सोसायटी: चेंजिंग सोशल बेसेस ऑफ इंडियन पॉलिटिक्स, दिल्ली, चाणक्य.

लेले जयंत, १९९५, हिंदुत्व दि इर्मजन्स ऑफ द राइट, मद्रास.

लेले जयंत, १९९०आ, महाराष्ट्रातील निवडणूक आणि मराठ्यांचे धुरीणत्व, पुणे, समाज प्रबोधन पत्रिका, एप्रिल-जून, ५७-६४.

लेले जयंत, १९९०इ, कास्ट, क्लास अँड डॉमिनन्स: पॉलिटिकल मोबिलायझेशन इन महाराष्ट्र, डॉमिनन्स अँड पॉलिटिकल पॉवर इन मॉडर्न इंडिया, व्हॉल्युम २, मुंबई, ऑक्सफर्ड युनिव्हर्सिटी प्रेस, ११५-२११.

लेले जयंत, १९८२अ, चव्हाण अँड द पॉलिटिकल इंटिग्रेशन ऑफ महाराष्ट्र, कनटेम्पोररी इंडिया, पुणे, कॉन्टिनेन्टल प्रकाशन, पृ.२९-५४.

लेले जयंत, १९८२आ, इलीट प्युरॅलिझम अँड क्लास रुल : पॉलिटिकल डेव्हलपमेंट इन महाराष्ट्र, मुंबई, पॉप्युलर प्रकाशन.

व्होरा राजेंद्र व सुहास पळशीकर, १९९०, निओ हिंदुइझम-ए केस ऑफ डिस्टॉर्टेड कॉन्शस्नेस, व्होरा, पळशीकर, (संपा.) राज्यशास्त्रकोश, दास्ताने रामचंद्र कं., पुणे ७.

Jha Shefali, 2010, Western Political Thought From Plato to Marx, Delhi, Pearson.

विभाग चार

लोकप्रशासन व सार्वजनिक धोरण

प्रकरण १०

लोकप्रशासन

डॉ. वैशाली पवार

लोकप्रशासन हा विषय राज्यशास्त्राची एक उपशाखा आहे. १९७३ मध्ये अमेरिकन पोलिटिकल सायन्स असोसिएशनने 'लोकप्रशासन' या विषयाला राज्यशास्त्राची उपशाखा म्हणून मान्यता दिली. याचाच अर्थ लोकप्रशासन ही राज्यशास्त्राची उपशाखा राहावी, असा दृष्टिकोन राज्यशास्त्र विषयाचा आहे. विसाव्या शतकाच्या पूर्वार्धात लोकप्रशासनाचे अभ्यासक हे राज्यशास्त्राचेही अभ्यासक होते. मात्र, दुसऱ्या महायुद्धानंतर प्रशासनाचा अभ्यास करणाऱ्या गटाने राज्यशास्त्रापासून अलिप्त राहण्याची भूमिका घेतली. या घडामोडींचा लोकप्रशासनावर परिणाम होऊन, लोकप्रशासन हा विषय प्रशासनशास्त्र किंवा प्रशासकीय शास्त्र या विषयाची उपशाखा बनण्याची शक्यता निर्माण झाली; म्हणजेच राज्यशास्त्राऐवजी लोकप्रशासन हा विषय प्रशासनशास्त्राची उपशाखा बनला. यानंतर वॉल्डो यांनी राज्यशास्त्र व प्रशासनशास्त्र या दोन विद्याशाखांपेक्षा लोकप्रशासन हा विषय वेगळा असल्याची भूमिका घेतली (१९६०). त्यांनी लोकप्रशासनाला एक वेगळा व स्वतंत्र अभ्यासविषय म्हणून दर्जा मिळवून देण्याचा प्रयत्न केला. त्यासाठी त्यांनी लोकप्रशासनातील 'लोक' ह्या घटकावर भर दिला. व्यवसायप्रशासनापेक्षा सार्वजनिक व्यवहारांचे प्रशासन गुणात्मकदृष्ट्या वेगळे असते, हे त्यांनी स्पष्ट केले. वॉल्डो यांच्या भूमिकेला नवलोकप्रशासन चळवळीचे पाठबळ मिळाले. त्यामुळे सत्तरीच्या दशकात एक स्वतंत्र अभ्यासविषय म्हणून लोकप्रशासनाची वेगाने वाटचाल झाली. या जागतिक घडामोडींचे परिणाम भारताच्या लोकप्रशासनावर झाले.

तीसच्या दशकात लखनौ विद्यापीठाने सर्वप्रथम लोकप्रशासनाचा राज्यशास्त्राच्या पदव्युत्तर अभ्यासक्रमातील एक विषय म्हणून समावेश केला. यानंतर मद्रास विद्यापीठाने लोकप्रशासनाचा स्वतंत्र पदविका अभ्यासक्रम सुरू केला (१९३७). यापुढे जाऊन नागपूर विद्यापीठाने प्रशासनाचा स्वतंत्र विभाग सुरू केला (१९४९). या घडामोडींवरून असे दिसते की, भारतातदेखील अमेरिकेप्रमाणे स्वतंत्र विषय म्हणून लोकप्रशासन या विषयाचा अभ्यास करण्याचा कल वाढला. त्यामुळे १९५४ मध्ये इंडियन इन्स्टिट्यूट ऑफ पब्लिक ॲडमिनिस्ट्रेशन (आयआयपीए) या संस्थेची स्थापना झाली. इंडियन इन्स्टिट्यूट ऑफ मॅनेजमेंट (अहमदाबाद), इन्स्टिट्यूट ऑफ पब्लिक एंटरप्रायझीस (हैदराबाद), महाराष्ट्र इन्स्टिट्यूट ऑफ डेव्हलपमेंट ॲडमिनिस्ट्रेशन (निडा-महाराष्ट्र), इंडियन इन्स्टिट्यूट ऑफ लोकल सेल्फ गव्हर्नमेंट (मुंबई) या संस्थांमुळे लोकप्रशासनाच्या अभ्यासाला बळ मिळाले. यामध्ये भर मसुरी व हैदराबाद येथील संस्थांनी घातली. यावरून लोकप्रशासन विषयाचे तीन कल दिसतात. एक – लोकप्रशासन ही प्रशासनशास्त्राची उपशाखा रहावी. दोन – लोकप्रशासन ही राज्यशास्त्राची उपशाखा असावी. तीन – लोकप्रशासन 'स्वतंत्र अभ्यासक्षेत्र' असावे. या पार्श्वभूमीवर लोकप्रशासनाचा अर्थ, स्वरूप व व्याप्ती समजून घेणे उचित ठरेल.

लोकप्रशासन म्हणजे काय?

प्रशासन, प्रशासनशास्त्र आणि लोकप्रशासन या संकल्पना एकमेकींशी संबंधित असल्या, तरी त्यांचे अर्थ वेगवेगळे आहेत. विशिष्ट हेतू साध्य करण्यासाठी अनेक व्यक्तींचे संचलन, संयोजन, नियंत्रण, परस्परांशी सहकार्य अशा तत्त्वांचा समावेश 'प्रशासन' या संकल्पनेत केला जातो. प्रशासन या संकल्पनेत खासगी प्रशासन, लोकप्रशासन, नागरी–लष्करी प्रशासन यांचा समावेश होतो. एवढेच नव्हे, तर कार्यकारी मंडळाच्या संदर्भात प्रशासन हा शब्द वापरला जातो. उदा. भारतीय प्रशासन-पंडित जवाहरलाल नेहरू व इंदिरा गांधी यांचे प्रशासन वेगवेगळे होते. किंवा राजीव गांधी व मनमोहन सिंग यांच्या प्रशासनात साम्य दिसते. असे शब्द वापरण्यातून प्रशासन ही संकल्पना कार्यकारी मंडळाच्या संदर्भात वापरली जाते, असे दिसते. प्रशासनात शास्त्रीयतेचा दावा केला जातो. सिद्धान्त व संकल्पना यांच्या निर्मितीबरोबरच 'उपयोगिता' या तत्त्वाचा आग्रह धरला जातो. तेव्हा प्रशासन हे प्रशासनशास्त्र बनते (पळशीकर).

प्रशासन व प्रशासनशास्त्र यांपेक्षा वेगळ्या अर्थाने लोकप्रशासनाचा अर्थ स्पष्ट केला जातो. यामध्ये 'लोक' या शब्दावर भर दिला. 'लोक' या शब्दाचा अर्थ 'राज्याचे नागरिक' असा राज्यसंस्थेच्या चौकटीत होतो. 'लोकप्रशासन' म्हणजे राज्यसंस्थेच्या सर्व नागरिकांसाठी, शासनाच्या धोरणांच्या कार्यवाहीसाठी कुशल

किंवा प्रशिक्षित सेवाशाश्वती असणारा, नियमित वेतन घेणारा सेवकवर्ग आणि त्यांची श्रेणीबद्ध रचना म्हणजे लोकप्रशासन होय. यावरून असे दिसते की, सेवकवर्ग आणि त्यांची संघटना किंवा श्रेणीबद्ध रचना या दोन मुद्द्यांचा समावेश लोकप्रशासनात होतो. व्यापक अर्थाने सर्व शासकीय व्यवहारांना लोकप्रशासन म्हणता येते (पळशीकर). शासकीय व्यवहार सार्वजनिक स्वरूपाचे असतात. सार्वजनिक हिताची किंवा कल्याणाची कार्ये पार पाडली जाणारी यंत्रणा, असा लोकप्रशासनाचा अर्थ घेतला जातो. राज्यसंस्थेच्या सार्वजनिक धोरणांची कार्यवाही करणारी यंत्रणा असा लोकप्रशासनाचा अर्थ होतो. यामुळे ल्युथर ग्युलीक यांनी लोकप्रशासन व कार्यकारी विभाग यांच्या संदर्भात लोकप्रशासनाची व्याख्या केली आहे.

लोकप्रशासनाचे स्वरूप :

लोकप्रशासनाचे स्वरूप, धोरण पूर्णत्वास नेण्यास आवश्यक असलेला भाग व व्यवस्थापकीय असलेला भाग व व्यवस्थापकीय अशा दोन चौकटीत स्पष्ट केले जाते.

१) कायद्याची तपशीलवार कार्यवाही करणे हे लोकप्रशासनाचे स्वरूप आहे. कायद्याच्या चौकटीबाहेर लोकप्रशासन जात नाही.

२) सार्वजनिक धोरणांची कार्यवाही / अंमलबजावणी हेच लोकप्रशासनाचे मुख्य स्वरूप असले, तरी लोकप्रशासन सार्वजनिक धोरणनिश्चिती प्रक्रियेत भाग घेते. काटेकोरपणे प्रशासन हे धोरण ठरविण्याच्या प्रक्रियेपासून अलिप्त असेल, तरी प्रत्यक्षात त्यांच्याकडील प्रशासकीय तज्ज्ञतेमुळे प्रशासकीय अधिकारी धोरणनिश्चितीच्या प्रक्रियेवर प्रभाव टाकतात.

३) लोकप्रशासनाचा व्यवहार हा 'ना नफा' या तत्त्वावर चालतो. त्यामुळे खासगी प्रशासनापेक्षा अनेक बाबतीत लोकप्रशासन वेगळे असते. मात्र, त्यांची कार्यपद्धती व संघटनेचे तत्त्व सारखेच असल्याचे दिसते.

नवसार्वजनिक व्यवस्थापन :

१९८० नंतरची सरकारची धोरणे, आधुनिकीकरण आणि अधिक प्रभावशाली सार्वजनिक क्षेत्र हा अर्थ नवीन सार्वजनिक व्यवस्थापनाचा आहे. या संकल्पनेचा मूळ अभ्युपगम असा आहे की, बाजारसन्मुख सार्वजनिकक्षेत्राचे स्वरूप तयार करणे. स्पर्धात्मकता आणि व्यावसायिकता यांना या संकल्पनेत महत्त्वाचे स्थान होते.

'डिजिटल युग शासन' हा विचार नवीन सार्वजनिक व्यवस्थापनास संवाद करत उदयास आला. २०००-०५ या दरम्यान Dunleavy, हेलेटन, Margetts या लेखकांनी Digital Era Governance : IT Corporations, the State and

E-Government (२००६) हे पुस्तक संपादित केले. Patric Dunleavy हे राज्यशास्त्र आणि सार्वजनिक धोरणाचे 'लंडन स्कूल ऑफ इकॉनॉमिक्सचे' प्राध्यापक आहेत. त्यांनी विवेकी निवड, नोकरशाही आणि डिजिटल युग शासन या संकल्पना लोकप्रशासनात मांडल्या आहेत. या पुस्तकात एकीकरण (reintegration) गरजेवर आधारित (needs-based holism) आणि डिजिटलीकरण (डिजिटल संग्रह आणि शासनाने संसूचनांसाठी बदल करण्यासाठी इंटरनेटची क्षमता विकसित करणे) ही तीन प्रमुख तत्त्वे मांडली आहेत. यांपैकी एकीकरण हे तत्त्व सरकारच्या नियंत्रणाशी संबंधित आहे. अमेरिकेतील सुरक्षिततेचा या मुद्द्याला एक संदर्भ आहे. गरजेवर आधारित तत्त्वामध्ये वेगवेगळ्या ग्राहकांच्या समूहांच्या आसपास सरकारचे संघटन उभे करणे हा अर्थ अभिप्रेत आहे (Patric K Dunleavy, Helen Margetts, ed.) (Digital Era Governance : IT Corporations, the State and E-Government, Oxford University press, 2006. U.K.).

लोकप्रशासनाच्या व्याख्या :

लोकप्रशासनाचे स्वरूप व्यापक व संकुचित अशा दोन पद्धतींनी व्याख्यांमधून दिसून येते. एल. डी. व्हाईट यांनी व्यापक अर्थाने लोकप्रशासनाची व्याख्या मांडली आहे.

१) कायद्याची सविस्तर किंवा तपशीलवार आणि पद्धतशीर अंमलबजावणी किंवा कार्यवाही करणे, म्हणजे लोकप्रशासन होय.–वुड्रो विल्सन (Public Administration is a detailed and systematic application of Law.)

२) 'लोकप्रशासनात अशा सर्व कृतींचा आणि कार्याचा समावेश केला जातो, ज्यांचा उद्देश सार्वजनिक धोरणांची पूर्तता किंवा कार्यवाही करणे हा असतो.' एल. डी. व्हाईट

३) 'लोकप्रशासनाचा संबंध शासनसंस्थेच्या कार्यकारी विभागाशी येत असतो. कार्यकारी विभागाद्वारे शासनाचे कार्य राबविले जाते. या अर्थाने लोकप्रशासन कार्यकारी विभागाचा विस्तार असतो.' ल्यूथर ग्यूलक

'Public Administration is that part of the science of Administration which has to do with government and, thus, concerns itself primarily with the Executive branch, where the work of the government is done, though there are, obviously, administrative problems also in connection with the legislative and judicial branches' (Avasthi, Maheshwari P.P. 5-6).

लोकप्रशासनाची व्याप्ती (Scope of Public Administration) :

लोकप्रशासनाची व्याप्ती व्यापक व संकुचित अशा दोन प्रकारे स्पष्ट केली जाते. हेन्री फेयॉल व ल्यूथर ग्यूलक या विचारवंतांनी लोकप्रशासनाची व्याप्ती संकुचित स्पष्ट केलेली आहे. वॉलकर व एल. डी. व्हाईट यांनी लोकप्रशासनाची व्याप्ती व्यापकअर्थाने स्पष्ट केली आहे.

लोकप्रशासनाची व्याप्ती पुढीलप्रमाणे-

१) सार्वजनिक प्रशासनयंत्रणा कोणकोणत्या कृती करतात, यांचा त्यामध्ये समावेश होतो.

२) प्रशासनयंत्रणेची रचना कशी असते, तिने कोणत्या जबाबदाऱ्या स्वीकाराव्यात, यांचा समावेश व्याप्तीमध्ये होतो.

३) प्रशासकीय संघटनेची तत्त्वे, संघटनाविषयक सिद्धान्त हा लोकप्रशासनाचा एक महत्त्वाचा घटक आहे.

४) व्यवस्थापन, नेतृत्व व कार्यकारी प्रमुख आणि त्यांचे स्थान यांचा प्रशासनात अभ्यास केला जातो.

५) आर्थिक प्रशासन या उपविषयात आर्थिक धोरणांच्या अंमलबजावणीचे प्रश्न, आर्थिक नियोजन, अर्थव्यवहारांचे नियंत्रण, मूल्यमापन यांचा समावेश होतो. शासनाने आखलेली आर्थिक धोरणे लोकप्रशासनामार्फत अमलात आणली जातात. लेखापरीक्षा, मूल्यमापन आणि आर्थिक नियंत्रण यांचाही अभ्यास लोकप्रशासनाच्या व्याप्तीमध्ये होतो.

६) प्रशासकवर्गाची भरती, तसेच प्रशिक्षण यांचाही समावेश यामध्ये होतो.

१८८७ साली राज्यशास्त्राचे प्राध्यापक व अमेरिकेचे राष्ट्राध्यक्ष वुड्रो विल्सन यांनी शासन आणि प्रशासन हे दोन स्वतंत्र विषय आहेत, असे म्हटले. प्रशासनाच्या प्रश्नांचा स्वतंत्र विचार केला जावा, याकडे त्यांनी पहिल्यांदा लक्ष वेधले. विसाव्या शतकामध्ये अमेरिकेमध्ये तटस्थ व शास्त्रीय पद्धतीने प्रशासनाचा अभ्यास सुरू झाला.

१) प्रशासकीय सिद्धान्त :

प्रशासनाची काही सार्वत्रिक कार्ये असतात. कोणत्याही समाजामध्ये, कोणत्याही परिस्थितीमध्ये प्रशासनाची तत्त्वे अस्तित्वात असतात, त्यांना 'मूलभूत तत्त्वे' असे म्हणता येते, असा विचार ल्यूथर ग्यूलक आणि लिंडल उर्विक यांनी मांडला. नियोजन, संघटन, सेवकनियुक्ती मार्गदर्शन, सुसूत्रीकरण, वृत्तान्त निवेदन आणि मूल्यमापन, अर्थसंकल्प ही प्रशासनाची मूलभूत तत्त्वे आहेत. पोस्टकॉर्ब या नावाने ही तत्त्वे

ओळखली जातात. कोणतीही संघटना ही तत्त्वे स्वीकारल्याशिवाय सुरळीतपणे चालू शकत नाही, हा विचार ग्यूलक यांनी मांडला.

दुसऱ्या महायुद्धानंतर संघटनेच्या कार्यात्मक तत्त्वांप्रमाणेच रचनात्मक तत्त्वेही पाळली पाहिजेत, असा विचार मांडला गेला. लेनर्ड व्हाईट, हेन्री फेयॉल या विचारवंतांनी या विचारांचा पुरस्कार केला. श्रेणीबद्ध रचना, नियंत्रण कक्षा, आज्ञैक्य आणि विकेंद्रीकरण ही ती तत्त्वे आहेत. प्रशासनात कामांची व पदांचीही विभागणी असते. यातून श्रेणीबद्ध रचना तयार होते. प्रत्येक पातळीवरती सेवकांची जबाबदारी निश्चित असते. निर्णय व व्यवस्थापन वरिष्ठ पातळीवर होते, तर पर्यवेक्षण व सुसूत्रीकरण मध्यम पातळीवरती होते. क्रमवार कार्यपद्धती श्रेणीबद्ध रचनेतून निर्माण होते (पळशीकर : ७०२ ते ७०७).

१) **विकेंद्रीकरण :** अधिकार व कामाचे नियोजन / विकेंद्रीकरण केल्याने अधिकारांचा गैरवापर टाळता येतो.

२) **नियंत्रणकक्षा :** एका पदाधिकाऱ्याने किती कनिष्ठांवर प्रत्यक्ष नियंत्रण ठेवावे, यास नियंत्रणकक्षा असे म्हटले जाते. नियंत्रणकक्षा मर्यादित असल्यास नियंत्रणक्षमता व नियंत्रणाची गुणवत्ता वाढते.

३) **आज्ञैक्य :** एका सेवकाला एकाच पदाकडून आदेश मिळणे, यास आज्ञैक्य असे म्हणतात. विविध यंत्रणा व पदाधिकाऱ्यांकडून आज्ञा केल्या जात असतील, तर त्याच्या अंमलबजावणीमध्ये व सुसूत्रीकरणामध्ये बाधा निर्माण होते.

हर्बर्ट सायमन, सी. इवाइट वॉल्डो व रॉबर्ट डाल यांनी या तत्त्वांच्या मर्यादा स्पष्ट केल्या. प्रशासनाची सार्वजनिक अशी तत्त्वे नसतात, असे त्यांचे म्हणणे होते. एक तत्त्व पाळल्याने दुसऱ्याला छेद जातो. त्यामुळे ही तत्त्वे संघटनानिर्मितीचा आधार ठरू शकत नाहीत, असे त्यांनी म्हटले.

फ्रेडरिक टेलर यांनी संघटनाविषयक शास्त्रीय व्यवस्थापन सिद्धान्त मांडला. सेवकांची कार्यक्षमता वाढेल, अशी कार्यपद्धती संघटनेने स्वीकारली पाहिजे. व्यक्ती-व्यक्तींमधील संबंध, भावना, आवडी-निवडी यांना या सिद्धान्तात महत्त्व नाही. ठराविक तत्त्वांची शास्त्रीय पद्धतीने अंमलबजावणी करण्यातून सेवकांची कार्यक्षमता वाढते, असे या सिद्धान्ताचे म्हणणे होते. टेलरचे हे विचार मुख्यत: औद्योगिक व्यवस्थापनाशी संबंधित होते. कार्यक्षमता ही फक्त यांत्रिक घटकांवरच अवलंबून असते, हा विचार या सिद्धान्तातून प्रशासनात रुजला.

प्रशासकीय संबंध व्यक्तिनिरपेक्ष, कामाची ठराविक पद्धत, कामामध्ये नियमितता,

संघर्ष वरिष्ठ पातळीवरतीच सोडविणे, वरिष्ठांबद्दल आदर व निष्ठा यांना औपचारिक किंवा यांत्रिकी दृष्टिकोनात महत्त्व असते.

दुसऱ्या महायुद्धानंतर प्रशासनाच्या यांत्रिकी दृष्टिकोनाला आव्हान दिले गेले. प्रशासन हा मानवी व्यवहारांचा एक भाग मानून, प्रशासनामध्ये मानवी व्यवहारांना महत्त्व देणारा सिद्धान्त मांडला गेला. केवळ शास्त्रशुद्ध व्यवस्थापनामुळे प्रशासनाची कार्यक्षमता वाढते, असे नाही, तर इतरही अनेक घटक त्यास जबाबदार असतात. संघटनेची रचना औपचारिक करण्यापेक्षा अनौपचारिक करण्यावरती हा दृष्टिकोन भर देतो. संघटना बंदिस्त व अतिऔपचारिक नसावी. संघटना व तिचे सामाजिक पर्यावरण यांचा एकत्रित विचार करणारा पर्यावरणलक्ष्यी सिद्धान्त मांडला गेला. एल्टन मेयो यांनी प्रशासकीय कार्यक्षमता व सेवकांची मानसिकता यांचा संबंध स्पष्ट केला. त्यानंतर लोकप्रशासनामध्ये मानसशास्त्रीय व सामाजिक घटकांच्या अभ्यासाला सुरुवात झाली.

हर्बर्ट सायमन यांनी संघटनेच्या अनौपचारिक रचनेवर भर दिला. प्रशासकीय सिद्धान्तामध्ये त्यांनी वर्तनवादी विचार मांडले. निर्णयाची निर्मिती ही रचनेत नसते, तर व्यक्तीच्या मनामध्ये असते, या त्यांच्या विचारातून संघटनेच्या पर्यावरणाला महत्त्व प्राप्त झाले.

२) सेवकप्रशासन आणि नोकरशाही :

सेवकप्रशासनामध्ये सेवकवर्ग कसा असावा, त्याची नेमणूक कोणत्या पद्धतीने केली जावी, त्यांच्यावरती नियंत्रण कसे ठेवावे, यांचा समावेश होतो. प्रशासकीय सेवकवर्गाची विभागणी तीन प्रकारे केली जाते. एक – कार्यकारी अभिकरण (लाइन एजन्सी), दोन – सल्लागार अभिकरण (स्टाफ एजन्सी), तीन – साहाय्यक अभिकरण. या तिन्हींच्या कामाच्या स्वरूपात फरक असतो. लाइन एजन्सीचा बाह्य जगाशी संबंध असतो, तर उरलेल्या दोन घटकांचा संबंध लोकांशी नसतो, तसेच प्रत्यक्ष अंमलबजावणीशी नसतो. सेवकभरती ही गुणवत्तेच्या आधारे व सर्वांसाठी खुली असावी, हे तत्त्व आज सर्वत्र स्वीकारलेले दिसते. सेवकवर्गाला सार्वजनिक हिताची जाण असावी, तो सत्तास्पर्धेपासून दूर असावा, त्याच्याकडे व्यवस्थापनकौशल्ये असावीत; यासाठी त्याची निवड नि:पक्षपातीपणे होणे गरजेचे आहे. चांगले प्रशासन लोकांना मिळण्यासाठी या सर्व घटकांचा अभ्यास गरजेचा आहे (पळशीकर : ७०२ ते ७०७).

मॅक्स वेबर यांनी 'नोकरशाही' ही संकल्पना प्रथम मांडली. नोकरशाही हा संघटनेचा एक प्रकार आहे. लोकप्रशासनामध्ये नोकरशाहीऐवजी सनदी सेवक, प्रशासन असे शब्दप्रयोग वापरले जातात. लोकप्रशासन नोकरशाहीचा अभ्यास करण्याऐवजी

सेवकांची भरती, प्रशिक्षण, बढती यांचा अभ्यास करते.

आधुनिक काळात नोकरशाहीचा धोरण-प्रक्रियेतील सहभाग वाढला आहे, त्यामुळे लोकांचा शासनातील सहभाग अशक्य झाला आहे. ज्यांचे नोकरशाही यंत्रणेवर नियंत्रण आहे, त्यांच्या हातामध्ये सर्व सत्ता केंद्रित झालेली आहे. नोकरशाहीचे महत्त्व वाढत असताना तिची गुणवत्ता, सेवाभाव व मानवतावादी दृष्टिकोन लोप पावत आहे. नोकरशाही रचनेमध्ये संपूर्ण समाजाचे प्रतिनिधित्व नसते. मध्यमवर्गाचे त्यावरती नियंत्रण असते. यातूनच हॅरी कॅन्झ, सॅम्युएल किस्लाव्ह या अभ्यासकांनी प्रातिनिधिक नोकरशाहीचा विचार मांडला. नोकरशाही अधिक संवेदनक्षम आणि लोकाभिमुख बनविणे हा प्रातिनिधिक नोकरशाहीचा उद्देश आहे. लोकसमित्या, सल्लागार समित्या यांमार्फत नोकरशाही प्रातिनिधिक स्वरूपाची बनविणे शक्य आहे. यामुळे जलद निर्णय, सामाजिक न्याय व अधिक चांगल्या सेवा देता येतील.

३) विकासक्रम :

राजकीय नेते निर्णय घेतात, धोरण ठरवितात व प्रशासनाने त्याची अंमलबजावणी करावयाची असते; या तत्त्वावरती सुरुवातीला लोकप्रशासनाचा विकास झाला. १९२६ साली लेनर्ड व्हाईट यांनी लिहिलेल्या पुस्तकापासून मूल्यरहित अशा शास्त्रशुद्ध प्रशासनाचा विचार पुढे आला. व्हाईट, विल्यम एफ. विलबी, उर्विक ग्यूलक, आरी फायॉल या अभ्यासकांनी लोकप्रशासन हा शास्त्रीय अभ्यासविषय मानून प्रशासनाची शास्त्रीय तत्त्वे व सार्वजनिक सिद्धान्त यांची मांडणी केली. लोकप्रशासनाच्या विकासाच्या पहिल्या टप्प्यात राज्यशास्त्र व लोकप्रशासन यांच्यामध्ये केलेला फरकाचा पुनर्विचार सुरू झाला. प्रशासन कोणत्याही प्रकारचे असले, तरी ते सर्वत्र सारखेच असते, त्याची अभ्यासपद्धती एकच असते, असा विचार पुढे आला. प्रशासनाचा अभ्यास अधिक वर्तनलक्ष्यी व विविधतापूर्ण झाला (पळशीकर : ७०२ ते ७०७).

४) तुलनात्मक लोकप्रशासन :

प्रत्येक समाजाची संस्कृती वेगवेगळी असते; त्यामुळे प्रत्येक समाजातील लोकप्रशासनाची रचना, जबाबदाऱ्या, प्रशासकांचे वर्तन यांचे स्वरूपही वेगळे असते, असा विचार १९४५ नंतर मांडला गेला. फ्रेडरिग्ज यांच्या नेतृत्वाखाली 'अमेरिकन सोसायटी फॉर पब्लिक ॲडमिनिस्ट्रेशन' या संस्थेने १९६३ मध्ये तुलनात्मक लोकप्रशासनाचा अभ्यास करण्यास सुरुवात केली. तुलनात्मक अभ्यासामुळे अमेरिकन लोकप्रशासनाच्या अभ्यासाबरोबरच तिसऱ्या जागतिक लोकप्रशासनाचा अभ्यास केला जाऊ लागला. अमेरिकेतील फोर्ड प्रतिष्ठानने विकसनशील देशांच्या प्रशासनाचा

अभ्यास करण्यासाठी आर्थिक मदत दिल्याने, तुलनात्मक लोकप्रशासनाबरोबरच विकासप्रक्रियेचादेखील लोकप्रशासनाच्या चौकटीत अभ्यास सुरू झाला. धोरणप्रक्रियेतील वेगवेगळे प्राधान्यक्रम, त्यांमागील नैतिक प्रश्न, विकासप्रक्रियेतील प्रशासनाची भूमिका यांचा अभ्यास तुलनात्मक लोकप्रशासनात होऊ लागला (पळशीकर : ७०२ ते ७०७).

५) विकासलक्ष्यी प्रशासन :

आधुनिक काळात लोककल्याण व विकासाची जबाबदारी लोकप्रशासनावरती आहे. वाढत्या जबाबदाऱ्या पूर्ण करण्यासाठी नवी प्रशासकीय रचना निर्माण करावी लागली. प्रशासनाची नवी भूमिका, त्यासाठी लागणारी कौशल्ये यांचा अभ्यास लोकप्रशासनात होऊ लागला. विकसनशील देशांमध्ये शासन तसेच आंतरराष्ट्रीय संस्थांच्या आर्थिक मदतीमुळे नियोजन, विकासाची प्रारूपे यासंबंधी लोकप्रशासनात संशोधन होत आहे. या अभ्यासाला 'विकासलक्ष्यी प्रशासन' असे म्हटले जात आहे. सुरुवातीला विकासलक्ष्यी प्रशासनात केवळ विकासाच्या आर्थिक बाजूवर भर दिला; परंतु नंतर विकासाच्या गुणात्मक परिणामांचा व सामाजिक परिणामांचाही विचार केला जाऊ लागला. आज लोकप्रशासनाच्या व्याप्तीचा एक महत्त्वाचा घटक म्हणून विकासलक्ष्यी प्रशासनाकडे पाहिले जात आहे (पळशीकर : ७०२ ते ७०७).

६) नवलोकप्रशासन :

लोकप्रशासनाच्या अभ्यासाला विशिष्ट दिशा देऊ पाहणारी एक चळवळ म्हणून नवलोकप्रशासनाकडे पाहिले जाते. प्रद्यसार्थवादविरोध, तांत्रिकताविरोध आणि पदसोपानविरोध ही नवलोकप्रशासनाची वैशिष्ट्ये आहेत. १९६८ नंतर ड्वाइट वॉल्डो, जॉर्ज फ्रेडरिकसन या अभ्यासकांनी लोकप्रशासन अधिक मानवकेंद्रित करण्यावरती भर दिला; नैतिकतेला प्राधान्य, मूल्याधिष्ठित प्रशासन या विचारांना चालना मिळाली. वेबरच्या प्रशासनाच्या प्रारूपाचा अतिरेक कमी करण्याचा प्रयत्न नवलोकप्रशासनाने केला (पहा नवलोकप्रशासन).

७) सार्वजनिक धोरण :

सार्वजनिक धोरण ही एक राज्यशास्त्रातील उपविद्याशाखा आहे. सार्वजनिक धोरण या विद्याशाखेच्या उदयाची बीजे सामाजिक शास्त्राच्या अभ्यासक्षेत्रात व संकल्पनांमध्ये आहेत. त्यामुळे धोरणविश्लेषणापेक्षा व्यापक व सर्वसमावेशक अर्थाने सार्वजनिक धोरण ही संकल्पना वापरली जाते. अर्थशास्त्र, समाजशास्त्र, राजकीय अर्थशास्त्र, कार्यक्रम मूल्यमापन, धोरण विश्लेषण आणि सार्वजनिक व्यवस्थापन

इत्यादी सामाजिक शास्त्रांमध्ये सार्वजनिक धोरण या विद्याशाखेचे आधार मिळतात; परंतु, प्रामुख्याने राज्यशास्त्र व लोकप्रशासन या दोन विद्याशाखांमधून ही नवी शाखा पुढे आली आहे.

नवलोकप्रशासन :

१९७० नंतर अमेरिकेत 'नवलोकप्रशासन' मांडले गेले. लोकप्रशासनाच्या दृष्टिकोनात परिवर्तन व्हावे, म्हणून अमेरिकेतील प्रशासक आणि प्रशासनाचे अभ्यासक यांनी प्रयत्न केले. ड्वाइट वॉल्डो हे नवलोकप्रशासनाचे एक प्रणेते मानले जातात.

मिनो ब्रुक परिषद १९६८ साली न्यूयॉर्क राज्यातील सिरॅक्युज विद्यापीठात झाली. 'नवीन लोकप्रशासनाकडील प्रवास मिनो ब्रुक परिदृष्टी' हा ग्रंथ Frank Marini यांनी संपादित केला. यावरून असे दिसते की, लोकप्रशासनातील अभिजात सिद्धान्त आणि विचार यांना नवलोकप्रशासनाच्या अभ्यासकांनी स्पष्टपणे विरोध केला. पदसोपान, आज्ञैक्य, संयोजन, नोकरशाही (मॅक्स वेबरप्रणीत) इत्यादी संघटनात्मक संरचनांच्या मर्यादा नवलोकप्रशासनाने स्पष्ट केल्या. एवढेच नव्हे तर औपचारिक संचरण व कार्यकारी नेतृत्वाच्या संकल्पनांच्या मर्यादाही नवलोकप्रशासनाने स्पष्ट केल्या. म्हणजेच अभिजात सिद्धान्त, संकल्पना व विचारांबरोबर नवअभिजात सिद्धान्त, संकल्पना व विचार यांच्या मर्यादा नवलोकप्रशासन चळवळीत मांडल्या गेल्या. थोडक्यात, समकालीन समस्या सोडविण्यासाठी अभिजात व नवअभिजात सिद्धान्ताला यश आले नाही. ही अभिजात व नवअभिजात सिद्धान्ताची मर्यादा पार करण्याचा प्रयत्न नवलोकप्रशासनाने केला. अशाप्रकारचा प्रयत्न या अगोदर मानवी संबंध स्कूल व प्रशासकीय वर्तन किंवा निर्णयनिर्मिती (हर्बर्ट सायमन) या विचारप्रवाहाने केला होता. हा विचार एका अर्थाने अभिजात सिद्धान्ताच्या मर्यादा भेदण्याचा प्रयत्न होता. परंतु, मानवी संबंध स्कूलला अपयश आले. याची दोन कारणे होती. एक- मानवी संबंध स्कुलचा समावेश लोकप्रशासनाच्या सीमावर्ती भागात झाला. या प्रारूपाचा समावेश लोकप्रशासनाच्या मध्यवर्ती अभ्यासक्षेत्रात झाला नाही. दोन- मानवी संबंध प्रारूप हे खासगी प्रशासनाच्या संशोधनातून पुढे आले होते. त्यामुळे मानवी संबंध प्रारूपाचा तसा थेट संबंध लोकप्रशासनाशी नव्हता. त्यामुळेही अभिजात व नवअभिजात सिद्धान्ताची मर्यादा मानवी संबंध प्रारूपास भेदता आली नाही. म्हणजेच अभिजात सिद्धान्तात प्रशासकीय कार्यक्षमता असते आणि राजकारण व प्रशासन वेगवेगळे असते, अशा दोन मुद्द्यांवर अभिजात सिद्धान्तात भर होता. याला भेदण्याचे काम मानवी संबंध प्रारूपाला करता आले नाही. नवलोकप्रशासनाने हे काम करण्याची चळवळ राबविली.

नवलोकप्रशासनाने नोकरशाही, पदसोपान, आज्ञैक्य, संयोजन या घटकांमध्ये कार्यक्षमता नाही; अशी ठाम भूमिका घेतली होती. लोकप्रशासन व सार्वजनिक धोरण यांच्या संबंधाचा मुद्दा या चळवळीत महत्त्वाचा होता. लोकप्रशासन व सार्वजनिक धोरण हे एकरूप आहे का? लोकप्रशासन व सार्वजनिक धोरण हे एकरूप मानले, तर लोकप्रशासनाचे महत्त्व जास्त राहते व राजकारणाचे महत्त्व कमी राहते; तर दुसऱ्या बाजूला लोकप्रशासन व सार्वजनिक धोरण वेगवेगळे मानले, तर राजकारणाचे स्थान लोकप्रशासनाच्या तुलनेत जास्त राहते व लोकप्रशासनाचे स्थान दुय्यम राहते. अशी लोकप्रशासनाची कोंडी झाली होती. ती फोडण्याचा प्रयत्न नवलोकप्रशासनाने केला गेला. थोडक्यात, अभिजात सिद्धान्त, लोकप्रशासन व राजकारण यांची फारकत झाली होती. ती कमी करण्याचा प्रयत्न नवलोकप्रशासनात झाला.

जॉन सी. हॅनी (१९६७) यांच्या अध्यक्षतेखाली अमेरिकेतील लोकप्रशासनाने एक समिती स्थापन केली होती. या समितीने लोकप्रशासनाचा अभ्यास व प्रशासनाची स्वायत्तता या विषयांवर अभ्यास केला. लोकप्रशासनाचे कार्यक्षेत्र व्यापक करावे; लोकप्रशासनात कायदेमंडळ, कार्यकारी मंडळ व न्यायमंडळ यांचा समावेश करावा, अशी भूमिका मांडली. याशिवाय संशोधनासाठी विद्यापीठांना अनुदान देणे, राष्ट्रीय लोकसेवा आयोग स्थापन करावा व शिष्यवृत्त्या द्याव्या, अशी मते मांडली होती.

फिलाडेल्फिया परिषद जेम्स सी चार्ल्सवर्थ यांच्या अध्यक्षतेखाली झाली (१९६७). लोकप्रशासनाची व्याख्या व व्याप्ती ठरविणे अवघड आहे, धोरणनिर्मिती आणि लोकप्रशासन यांच्यात फरक आहे, लोकप्रशासनाचे व व्यावसायिक प्रशासनाचे प्रशिक्षण वेगवेगळे असावे, संघटनेतील श्रेणीबद्ध रचनेचे तत्त्व अयोग्य आहे; लोकप्रशासनात मानसशास्त्रीय, समाजशास्त्रीय व वित्तीय घटकांचा समावेश करावा, भावी प्रशासकांना व्यावसायिक प्रशिक्षण द्यावे, अशी मते फिलाडेल्फिया परिषदेत मांडली होती.

मिन्नोब्रुक परिषदेत (१९६८) लोकप्रशासनाने वैचारिकतेवर अधिक भर द्यावा व लोकप्रशासन परिवर्तनाचे साधन असून परिस्थितीनुसार बदलावे, अशी भूमिका मांडण्यात आली. फ्रँक मॅरिनी, वॉल्डो सी. ड्वाईट यांनी नवलोकप्रशासनाची भूमिका मांडली. The Administrative State (१९४८) या ग्रंथात नवलोकप्रशासनाबद्दलची मते वॉल्डो यांनी मांडली. या पुस्तकात त्यांनी नवलोकप्रशासनाबद्दल विचार मांडतानाच लोकप्रशासनातील परिवर्तनाचा पुरस्कार केला. वॉल्डो यांनी नवलोकप्रशासनाला दोन पद्धतींनी योगदान दिले.

एक–कार्यक्षमता आणि परिणामकारकता यांच्यातील भर कमी करून

लोकप्रशासनाचे शास्त्र निर्माण करण्यात त्यांनी योगदान दिले.

दोन-राज्यशास्त्र आणि व्यवसाय-प्रशासन यांच्यापेक्षा लोकप्रशासनाचा वेगळेपणा वॉल्डो यांनी मांडला. वॉल्डो हा ग्यूलकच्या विचारांचा विरोधक मानला जातो. प्रशासनात व्यक्तींना सेवक आणि ग्राहक यांना महत्त्वाचे स्थान असले पाहिजे, मानवी संबंधांना प्राधान्य असले पाहिजे आणि लोकप्रशासन हे सेवाभिमुख असले पाहिजे, असा आग्रह वॉल्डोने धरलेला होता. अमेरिकेत राज्यशास्त्रात लोकप्रशासनाला दुय्यम वागणूक मिळते. याकडे लक्ष वेधून त्याने स्वतंत्र अशा लोकप्रशासन शास्त्राच्या विकासावर भर दिला. खासगी नफ्यावर लक्ष केंद्रित करणाऱ्या व्यवसाय-प्रशासनापेक्षा लोकप्रशासन वेगळे आहे; असेही त्याने सुचविले (व्होरा, पळशीकर : ३०६).

लोकप्रशासनाच्या दृष्टिकोनात परिवर्तन व्हावे, यासाठी १९७० नंतरच्या काळात केले गेलेले प्रयत्न 'नवलोकप्रशासन' म्हणून ओळखले जातात. ह्या प्रयत्नांमध्ये अमेरिकेतील काही प्रशासक व प्रशासनाचे अभ्यासक यांनी भाग घेतला. प्रशासन हे शास्त्र बनविण्याच्या प्रयत्नांमध्ये प्रशासकीय तंत्रे, नियोजन, कार्यक्षमता इ.वर अवास्तव भर दिला जातो. त्याऐवजी सामाजिक समता, लोककल्याण यांच्यावर प्रशासनाचा भर असावा; असा नवलोकप्रशासनाचा आग्रह आहे. प्रशासकीय कार्यपद्धतीपेक्षा प्रशासनाची सेवा ज्यांना मिळते, त्यांच्या गरजा आणि अपेक्षा महत्त्वाच्या असतात. व्यावसायिक प्रशासनापेक्षा प्रशासनातील 'लोक' हा घटक महत्त्वाचा असतो, ह्यावर नवलोकप्रशासनाने भर दिला आणि प्रशासकीय व्यवस्थापनातील यांत्रिकता दूर करून लोकप्रशासनाची प्रतिष्ठा वाढविण्याचा प्रयत्न केला (व्होरा, पळशीकर : १२७).

लोकप्रशासनातील समकालीन प्रश्न :

सार्वजनिक–खासगी भागीदारी (Public-Private Partnership) :

सार्वजनिक सुविधा व पायाभूत सेवा-सुविधा पुरवण्यासंबंधी खासगी क्षेत्र व सरकार यांच्यामध्ये झालेला करार म्हणजे 'सार्वजनिक-खासगी' भागीदारी होय. खासगी क्षेत्रातील व्यवस्थापकीय कौशल्यांचा वापर करून सरकार सामाजिक अग्रक्रम ठरविते. सरकार आणि एक किंवा अनेक खासगी व्यक्ती किंवा क्षेत्र यांच्यामधील भागीदारीतून सरकारी सेवा किंवा खासगी व्यवसायाचा उदय होतो. सार्वजनिक क्षेत्रातील अधिसत्ता व खासगी पक्ष यांच्यातील करार म्हणजे 'सार्वजनिक-खासगी भागीदारी' होय. खासगी पक्ष सार्वजनिक सेवा पुरवितो. आर्थिक, तांत्रिक व प्रत्यक्ष कामामधील धोका खासगी क्षेत्र उचलते. काही प्रकारच्या सार्वजनिक-खासगी भागीदारीमध्ये सेवांसाठी वापरली जाणारी किंमत फार मोठी असते. अशावेळी त्यांचा सरकारला कर

भरावा लागत नाही. खासगी क्षेत्राने भांडवल गुंतवणूकही काही बाबी विचारात घेऊन केलेली असते. खासगी क्षेत्र गुंतवणूक करताना सरकारशी करार करते. सेवा उपलब्ध करून देण्यासाठी जो खर्च येईल किंवा किंमत होईल, ती संपूर्ण किंवा काही प्रमाणात सरकारने करावी, असा करार यामध्ये झालेला असतो. सरकारदेखील या भागीदारीला वेगवेगळ्या पद्धतीने मदत करत असते. या प्रकल्पाचा उद्देश सार्वजनिक वस्तू किंवा सेवा पुरविणे, हा असतो. उदा. पायाभूत सेवासुविधांचे क्षेत्र. यांमध्ये सरकार काहीवेळेला अनुदान उपलब्ध करून देते. यामुळे खासगी गुंतवणूकदारांना त्यामधून सार्वजनिक क्षेत्रांमध्ये गुंतवणूक करण्याबाबत आकर्षण निर्माण होते. काही वेळेस सरकार रेव्हेन्यूच्या स्वरूपात प्रकल्पांना पाठिंबा देते, तर काही वेळेला करामध्ये सूट देते. काही वेळेला काही निश्चित कालावधीसाठी रेव्हेन्यूसाठी अनुदान पुरविते. विशिष्ट उद्दिष्टांचा वाहक म्हणून खासगी क्षेत्राकडे पाहिले जाते. कराराच्या कालावधीमध्ये विकास करणे, बांधणे, देखभाल करणे व चालविणे—ही कामे खासगी क्षेत्राला करावी लागतात. ज्या प्रकल्पांमध्ये सरकारने गुंतवणूक केलेली असते, त्यांमध्ये खासगी क्षेत्रांचादेखील वाटा असतो. बांधकाम व्यावसायिक, देखभाल करणारी कंपनी व बँक यांच्याशी सरकार करार करते. खासगी क्षेत्र सरकारबरोबरच्या करारावर स्वाक्षरी करते, तर उपव्यावसायिक सेवा-सुविधा बांधतात किंवा निर्माण करतात आणि देखभालही करतात. पायाभूत सेवा-सुविधा क्षेत्रामध्ये गुंतवणूक करताना जो करार केला जातो, त्यातून पैसा मिळेल, अशी शाश्वती असेल तर सार्वजनिक-खासगी भागीदारीमध्ये मुख्य उमेदवार हाच प्रकल्पाला आर्थिक साहाय्य देतो. उदा. खासगी व्यावसायिकाने दवाखाना बांधण्यासाठी आर्थिक साहाय्य करणे आणि नंतर तो दवाखाना अधिसत्तेला सुपूर्त करणे. खासगी गुंतवणूकदार जमीनदार असल्याप्रमाणे कृती करतो. तसेच वैद्यकीय सोडून सर्व प्रकारच्या सेवा-सुविधा पुरवितो आणि हॉस्पिटल केवळ वैद्यकीय सेवा पुरविते. शासनाच्या नियंत्रणाखालील आर्थिक, व्यापारी किंवा औद्योगिक व्यवहारांना 'सार्वजनिक उद्योग' म्हणतात. त्यांच्यावर पूर्णपणे शासनाची मालकी असते (Public Undertaking). यांमध्ये बदल घडून आला आहे. शासन आणि खासगी उद्योग यांच्या संयुक्त मालकीचे आर्थिक, व्यापारी किंवा औद्योगिक क्षेत्र होत आहे. सार्वजनिक हितासाठी शासनाने अर्थव्यवहारात हस्तक्षेप करावा, हे तत्त्व रूढ झाल्यामुळे जनतेला काही सोई-सेवा उपलब्ध करून देण्यासाठी सार्वजनिक-खासगी भागीदारीची संकल्पना पुढे आणली आहे. व्यापक जनहितासाठी शासन असे सार्वजनिक-खासगी भागीदारीचे क्षेत्र पुढे आणते, असा दावा केला जातो. सरकार त्यावर नियंत्रण ठेवत असले, तरी त्यांचे व्यवस्थापन स्वतंत्रपणे केले जाते.

सार्वजनिक-खासगी भागीदारीमध्ये संघटना, संघटनेची तत्त्वे, व्यवस्थापन यांना नफ्याच्या चौकटीत पाहिले जाते. त्यामुळे सार्वजनिक हिताची संकल्पना सार्वजनिक-खासगी भागीदारीत सीमावर्ती भागात जाते. खासगी क्षेत्राचा फायदा किंवा कल्याण ही संकल्पना मध्यवर्ती येते. शिक्षण, धरणे, पाणी, वीज, आरोग्य, रस्ते, विमान, बंदरे, उड्डाणपूल, जहाजे, मॉल या क्षेत्रांत सार्वजनिक-खासगी भागीदारीचे क्षेत्र भारतात वाढले आहे. या क्षेत्रातील वाढ हा व्यापक सार्वजनिक हिताला आव्हान देण्याचा मुद्दा ठरतो. भारतात सार्वजनिक क्षेत्र १९४८ पासून ते १९९० पर्यंत सरकारच्या नियंत्रणाखाली होते. सार्वजनिक क्षेत्राची व्याप्ती व स्वरूप १९४८ ते १९९० पर्यंतच्या सार्वजनिक धोरणात स्पष्ट केले गेले. सार्वजनिक क्षेत्रात सार्वजनिक-खासगी भागीदारीचा प्रयोग राबविण्यास १९९१ नंतर मात्र सुरुवात झाली. सार्वजनिक उद्योग समिती व सार्वजनिक लेखा समिती यांच्यामार्फत संसदेचे नियंत्रण सार्वजनिक उद्योगांवर होते. हे नियंत्रण सैल झाले. त्यांनी सार्वजनिक-खासगी भागीदारीचे क्षेत्र वाढविले. हा मुद्दा खासगीकरणाशी संबंधित आहे. म्हणजेच तो नवउदारमतवादी विचारव्यूहातील आहे.

सार्वजनिक धोरणाची कसोटी : सार्वजनिक हित (Public Interest) :

सार्वजनिक धोरण राजकीय घटकांनी निश्चित करावे; परंतु त्यांनी सार्वजनिक धोरण कोणत्या कसोटीवर आधारित तयार करावे, असा प्रश्न उपस्थित होतो. सार्वजनिक हित आणि सामूहिक कल्याण या कसोट्यांवर सार्वजनिक धोरण तयार करावे. व्यक्तिगत किंवा एखाद्या गटाचे हित आणि सर्व समाजाचे हित असा फरक केला जातो. सार्वजनिक हित म्हणजे ज्यामध्ये समाजातील सर्व जणांचे हित गुंतलेले आहे, असे हित. संपत्ती, सामाजिक स्थान, प्रतिष्ठा, सत्ता यांमुळे त्यात फरक पडत नाही. गुन्हेगारीविरुद्ध एखादी मोहीम उघडली, तर ती सार्वजनिक हितासाठी आहे, असे म्हणता येईल; परंतु, अशाप्रकारे खऱ्या अर्थाने सार्वजनिक हिताचे धोरण कोणते, हे ठरविणे अवघड आहे. गुन्हेगारांना शिक्षा देणे सार्वजनिक हिताचे की, ज्या समाजव्यवस्थेने अशा गुन्हेगारीला जन्म दिला, ती व्यवस्था बदलणे, हे सार्वजनिक हित आहे; असा प्रश्न उद्भवू शकतो. दीर्घकाळाच्या संदर्भात विचार केला, तर असे म्हणता येईल की, समाजाचे स्थैर्य व सातत्य टिकविण्याच्या दृष्टीने जी गोष्ट केली जाते, ती सार्वजनिक हिताची असते. यावरून असे म्हणता येते की, शासनाने दीर्घ काळासाठी निश्चित केलेल्या धोरणाचा समावेश सार्वजनिक धोरणात करता येतो; तर काही धोरणे तात्पुरती असतात. त्यांचा समावेश धोरणात केला, तरी त्यामुळे समाजाचे हित तात्पुरते जपले जाते

किंवा सार्वजनिक हिताचा तो देखावा असतो. सार्वजनिक हित व राष्ट्रीय हित या दोन संकल्पना एकच समजल्या जातात. एखाद्या विषयाची माहिती जाहीर करणे सार्वजनिक हिताविरोधी आहे, असे समजले जाते. विशिष्ट अहवाल गुप्त राहणेच सार्वजनिक हिताच्या दृष्टीने योग्य आहे, असे प्रतिपादन केले जाते. सार्वजनिक हिताचे नाही, हे सत्ताधारी ठरवितात. त्यामुळे सत्ताधारी वर्ग काही सार्वजनिक गोष्टी उघड करत नाहीत; कारण त्या त्यांच्याच विरुद्ध जातील, अशीही शक्यता असते. कारखान्यांमुळे प्रदूषण होते, म्हणून त्यांवर जर निर्बंध घातले, तर कारखान्याच्या भागधारकांच्या हितास बाधा येईल; पण समाजाचे सामान्य सभासद म्हणून त्यांचे हित साधले जाईल; कारण त्यांनाही इतरांसारखी शुद्ध हवा मिळेल. सार्वजनिक हित आणि व्यक्तिगत हित यांत असाही तणाव निर्माण होऊ शकतो (व्होरा पळशीकर). या पार्श्वभूमीवर सार्वजनिक-खासगी भागीदारीचा सार्वजनिक धोरणातील नवा मुद्दा समजून घेतला पाहिजे. हा तणाव सार्वजनिक धोरणनिश्चितीच्या संदर्भात पुढे आला आहे.

शासनव्यवहार (Governance) :

समकालीन सामाजिक शास्त्रांच्या विचारविश्वामध्ये 'शासनव्यवहार' ही संकल्पना वैश्विक स्वरूपाची झाली आहे. प्रशासन किंवा नियम म्हणजे शासन व्यवहार नव्हे; तर जागतिकीकरणाच्या युगामध्ये शासनव्यवहाराला विशेष असा अर्थ प्राप्त झाला आहे. ज्या मूल्यांच्या चौकटीत सत्ता चालविली जाते, त्यास 'शासनव्यवहार' असे म्हणतात. शासन चालविण्याची कृती म्हणजे 'शासनव्यवहार' होय. ही कृती जागतिकीकरणाच्या संदर्भात असल्यामुळे 'शासनव्यवहार' ही संकल्पना नवउदारमतवादी मूल्यात्मक चौकटीशी संबंधित आहे. शासनाची कृती म्हणजे शासनव्यवहार होय. शासनव्यवहार हा अपेक्षा, सत्ता किंवा कृती यांना निश्चित करणाऱ्या निर्णयाशी संबंधित अशी संकल्पना आहे. शासनव्यवहार ही वेगळी प्रक्रिया आहे किंवा व्यवस्थापनाचा विशिष्ट भाग आहे किंवा नेतृत्वाची प्रक्रिया आहे. लोक व्यवस्था किंवा प्रक्रिया चालविण्यासाठी काहीवेळेस शासन प्रस्थापित करतात. व्यापार किंवा नफा न देणाऱ्या संघटना यांच्या बाबतीत शासनव्यवहार हा यथायोग्य व्यवस्थापन, चिवट धोरणे, प्रक्रिया आणि निर्णयाचे अधिकार ही जबाबदारीची क्षेत्रे आहेत. उदा. माहितीचा वापर करून अंतर्गत गुंतवणुकीच्या बाबतीत गुप्ततेचे धोरण ठरविण्याच्या पातळीवरती व्यावसायिक क्षेत्रामध्ये शासनव्यवहार संबंधित असतो.

शासन 'काय' करते, याच्याशी संबंधित शासनव्यवहार ही संकल्पना आहे. भू-राजकीय शासन, व्यावसायिक शासन, सामाजिक-राजकीय शासन किंवा शासन

संस्थेचे वेगवेगळे प्रकार यांच्याशी संबंधित ही संकल्पना आहे. सत्ता आणि धोरणे यांच्या व्यवस्थापनाचा सराव म्हणजे शासनव्यवहार होय, तर शासन म्हणजे सामूहिक कृती करणारी यंत्रणा आहे. 'शांतता, आज्ञा आणि चांगले शासन' म्हणजे शासनव्यवहार होय.

शासनव्यवहार ही संकल्पना तीन मुद्द्यांशी संबंधित आहे. हे मुद्दे पुढीलप्रमाणे :

एक-शासनव्यवहार या संकल्पनेचे संपूर्ण जाळे सार्वजनिक-खासगी भागीदारीशी संबंधित असते किंवा शासनव्यवहाराची भागीदारी सामाजिक संघटनांशी देखील असते.

दोन-शासनव्यवहार या संकल्पनेत बाजारयंत्रणेचा वापर केला जातो. म्हणजेच स्पर्धेचे तत्त्व शासनव्यवहार संकल्पनेत अभिप्रेत आहे; परंतु शासनाच्या नियंत्रणाखाली राहूनच सर्व संसाधनांचा वापर केला जातो.

तीन-प्राथमिक पातळीवर त्यामध्ये सरकारचा आणि राज्याच्या नोकरशाहीचा सहभाग असतो. यामध्ये वरपासून ते खालीलपर्यंत असलेली सरकारे व राज्याच्या नोकरशाहीची पद्धती वापरली जाते.

शासनव्यवहार हा सार्वजनिक अधिसत्ता आणि जबाबदारीची क्षमता यांच्याशी संबंधित असतो. क्षमता यामध्ये राज्याची आर्थिक संसाधने, प्रशासकीय पायाभूत सेवासुविधा आणि धोरणनिर्णय यांचा समावेश होतो; तर जबाबदारीमध्ये राजकीय व्यवस्थेच्या कामगिरीचा समावेश होतो. 'शासनव्यवहार' हा सत्ता आणि राजकारण यांच्याशी संबंधित असतो.

शासनव्यवहार शब्दाचा उदय / उगम :

ग्रीक शब्द Kubernao या शब्दापासून Governance हा इंग्रजी शब्द तयार झाला. याचा अर्थ 'चालविणे' असा होतो. 'शासनव्यवहार' हा शब्द पहिल्यांदा प्लेटोने वापरला. ग्रीक भाषेनंतर तो लॅटिन भाषेत वापरला व त्यानंतर इतर अनेक भाषांमध्ये वापरला गेला.

कोणत्याही आकाराच्या संघटनेमध्ये शासनव्यवहार ही प्रक्रिया वापरता येते. एकट्या व्यक्तीपासून ते मानवी समूहापर्यंत, कोणत्याही हेतूसाठी ती कार्य करू शकते. चांगल्या किंवा वाईट, तसेच नफा किंवा तोट्यासाठीदेखील ही वापरता येते. वाईट परिस्थितीमध्येदेखील चांगला परिणाम देणारी पद्धत निर्माण करणारी संघटना निर्माण करण्याचा हेतू शासनव्यवहारामध्ये असतो.

शासनव्यवहाराची प्रक्रिया चालविणारी साध्ये पुरविण्याचे काम राजकारण करते. उदा. राजकीय कार्यक्रमाच्या माध्यमातून लोक अपेक्षांची निवड करतात.

राजकीय कृतीतून राजकीय सत्तेला शाश्वती देतात. राजकीय वर्तणुकींच्या माध्यमातून कामगिरीचा निवाडा करतात. शासनव्यवहार ही संकल्पना या पद्धतीने समजून घेता येते. शासनव्यवहार ही संकल्पना राज्यसंस्थेच्या संकल्पनेला लागू करता येते. कंपन्या, संशोधनसंस्था, भागीदारीसंस्था, तसेच इतर संस्था, कोणता ना कोणता हेतू घेऊन कार्य करणाऱ्या व्यक्तींना शासनव्यवहार ही संकल्पना लागू होते.

व्याख्या :

१) जागतिक बँकेनुसार शासनव्यवहार म्हणजे 'समाजातील समस्या व गैरव्यवहार नियंत्रित करण्यासाठी संस्थात्मक साधनांचा वापर करणे आणि राजकीय अधिसत्तेचा सराव करणे होय.'

२) 'कर्ते आणि त्यांनी स्वीकारलेले निर्णय यांच्यामधील संघर्ष सोडविणारे राजकीय व्यवस्थेचे नियम म्हणजे शासनव्यवहार होय.'

३) 'संस्थांची योग्य कार्यवाही आणि त्यांचा लोकांनी केलेला स्वीकार म्हणजे शासनव्यवहार होय.'

शासनव्यवहार व राजकारण या दोन संकल्पना वेगवेगळ्या आहेत, ज्यांमध्ये लोकांचा गट प्राधान्याने पराङ्मुख मत देत असतो. अशा प्रक्रियेमध्ये राजकारण समाविष्ट असते किंवा जेथे हितसंबंध सामूहिक निर्णयाच्या आधारे प्राप्त केले जातात की, जे सर्वसामान्य गटांवरती बंधनकारक असतात व बळाच्या साहाय्याने सामान्य धोरणे आखली जातात; तर शासनव्यवहार म्हणजे प्रशासन चालविणे. शासन चालविण्याचे घटक प्रक्रियेवरती आधारलेले असतात.

शासनव्यवहाराची प्रमुख वैशिष्ट्ये :

नव-उदारमतवाद या विचारप्रणालीवर शासनव्यवहार आधारलेला आहे. नव-उदारमतवादी आर्थिक सिद्धान्तामध्ये शासनव्यवहाराची बीजे आढळतात. राज्य, बाजारपेठ आणि नागरी समाज यांच्यातील मध्यस्थ म्हणून शासनव्यवहार कार्य करतो.

१) **सहभाग :** शासनव्यवहाराची महत्त्वाची बाजू म्हणजे महिला व पुरुषांचा सहभाग होय. हा सहभाग प्रत्यक्ष किंवा प्रतिनिधित्वाच्या स्वरूपाचा असतो. सहभाग हा संघटनात्मक असला पाहिजे.

२) **कायद्याचे राज्य :** शासनव्यवहारामध्ये कायदेशीर चौकट महत्त्वाची असते. अल्पसंख्याकांच्या मूलभूत हक्कांना संरक्षण देण्याची यामध्ये गरज असते.

३) **पारदर्शकता :** शासनव्यवहारामध्ये घेतलेले निर्णय हे कायद्याच्या चौकटीमध्ये असतात. शासनव्यवहाराची माहिती सहजपणे जनतेला मिळते. जनतेला समजेल, अशा भाषेमध्ये ती पुरविली जाते.

४) **प्रतिसादात्मक :** शासनव्यवहारामध्ये लोकांचा सहभाग असणे, तसेच संस्था आणि प्रक्रिया यांनी भागधारकांचे कल्याण करणारे धोरण आखणे व अंमलबजावणी केली पाहिजे. यातून लोकांची अधिमान्यता सरकारी संस्थांना मिळते.

५) **संमतीदर्शक :** समाजामध्ये अनेक मते किंवा दृष्टिकोन असणारे कर्तेलोक असतात. शासनव्यवहारामध्ये वेगवेगळे हितसंबंध असणाऱ्या समाजघटकांमध्ये समन्वय साधण्याचा प्रयत्न केला जातो. संपूर्ण समाजाचे हित कशात आहे, ते कोणत्याप्रकारे प्राप्त करता येईल, याबद्दल एकवाक्यता निर्माण केली जाते. शाश्वत मानवी विकास घडवून आणण्यासाठी दूरदृष्टीबरोबरच मंडळाचीदेखील आवश्यकता असते. ऐतिहासिक, सांस्कृतिक व सामाजिक संदर्भ समजून घेतले; तर शाश्वत मानवी विकासाची उद्दिष्टे साध्य करता येतील.

६) **समता आणि समावेशकता :** शासनव्यवहारामध्ये समाजाच्या मुख्य प्रवाहामध्ये समाजातील प्रत्येक घटकाला समान स्थान / संधी असते. समाजातील सर्वच गटांना-विशेषत: हा नाकारल्या गेलेल्या समाजघटकांना स्वत:मध्ये सुधारणा करण्याची समान संधी उपलब्ध असली पाहिजे.

७) **परिणामकारकता आणि कार्यक्षमता :** संस्था आणि प्रक्रियांनी साधनसंपत्तीचा पुरेपूर वापर करून समाजाच्या गरजा पुरविल्या पाहिजेत. तसेच शासनव्यवहारामध्ये नैसर्गिक संसाधनांचा शाश्वत वापर झाला पाहिजे व पर्यावरणाचे देखील संरक्षण करण्यावरती भर दिला पाहिजे.

८) **उत्तरदायित्व :** शासनव्यवहाराचे गरजेचे तत्त्व म्हणून उत्तरदायित्व संकल्पनेकडे पाहिले जाते. सरकारी संस्था, खासगी क्षेत्र तसेच नागरी, सामाजिक संघटना या लोकांना जबाबदार असतात किंवा लोकांच्याप्रती त्यांचे उत्तरदायित्व असते. संस्था आणि संघटनात्मक पातळीवरती अंतर्गत व बहिर्गत घेतले गेलेले निर्णय, केलेल्या कृती यांवरून कोण-कोणाला जबाबदार (उत्तरदायी) हे निश्चित होते. सर्वसामान्यपणे संस्था आणि संघटनात्मक पातळीवरती घेतल्या गेलेल्या निर्णयांचा, कृतींचा परिणाम ज्यांच्यावरती होतो; त्यांनाच या संस्था किंवा संघटना जबाबदार/ उत्तरदायी असतात. पारदर्शकता व कायद्याचे राज्य असल्याशिवाय उत्तरदायित्व असूच शकत नाही.

शासनव्यवहाराच्या सैद्धान्तिक बाजू :

१) उत्तरदायित्व, पारदर्शकता आणि सहभाग ही लोकप्रशासनाची तीन तत्त्वे शासनव्यवहाराला लागू पडतात.

२) ज्या प्रक्रियेवरती आधारलेली राजकीय सत्ता चालविली जाते, तिची प्रक्रिया पुढे चालविली जाते. राज्यसंस्था, बाजारपेठ आणि नागरी समाज यांच्यातील संवाद वाढविण्यावरती शासनव्यवहारात भर दिला जातो. त्याला महत्त्व दिले जाते.

३) शासनाची तत्त्वे आणि प्रक्रियेच्या पातळीवरील यशस्विता हा राज्यसंस्थेच्या क्षमता व सातत्याचा योगायोग असतो. शासनव्यवहाराचे जर नियंत्रण नसेल, तर ती व्यवस्था जुलमी ठरते.

थोडक्यात, शासनव्यवहार हा काही जादूचा आराखडा नाही. स्वत:हून त्यामध्ये काळानुसार बदलही होऊ शकत नाहीत. शासनव्यवहार अशा प्रकारचे झाड आहे की, ज्याची सातत्याने निगा राखावी लागते. चांगल्या शासनव्यवहाराची मागणी नागरिकांनी करणे गरजेचे असते. साक्षरता, शिक्षण आणि सबलीकरणाची संधी यांमधून नागरिकांची ही क्षमता वाढू शकते. समाजघटकांकडून आलेल्या मागण्यांना शासनसंस्थेकडून प्रतिसाद मिळाला पाहिजे.

शासनव्यवहाराचे प्रकार (Types of Governance) :

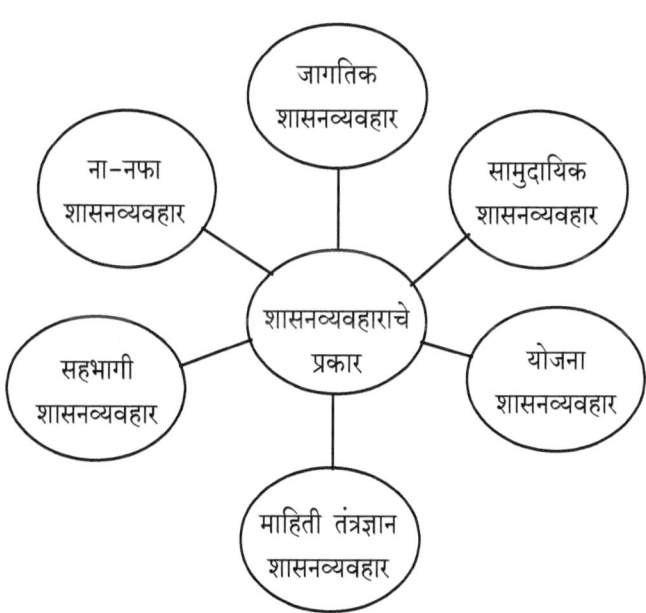

१) जागतिक शासनव्यवहार (Global governance) : जेम्स रोझनाऊ यांनी जागतिक शासनव्यवहार ही संकल्पना मांडली. शासनव्यवहाराच्या पारंपरिक अर्थाच्या विरोधी अशी ही संकल्पना आहे. राष्ट्रा-राष्ट्रांमधील संबंध किंवा आंतरराष्ट्रीय व्यवस्था ही याची उदाहरणे सांगता येतात. समान गरजा भागविण्यासाठी औपचारिक संबंध प्रस्थापित केले जातात. त्यावेळी जागतिक शासनव्यवहार ही संज्ञा वापरली जाते.

२) सामुदायिक शासनव्यवहार (Corporate governance) : रिचर्ड ईलस् यांनी पहिल्यांदा सामुदायिक शासनव्यवहार हा शब्द वापरला. सामुदायिक शासनव्यवहारामध्ये अनेक लोक सहभागी झालेले असतात. शेअर्स, भागधारक, व्यवस्थापन आणि संचालक मंडळ हे घटक यामध्ये महत्त्वाचे असतात. तसेच कामगार, पुरवठा करणारे, ग्राहक, बँका, पर्यावरण आणि समाज यांचादेखील यामध्ये सहभाग असतो.

३) योजना शासनव्यवहार (Project governance) : माहिती-तंत्रज्ञानाच्या क्षेत्रामध्ये योजना शासनव्यवहार ही संज्ञा वापरली जाते. योजना यशस्वी करण्याची प्रक्रिया वर्णन करणारी संज्ञा म्हणजे योजना शासनव्यवहार होय.

४) माहिती-तंत्रज्ञान शासनव्यवहार (Information technology governance): व्यापार व माहिती-तंत्रज्ञान व्यवस्थापन यांच्यामध्ये संबंध प्रस्थापित करण्यावरती हा प्रकार भर देतो. माहिती-तंत्रज्ञान क्षेत्रामध्ये गुंतवणूक करण्यावरती हा व्यवहार भर देतो. तसेच माहिती-तंत्रज्ञान क्षेत्राशी संबंधित असणाऱ्या योजनांमधील धोका कमी करण्यावरती हा प्रकार भर देतो.

५) सहभागी शासनव्यवहार (Participatory governance) : शासनव्यवहार प्रक्रियेमध्ये राज्यसंस्थेमधील लोकांचा सहभाग वाढविण्यावरती हा प्रकार भर देतो. सार्वजनिक निर्णयनिश्चितीमध्ये नागरिकांनी प्रत्यक्ष भूमिका बजावली पाहिजे, ही याची मुख्य कल्पना आहे. तसेच राजकीय प्रश्नांमध्ये लोकांनी सहभागी असले पाहिजे. शासकीय कार्यालयांनी जनतेचा हा सहभाग वाढविला पाहिजे व ती त्यासाठी जबाबदारी असली पाहिजे. नागरिकांनी मतदार म्हणून भूमिका बजावणे, तसेच प्रत्यक्षपणे सहभागी होऊन नियंत्रण ठेवणे हा सहभागी शासनव्यवहाराचा अर्थ आहे.

६) ना-नफा शासनव्यवहार (Non-profit governance) : विश्वस्त मंडळाच्या जबाबदारीवर प्राथमिक पातळीवर हा प्रकार भर देतो. संघटनेच्या उद्दिष्टांनुसार संघटना कार्य करते की नाही, यावरती ना-नफा शासनव्यवहार हा प्रकार भर देतो.

सारांश :

लोकप्रशासन हा एक वेगळा व स्वतंत्र अभ्यासविषय म्हणून उदयाला आला. भारतातदेखील याचा स्वतंत्रपणे अभ्यास सुरू झाला. प्रशासकीय सिद्धान्त, सेवकप्रशासन, नोकरशाही, तुलनात्मक लोकप्रशासन, नवलोकप्रशासन व सार्वजनिक धोरण या नव्या उपशाखांचा अभ्यास लोकप्रशासनात केला जाऊ लागला. त्यामुळे लोकप्रशासनाची व्याप्ती वाढलेली दिसते.

संदर्भसूची :

पवार प्रकाश, २०१०, सार्वजनिक धोरण, प्रतिमा प्रकाशन, पुणे.

व्होरा राजेंद्र / सुहास पळशीकर (संपा.), १९८७, राज्यशास्त्रकोश, दास्ताने रामचंद्र आणि कं., पुणे-३०.

सुहास पळशीकर, लोकप्रशासन, १९९५, तर्कतीर्थ लक्ष्मणशास्त्री जोशी (संपा.), मराठी विश्वकोश खंड १५, महाराष्ट्र राज्य मराठी विश्वकोश निर्मिती मंडळ, मुंबई, पान नं. ७०२ ते ७०७.

Arora Ramesh, Goyal Rajni (2007), Indian Public Administration, Vishwa Prakashan, New Delhi.

Avasthi A : Municipal Administration in India, Laxminarayan, Agarwal, Agra-19.

Avasthi Amreshwar, Maheshwari Shriram, (1982) Public Administration, Lakshminarayan Agarwal, Agra-3.

Bhagwan Vishnu, Bhushan Vidya (2007), Public Administration, S. Chand and Company Ltd., New Delhi.

Chaudhary Sunil, 2007, Politics of Policy Science, Global Vision Pub., House New Delhi - 110002.

Fadia B. L. & Fadi Kuldeep, 2006, Public Administration : Administrative Theories and Concepts, Sahitya Bhawan Pub., Agra,03.

R. D. Sharma : Development Administration Theory and Practice. H. K. Publishers and Distributers, Delhi, 1992.

Singh Sahib and Singh Swinder (2006), Public Administration, Theory and Practice, New Academic Publication Co., Jalandhar.

प्रकरण ११

सार्वजनिक धोरण

डॉ. प्रकाश पवार

नव्वदीच्या दशकानंतर 'सार्वजनिक धोरण'ही राज्यशास्त्रात स्वतंत्रपणे विकसित होत असलेली एक उपशाखा आहे. या उपशाखेचा लोकप्रशासनाशी जास्त संबंध येतो. सार्वजनिक धोरणनिश्चिती, सार्वजनिक धोरणाची अंमलबजावणी आणि मूल्यमापन या तीन मुद्द्यांभोवती या उपशाखेचा विस्तार होत आहे. सार्वजनिक धोरण हे नियम, योजना यांच्यापेक्षा वेगळे आहे. सार्वजनिक धोरणांचा अर्थ मार्गदर्शकवाचक स्वरूपाचा असतो. त्यामुळे सार्वजनिक धोरण लवचिक असते. सार्वजनिक धोरण व्यापक असते. सार्वजनिक धोरण मात्र ज्ञानाच्या स्वरूपात असते. योजना या सार्वजनिक धोरणांचा भाग म्हणून तयार केलेल्या असतात. त्यामुळे योजना या ठराविक काळासाठी, समाजाशी किंवा प्रदेश यांच्याशी निगडित असतात. थोडक्यात, योजना आणि धोरण यांच्यामध्ये फरक असतो.

सरकार किंवा शासनाच्या स्थापनेपासून 'सार्वजनिक धोरण' आखणीप्रक्रिया सुरू झाली. याचाच अर्थ, शासनसंस्थेइतकी जुनी सार्वजनिक धोरणप्रक्रिया आहे. अल्पजनसत्ता, उमरावशाही, जुलूमशाही, लोकशाही अशा सर्व प्रकारच्या शासन व्यवस्थांमध्ये धोरण-आखणी व धोरणांची अंमलबजावणी केली गेली आहे. नागरिकांकडून केलेल्या मागण्या व निर्माण झालेल्या समस्यांच्या संदर्भात शासन जे धोरण आखते, त्यास 'सार्वजनिक धोरण' असे संबोधिले जाते. म्हणजेच शासन आणि सार्वजनिक धोरण यांचे सहसंबंध हा एक मुद्दा सार्वजनिक धोरणाच्या आरंभापासून

१५६ / समकालीन राज्यशास्त्र : राज्यशास्त्राच्या उपविद्याशाखा आणि अभ्यासपद्धती

दिसतो. नागरिकांकडून येणाऱ्या मागण्या व त्यावर शासनाने घेतलेला निर्णय हा मुद्दा राजकारणाशी संबंधित आहे. यामुळे सार्वजनिक धोरण व राजकारण यांचे संबंध सार्वजनिक धोरणाच्या अभ्यासक्षेत्रात येतात. धोरणनिश्चिती प्रक्रिया हा राजकारणाचा व कृतिप्रवण राजकारणाचा एक भाग आहे. राज्यशास्त्राचे अभ्यासक राज्यशास्त्राकडे धोरणनिर्णयाचा अभ्यास करणारे शास्त्र या दृष्टीने पाहतात. लास्वेल, इस्टन व ड्रॉर हे यांपैकी काही अभ्यासक होत. ह्या दृष्टिकोनाप्रमाणे धोरण ठरविणाऱ्या यंत्रणेचा सर्वांगीण अभ्यास, धोरण ठरविणाऱ्या अधिकाऱ्यांचा आणि त्यांच्या कार्यपद्धतीचा अभ्यास हे राज्यशास्त्राच्या अभ्यासाचे महत्त्वाचे घटक ठरतात. विशेषत: शासनाच्या निर्णयाविषयी तज्ज्ञसल्ला देण्याच्या भूमिकेतून धोरणविश्लेषणाचा उदय होतो, असा एक दावा केला जातो. या कारणामुळे 'धोरणविश्लेषण' हा शब्द निंदाव्यंजक अर्थाने वापरला जात असे. सार्वजनिक धोरण ही एक सामाजिक शास्त्रांतील उपविद्याशाखा आहे. सार्वजनिक धोरण या विद्याशाखेच्या उदयाची बीजे सामाजिक शास्त्राच्या अभ्यासक्षेत्रात व संकल्पनांमध्ये आहेत. त्यामुळे धोरणविश्लेषणापेक्षा व्यापक व सर्वसमावेशक अर्थाने सार्वजनिक धोरण ही संकल्पना वापरली जाते. अर्थशास्त्र, समाजशास्त्र, राजकीय अर्थशास्त्र, कार्यक्रम मूल्यमापन, धोरणविश्लेषण आणि सार्वजनिक व्यवस्थापन इत्यादी सामाजिक शास्त्रांमध्ये सार्वजनिक धोरण या विद्याशाखेचे आधार मिळतात. परंतु, प्रामुख्याने राज्यशास्त्र व लोकप्रशासन या दोन विद्याशाखांमधून ही नवी शाखा पुढे आली आहे.

सार्वजनिक धोरण : व्याख्या

'शासकीय घटकांचा त्याच्या पर्यावरणाशी असणारा संबंध म्हणजे सार्वजनिक धोरण होय.' (The relationship of government unites to its environment) – रॉबर्ट आयस्टोन. 'शासन ज्या गोष्टीची पर्यायांमधून निवड करते किंवा करत नाही, त्या म्हणजे सार्वजनिक धोरण होय.' (Public policy is whatever government chooses to do or not to do.) – थॉमस डाय. 'सार्वजनिक धोरण म्हणजे निर्णय नाही, तर तो कृतीचा आकृतिबंध होय.' (Public policy is not a decision, it is a course of or pattern of activity) – रिचर्ड रोझ. 'सार्वजनिक धोरण म्हणजे व्यक्ती, गट किंवा शासन यांची प्राप्त परिस्थितीत नियोजित अशी कृती; ज्यामुळे विशिष्ट ध्येय, उद्दिष्ट किंवा हेतूपर्यंत पोहोचताना येणाऱ्या अडथळ्यांवर मात करण्याची संधी पुरविते.' (Public policy is a proposed course of action of a person, group or government within a given environment providing opportunities and obstacles which the policy was proposed to utilise and overcome in an effort to reach a goal or realise an objective or purpose.) – कार्ल जे. फ्रेडरिक

सार्वजनिक धोरण : स्वरूप (Nature of Public Policy)

(१) सार्वजनिक धोरण हे ध्येयानुवर्ती असते. जनतेच्या कल्याणासाठी विशिष्ट ध्येये, उद्दिष्टे साधण्यासाठी शासन सार्वजनिक धोरण ठरविते आणि त्याची अंमलबजावणी करते. या धोरणात शासनाचे कार्यक्रम स्पष्ट सांगितलेले असतात.

(२) शासनाच्या सामूहिककृतीचा परिपाक म्हणजे सार्वजनिक धोरण होय. तो शासकीय अधिकाऱ्यांचा कृतीचा आकृतिबंध होय. हा निर्णय वैयक्तिक नसून ते सामुदायिक धोरण असते.

(३) सार्वजनिक धोरण म्हणजे शासन प्रत्यक्षात काय ठरविते किंवा काय करणे (कृती) निवडते, हे होय. विशिष्ट राजकीय वातावरणातील विशिष्ट प्रशासकीय व्यवस्थेशी शासकीय घटकाचा संबंध म्हणजे सार्वजनिक धोरण होय. त्याची विविध रूपे आढळतात. उदा. कायदा, वटहुकूम, न्यायालयीन निर्णय, कार्यकारी आदेश, निर्णय इ.

(४) सार्वजनिक धोरणात ज्या समस्येबाबत धोरण आखले आहे, त्या समस्येबाबत शासकीय कृती अपेक्षित असते. त्यामागे कायदेशीर व सनदशीर संमती (authority) अपेक्षित असते. अशा अर्थाने सार्वजनिक धोरण हे सकारात्मक (+ve) असते. नकारात्मक (-ve) अर्थाने एखाद्या विशिष्ट प्रश्नावरती (बाबत) शासनाने कोणती कृती करू नये, हे ठरवते.

(१) सार्वजनिक धोरण हा सरकारी निर्णय आहे. सार्वजनिक धोरण हे लक्ष्योन्मुख असते.

(२) सार्वजनिक धोरण हे जनसामान्यांच्या हितासाठी सरकारच्या उद्देश पूर्तीसाठी आखले जाते.

(३) सार्वजनिक धोरण हे सरकारी साधनांद्वारे, तसेच सरकारी अधिकाऱ्यांद्वारे विकसित केले जाते.

(४) सार्वजनिक धोरण हे सरकारच्या सामूहिक कार्याचा परिणाम असते.

(५) सार्वजनिक धोरण हे सकारात्मक किंवा नकारात्मक असते.

(६) सार्वजनिक धोरणामागे कायदेशीर संमती असते व त्यामुळे ते नागरिकांना बंधनकारक असते.

(७) सामूहिक हित : सार्वजनिक धोरण तयार करीत असताना आणि अंमलबजावणी करताना उद्दिष्ट डोळ्यांसमोर ठेवूनच सार्वजनिक धोरण ठरविले जाते. सार्वजनिक धोरणाचा अंतिम हेतू सामाजिक कल्याण साध्य करणे, हा असतो. सार्वजनिक धोरणात कोणा एका व्यक्तीचा किंवा गटाचा विचार केला जात नाही, तर संपूर्ण समाजाचा विचार केला जातो.

(८) निर्णयनिश्चिती : सरकार कृतिशीलपणे निर्णय घेते किंवा काही निर्णय घेत नाही. मात्र, ते सरकारच्या विविध घटकांशी निगडित असतात. उदा. कायदा, न्यायालयाचा निर्णय, कायदेमंडळाचा आदेश इ. प्रशासकीय व्यवस्थेतील घटक सर्व धोरणांबद्दलची निर्णयनिश्चिती करीत असतात. या निर्णयनिश्चितीतून काय करावे, याबद्दलचा निर्णय घेतला जातो. हा निर्णय राजकीय पर्यावरणाच्या क्षेत्रातील असतो. म्हणून 'शासनाची निर्णय-निश्चिती' यांचा अभ्यास करणे, हेच सार्वजनिक धोरणाचे स्वरूप आहे. सार्वजनिक धोरण या उपविद्याशाखेची व्याप्ती अतिशय व्यापक आहे. त्यामुळे सार्वजनिक धोरण या उपविद्याशाखेची निश्चित व्याप्ती दिसत नाही. बऱ्याचदा तर अतिव्यापकपणामुळे घसरडेपणा येतो; परंतु तरीही राज्यशास्त्राच्या व लोकप्रशासनाच्या चौकटीत सार्वजनिक धोरण या उपशाखेची व्याप्ती स्पष्ट करता येते. सार्वजनिक धोरण खासगी किंवा वैयक्तिक नसते, तर ते सरकारी किंवा शासकीय स्वरूपाचे असते. यामुळे सार्वजनिक जीवनाच्या सर्व बाजू सार्वजनिक धोरणाशी संबंधित असतात. लोककल्याण, लोकहित, सार्वजनिक आरोग्य, धोरणनिर्धारण, धोरणविश्लेषण, सार्वजनिक कायदा, सार्वजनिक दळणवळण, सार्वजनिक कर्मचारीवर्ग, सार्वजनिक क्षेत्रे - अशी सार्वजनिक धोरणाची व्याप्ती वाढत जाते. एवढेच नव्हे; तर सार्वजनिक शिक्षणविषय धोरण, सार्वजनिक व्यवस्थापन, शहरी धोरणे, सांस्कृतिक धोरणे यांचाही समावेश सार्वजनिक धोरणात केला जातो. सार्वजनिक धोरणाच्या व्याप्तीचे भाग करता येतात.

(१) सरकारने आखलेल्या सार्वजनिक धोरणाचे विश्लेषण करणे, त्या धोरणाचा परिणाम स्पष्ट करणे, धोरण आखणीप्रक्रिया, पर्यायी धोरण, धोरणाची अंमलबजावणी व धोरणाचे मूल्यमापन हा सार्वजनिक धोरणाच्या व्याप्तीचा गाभा असतो. शहरी, कृषिविषयक, आरोग्यविषयक, औद्योगिक, शैक्षणिक इत्यादींसारख्या धोरणांमुळे केंद्रीकरण, विकेंद्रीकरण, खासगीकरण, आधुनिकीकरण, राष्ट्रीय सुरक्षितता, समता, स्वातंत्र्य, सामाजिक न्याय व वाटपात्मक न्याय अशा संकल्पनात्मक मूल्यव्यवस्थेत होणारे बदल हा सार्वजनिक धोरणाच्या अभ्यासाचा एक भाग ठरतो.

(२) सरकारने सार्वजनिक धोरणे आखताना त्यावर कोणत्या सामाजिक, सांस्कृतिक, राजकीय घटकांचा प्रभाव पडला; हे अभ्यासले जाते. घटनात्मक चौकट, समता, वंश, धर्म, चळवळी इत्यादींचा अभ्यास सार्वजनिक धोरणाच्या चौकटीत केला जातो. म्हणजेच सार्वजनिक धोरण कोणत्या पार्श्वभूमीवर आखले जाते, त्याचा विचार होतो.

(३) सार्वजनिक धोरणनिश्चितीमुळे घडलेले राजकारण हा सार्वजनिक धोरणाच्या अभ्यासाच्या व्याप्तीचा एक महत्त्वाचा भाग ठरतो. सत्तांतर झाल्यानंतर सार्वजनिक धोरणे बदलतात. यामागे सत्तेवर आलेल्या पक्षांना विशिष्ट समाजगटाचे संघटन करावयाचे असते. त्यामुळे त्या गटाला मध्यवर्ती ठेवून धोरण-निश्चिती केली जाते. यामुळे राजकारण व धोरण यांचे संबंध अभ्यासणे, हा सार्वजनिक धोरण या उपविद्याशाखेचा अभ्यासविषय ठरतो.

(४) कायदे मंडळ, कार्यकारी मंडळ, न्याय मंडळ व विविध समित्या यांच्यामार्फत सार्वजनिक धोरणे निश्चित होत जातात. तेव्हा सार्वजनिक धोरणाचा अभ्यास करताना दबाव गट, संघटना व चळवळी या प्रभाव टाकतात. त्यांचा अजेंडा (कार्यक्रम) धोरणात रूपांतर करण्यासाठी प्रयत्न करतात. त्यामुळे सार्वजनिक धोरणनिश्चितीचे क्षेत्र म्हणून सरकार व त्यावर प्रभाव टाकणारे दबाव गट, सामाजिक चळवळी यांच्या संबंधांचा अभ्यास सार्वजनिक धोरण या विद्याशाखेत केला जातो.

(५) सार्वजनिक धोरणाची अंमलबजावणी सरकारी कर्मचारीवर्ग करतो. त्यामुळे सार्वजनिक कर्मचारीवर्ग, त्यांच्या अंमलबजावणीची पद्धत हा सार्वजनिक धोरणाच्या मूल्यमापनाचा एक महत्त्वाचा घटक आहे; म्हणून सार्वजनिक धोरणामध्ये सरकारी कर्मचारीवर्ग व राजकीय अभिजन यांचे संबंध, सार्वजनिक धोरणाच्या अंमलबजावणीची गतिशीलता व राजकारण अशा मुद्द्यांचा अभ्यास केला जातो.

सार्वजनिक धोरण विद्याशाखेचा विकास :

लोकप्रशासन ज्याची अंमलबजावणी करते, त्यास 'सार्वजनिक धोरण' असे संबोधिले जाते. सरकारने स्वीकारलेल्या कृतीचा पाठपुरावा म्हणजेच सार्वजनिक धोरण होय. सरकारची धोरणे कशी तयार होतात, त्यांची अंमलबजावणी कोणत्या प्रकारे केली जाते, याचे विश्लेषण सार्वजनिक धोरणात असते. सार्वजनिक धोरणाचा इतिहास चार हजार वर्षांपासूनचा आहे. बॅबिलॉन शहरापासून सार्वजनिक धोरणाच्या इतिहासाला सुरुवात होते. अमेरिकन संदर्भामध्ये सार्वजनिक धोरणशास्त्राचा इतिहास

लिहिला गेला आहे. वैचारिक आणि व्यावहारिक अशा दोन पातळ्यांवर सार्वजनिक धोरणविश्लेषणाचे वर्गीकरण केले जाते. विसाव्या शतकाच्या प्रारंभी सामाजिक शास्त्रज्ञांनी आपली विद्याशाखा अधिक व्यावसायिक करण्यावर भर दिला. यातून शासनसंस्थेला अधिक व्यापक केले गेले आणि अभ्यासाच्या पातळीवर या विद्याशाखेला अधिमान्यता मिळाली. हार्वर्ड विद्यापीठाने १९३७ मध्ये जी लोकप्रशासनाची विद्याशाखा सुरू केली, त्या विद्याशाखेच्या अभ्यासक्रमाचा गाभा 'सार्वजनिक धोरण' हा होता. दुसऱ्या महायुद्धानंतर या विद्याशाखेला स्वतंत्र विद्याशाखेचा दर्जा म्हणून मान्यता मिळविण्यात यश आले. त्यामुळे या विद्याशाखेच्या अभ्यासाला गती आली. डॅनिएल लेरनर आणि हेरॉल्ड लास्वेल यांनी १९५१ मध्ये 'धोरणशास्त्रे' हे पुस्तक लिहिले. या पुस्तकाने सामाजिक शास्त्रज्ञांना अशी जाणीव करून दिली की, त्यांनी काढलेले निष्कर्ष, तसेच अभ्यासपद्धती या धोरणकर्त्यांना उपलब्ध करून दिल्या पाहिजेत. प्रारंभी हेरॉल्ड लास्वेल यांनी 'द पॉलिसी ओरियन्टेशन' या लेखात १९५१ मध्ये 'धोरणशास्त्र' ही संकल्पना वापरली होती. सार्वजनिक धोरणप्रक्रियेमध्ये सुधारणा घडवून आणणे, हे धोरणशास्त्राचे उद्दिष्ट असते. या विद्याशाखेसाठी सैद्धान्तिक पायाच्या विकासाचा प्रयत्न करणे गरजेचे असते. संकल्पना व सैद्धान्तिक मांडणी अभावी सामाजिक अनुभव अर्थहीन असतात. धोरणशास्त्रामध्ये संकल्पना व सिद्धान्त यांचे विश्लेषण करण्याचे हे एक कारण आहे. सार्वजनिक धोरणाचा शास्त्रीय व पद्धतशीरपणे केलेला अभ्यास म्हणजे 'धोरणशास्त्र' होय. काही निश्चित तत्त्वांच्या आधारे धोरणनिश्चिती व अंमलबजावणीची प्रक्रिया घडून येते. या तत्त्वांचा शास्त्रीय पद्धतीने अभ्यास करण्याचा प्रयत्न धोरणशास्त्र करते. सार्वजनिक धोरणाच्या यशाची व अपयशाच्या कारणांची मीमांसा केली जाते. सार्वजनिक धोरण तयार करणारी व्यवस्था समजून घेऊन त्यामध्ये सुधारणा घडवून आणणे, हा धोरणशास्त्राचा मुख्य गाभा आहे. त्या काळात सामाजिक शास्त्रज्ञ धोरणकर्त्यांना उपयुक्त अशी अभ्यासपूर्ण माहिती पुरवीत नव्हते. अभियंत्यांची कृती, प्रायोगिक संशोधक, व्यवस्थाविश्लेषक, प्रायोगिक गणितज्ज्ञ या घटकांपर्यंत धोरणाची वाढ झाली. परंतु, हे सर्व घटक त्यांचे औपचारिक प्रशिक्षण सामाजिक शास्त्रांना सोडून घेत होते. 'ना-नफा' तत्त्वावर आधारित अभ्यास व संशोधन करत होते; तर सरकारने सार्वजनिक धोरण निर्माण करताना सल्ला देण्यासाठी काही अभ्यासक संघ नियुक्त केले होते. या पद्धतीने आरंभी सार्वजनिक धोरण विद्याशाखेचा विकास झाला.

राज्यशास्त्रज्ञांना १९६० च्या दशकामध्ये असे वाटू लागले की, या विद्याशाखेने सार्वजनिक धोरणाच्या आशयाबद्दल जास्त जागृत असले पाहिजे. प्रक्रियेपेक्षा सार्वजनिक

धोरणाच्या आशयावर अधिक भर दिला पाहिजे, अशी राज्यशास्त्रज्ञांना जाणीव झाली. अनेक लोकप्रशासन तज्ज्ञ राज्यशास्त्रापासून १९७० च्या दशकामध्ये वेगळे झाले. तेव्हापासूनच राज्यशास्त्रातील सार्वजनिक धोरण या अभ्यासक्षेत्राची वाढ सुरू झाली. यामुळे राज्यशास्त्राच्या गाभ्याचे अभ्यासक्षेत्र नव्याने वेगळ्या स्वरूपात उदयास आले. नव्या अभ्यासकांच्या संघटना, नियतकालिके, संस्था आणि विद्यापीठ पातळीवर पदव्यांचे शिक्षण हे सार्वजनिक धोरणांवर आधारलेले १९८०च्या दशकामध्ये पुढे आले. आज लोकप्रशासन व राज्यशास्त्रामध्ये सार्वजनिक धोरणविश्लेषण हे मान्यता असलेले अभ्यासक्षेत्र म्हणून ओळखले जाते. त्याचबरोबर समाजशास्त्र, अर्थशास्त्र आणि मानसशास्त्र या विद्याशाखांमध्येदेखील सार्वजनिक धोरणविश्लेषण अभ्यास यावर भर दिला जातो. सार्वजनिक धोरणाचे दोन महत्त्वाचे उपयोग आहेत : एक-सार्वजनिक धोरणविश्लेषण अभ्यासकांना उपयोगी ठरते; दोन-दुसऱ्या बाजूला सरकारच्या धोरणाचे विश्लेषण करण्यासाठी ही शाखा उपयोगी ठरते. प्रिस्टन विद्यापीठाचे माजी अध्यक्ष वुड्रो विल्सन यांच्या मते, चांगले सार्वजनिक धोरण निर्माण होण्यासाठी चांगले मन असणे गरजेचे असते. वुड्रो विल्सन सामाजिक शास्त्रज्ञ होते व सामाजिक शास्त्रज्ञ हा अमेरिकेचा राष्ट्राध्यक्ष होण्याची ही पहिलीच वेळ होती. हर्बर्ट हुवर यांनी राष्ट्रीय, आर्थिक व सामाजिक कल यांच्या विश्लेषणाची सुरुवात केली; तर फ्रँकलिन रुझवेल्ट यांनी यामध्ये गुणवत्ता आणली. रुझवेल्ट यांनी अमेरिकेला दुसऱ्या महायुद्धाच्या परिणामातून बाहेर काढण्यासाठी प्रयत्न केले. त्यांनी अशा अनेक संघीय रचना निर्माण केल्या की, ज्यांमधून सार्वजनिक धोरणविश्लेषणाचा आरंभ झाला. त्यांनी अंमलबजावणी संदर्भातील नवे कार्यक्रम आखले. उदा. राष्ट्रीय नियोजन मंडळ, युद्ध संरक्षण मंडळ इत्यादी. राज्य व स्थानिक शासनसंस्थांच्या कार्यक्रमांचे मूल्यमापन करण्याची लाट किंवा पद्धत १९७० मध्ये सुरू झाली. धोरणविश्लेषणाशी संबंधित अशी ही कृती होती. यातून १९९३ मध्ये सरकारची कामगिरी व निकालासंबंधी कायदा करण्यात आला. व्यवस्थापन, अंदाजपत्रक अशी विविध कार्यालये निर्माण करण्यात आली. त्यातून संघराज्याच्या रचनेमध्ये धोरणविश्लेषणाला एक सुरक्षित स्थान प्राप्त झाले. आज अमेरिकेत धोरणविश्लेषण ही अधिकृत नोकरी किंवा काम आहे. संघीय नागरी सेवांमधून धोरण विश्लेषकांची निवड केली जाते. अमेरिकेमध्ये धोरणविश्लेषण ही ज्ञान-उद्योग शाखा म्हणून स्थापन झालेली आहे.

येहेझ्केल ड्रॉर यांच्या मते :

(१) कोणत्या धोरणाला अग्रक्रमाने प्राधान्य दिले, याची पद्धत धोरणविश्लेषणामधून समजते.

(२) संशोधनाचे नवे आराखडे सार्वजनिक धोरणविश्लेषणातून पुढे येतात.

(३) सार्वजनिक धोरण हे मास्टर किंवा सविस्तर धोरण असते की, ज्या धोरणातून विशिष्ट धोरणाची मार्गदर्शक तत्त्वे, व्यूहरचनादेखील समजतात.

(४) मूल्यमापन व प्रतिसादाचादेखील समावेश धोरणशास्त्रात होतो.

(५) धोरणावर धोरणनिश्चिती प्रक्रिया घडत असते.

सविस्तर धोरणामध्ये धोरणनिश्चितीची व्यवस्था किंवा रचना असते. सविस्तर धोरणामध्ये संघटनात्मक रचना, सेवकवर्गाची निवड व प्रशिक्षण, संसूचन, माहितीचे जाळे या घटकांचा एकत्रितपणे समावेश होतो. धोरणशास्त्र ही नव्याने उदयास आलेली विद्याशाखा आहे. सार्वजनिक धोरणनिश्चितीमध्ये सुधारणा घडवून आणण्यासाठी ती निर्माण झाली. समकालीन सामान्यशास्त्रांपेक्षा ही विद्याशाखा वेगळी व महत्त्वाची आहे. सार्वजनिक धोरणनिश्चितीत राज्यसंस्थेची कोणती भूमिका आहे, यासंबंधी विश्लेषण करणारी धोरणशास्त्र ही विद्याशाखा आहे. सार्वजनिक धोरणाला जर सामाजिक उपयुक्तता नसेल, तर त्याचा समावेश धोरणशास्त्रात होत नाही. धोरणशास्त्र विद्याशाखा आणि प्रक्रिया यांचे संबंध गतिशास्त्रावर आधारलेले असतात. धोरणशास्त्राचा सैद्धान्तिक भाग महत्त्वाचा असतो, कारण तो स्पष्टीकरण आणि दिशा देतो. सैद्धान्तिक विश्लेषणामुळे एखादी चूक पुन:पुन्हा होत नाही. कोणत्याही यशस्वी धोरणाला मागील अनुभवाचा फायदा झालेला असतो. तुलनात्मक दृष्टिकोन स्वीकारण्यामुळे धोरणशास्त्र महत्त्वाचे ठरते. सार्वजनिक धोरण सार्वत्रिक असते. जगातील प्रत्येक राष्ट्र धोरणाची निर्मिती करत असते. या धोरणांच्या तुलनात्मक अनुभवाचा फायदा धोरणशास्त्राला होत असतो. धोरणशास्त्र ही आंतरविद्याशाखीय विद्याशाखा आहे. धोरणशास्त्र ही विद्याशाखा अर्थशास्त्र, समाजशास्त्र, इतिहास, विज्ञान आणि तंत्रज्ञान या विद्याशाखांशी संबंधित आहे. धोरणशास्त्रातील शुद्ध व उपयोगी पडणारे संशोधन हे सामाजिक शास्त्रांतील अंतिम ध्येय गाठण्याचा पूल आहे. जग हेच धोरणशास्त्राची खरी प्रयोगशाळा आहे. धोरणनिश्चितीतील व अंमलबजावणीतील समस्या ही खरी सारांशसिद्धान्ताची परीक्षा आहे. फलित ज्ञान व व्यक्तिगत अनुभव हे ज्ञानाचे महत्त्वाचे उगम आहेत. धोरणशास्त्राच्या वैशिष्ट्यांवरून धोरणशास्त्राचे महत्त्व सांगता येते. धोरणनिश्चितीमध्ये उच्चदर्जाची गुणवत्ता असलेले धोरणनिर्माते धोरणाची निश्चिती करतात. त्यांच्याकडून फलित ज्ञानाचा अर्क शोधून काढण्याचा प्रयत्न केला जातो. समकालीन सामान्यशास्त्र व धोरणशास्त्रामधील हाच महत्त्वाचा फरक किंवा वैशिष्ट्य सांगता येतात. शास्त्रीय ज्ञानाचा उपयोग हा सार्वजनिक धोरणाला आकार देण्यासाठी झाला पाहिजे. धोरण ही सामाजिकदृष्ट्या उपयोगी

असणारी कृती आहे. म्हणून गुंतागुंतीच्या धोरणप्रश्नांबाबत धोरणशास्त्रज्ञांनी व्यवस्थात्मक चौकशी हत्याराचा वापर करावा. थॉमस डाय यांनी 'अंडरस्टँडिंग पब्लिक पॉलिसी' या ग्रंथामध्ये धोरणविश्लेषण करताना तीन गोष्टींचा विचार करणे गरजेचे आहे, असे मत मांडले आहे- (१) आरंभी नियमांची सूची देण्यापेक्षा धोरणकर्त्यांनी त्यांच्या विश्लेषणावर भर द्यावा. (२) सार्वजनिक धोरणाची कारणे आणि परिणामांचा परीक्षणात्मक शोध घेतला पाहिजे. (३) सार्वजनिक धोरणाची कारणे आणि परिणामांचा सर्वसामान्य सिद्धान्त विकसित करण्याचा प्रयत्न केला पाहिजे. संशोधनातून काढलेल्या निष्कर्षांची जनउपयुक्तता असली पाहिजे. यावरून सार्वजनिक धोरणनिश्चितीच्या प्रारूपाचे महत्त्व अनन्यसाधारण आहे, असे दिसते.

प्रारूपाचा विकास :

सार्वजनिक धोरण या उपविद्याशाखेमध्ये सार्वजनिक हित, सार्वत्रिक कल्याण, सार्वजनिक निवड, धोरणविश्लेषण, धोरणनिश्चिती या संकल्पनांखेरीज गटसिद्धान्त, अभिजनवादी सिद्धान्त, विवेकी सिद्धान्त, खेळी सिद्धान्त, व्यवस्था सिद्धान्त (प्रक्रिया) अशा सिद्धान्तांची निर्मिती झाली आहे. या सिद्धान्तांचा वापर शास्त्रीयअर्थाने केला आहे. हे सिद्धान्त सार्वजनिक धोरणांचे स्पष्टीकरण करतात. सार्वजनिक धोरण या उपशाखेने केवळ माहितीचे संकलन केले नाही, तर त्याबरोबरच सर्वसाधारण नियमाचे उदाहरण म्हणून त्या माहितीद्वारे स्पष्टीकरण दिले आहे. असे सार्वत्रिक स्पष्टीकरण करणारे नियम तयार करण्याचा प्रयत्न करणे, ही सार्वजनिक धोरणाची सैद्धान्तिक बाजू होय. या सिद्धान्ताच्या आधारे सार्वजनिक धोरणाचे विश्लेषण करता येते. सार्वजनिक धोरणांचा अभ्यास करणाऱ्या अभ्यासकांना हे सिद्धान्त अभ्यासाची दिशा देतात. असे सर्वसाधारण नियम नव्याने व नव्या संदर्भात तयार करण्याचे आव्हान सार्वजनिक धोरण या उपविद्याशाखेपुढे आहे.

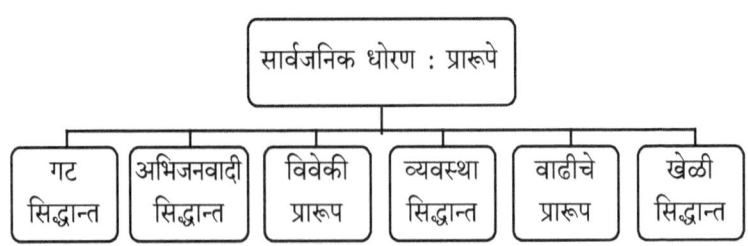

गट सिद्धान्त :

धोरणनिश्चिती आणि धोरणाची अंमलबजावणी या दोन पातळ्यांवर सार्वजनिक धोरणप्रक्रियेत गट सहभाग घेतात. विविध गट शासनाच्या निर्णयप्रक्रियेवर प्रभाव पाडण्याचा प्रयत्न करतात; म्हणून सार्वजनिक धोरणाच्या अभ्यासात गटवादी दृष्टिकोन औपचारिक प्रक्रियांपेक्षा प्रत्यक्ष गटांच्या वर्तनावर आणि परस्परसंबंधांवर भर देतो. कायदे मंडळ, कार्यकारी मंडळातील औपचारिक प्रक्रियांपेक्षा या औपचारिक प्रक्रियांच्या बाहेर सार्वजनिक धोरणनिश्चिती व अंमलबजावणीचा आकृतिबंध आकाराला येतो, असा गटसिद्धान्ताचा दावा राहतो. गटसिद्धान्ताच्या मते समाजातील वेगवेगळ्या गटांमधील संघर्ष आणि एकमेकांवर क्रिया करणारे संबंध किंवा घटक राजकीय जीवनाचा गाभा असतात. गटामध्ये सामूहिकपणे समान दृष्टिकोन, तसेच चांगले संबंधदेखील प्रस्थापित होतात. गटांची वर्गवारी वेगवेगळ्या पद्धतीने करता येते. राजकीय पक्ष किंवा दबावगट हे औपचारिक संघटना किंवा गटनिश्चित रचना व उद्दिष्टांवर स्थापन झालेली असते. त्याचा परिणाम संपूर्ण गटावर होतो. अनौपचारिक गटांमध्ये उद्दिष्टे आणि संघटनात्मक रचना नसते. राजकीय वर्तनाच्या स्पष्टीकरणाचा दृष्टिकोन म्हणून गटसिद्धान्ताकडे पाहिले जाते. सामाजिक आणि राजकीय गटांमधील आंतरसंबंध, त्यांचे स्वरूप यावर राजकीय वर्तणुकीचा अभ्यास केला जातो. या सिद्धान्तानुसार गटसंघर्षातूनच धोरणनिश्चिती उदयाला येते. लोकांचे जेव्हा समान हितसंबंध असतात, तेव्हा ते मागण्या करण्यासाठी एकत्र येतात. औपचारिक-अनौपचारिक गट स्थापन करतात आणि सरकारने निश्चित केलेल्या धोरणावर परिणाम करतात. डेव्हिड ट्रुमन 'The Governmental Process' (१९५१) या ग्रंथात असे प्रतिपादन करतो की, दबावगट हा विभाजित दृष्टिकोन असलेला गट असतो. समाजातील इतर काही गटांवर तो दावा करतो आणि राजकीय बनतो. तसाच तो शासनावरदेखील दबाव आणतो. म्हणजेच शासनाच्या सार्वजनिक धोरणनिश्चितीवर दबाव आणतो. वेगवेगळ्या गटांमधील संघर्षात समतोल साधण्याचा प्रयत्न करणे, हाच धोरणप्रक्रियेचा मुख्य भाग आहे. यातूनच सार्वजनिक धोरणाची निर्मिती होते. गटसिद्धान्ताच्या मते, सार्वजनिक धोरण म्हणजे कोणत्याही परिस्थितीमध्ये गट-संघर्षामध्ये समतोल घडवून आणणे आणि धोरणशास्त्राला गटाची भूमिका अनुकूल करून घेणे, हे असते. गटसंघर्षाच्या संबंधित महत्त्वाच्या राजकीय कृतीचा विचार करणे, हा गटसिद्धान्ताचा हेतू असतो. शासन व दबावगटांमधील सौदेबाजी, तह, वाटाघाटी यांतून धोरण तयार होते. व्यवस्थेमध्ये समतोल टिकवून ठेवणे, हे गटसंघर्षाचे एक महत्त्वाचे क्षेत्र आहे. गटांमधील स्पर्धा ही कोणत्याही एका गटाला

कायमस्वरूपी व्यवस्थेतील संपूर्ण सत्ता उपभोगू देत नाही. प्रत्येकाच्या कृतीवर गट देखरेख ठेवतात. हितसंबंध आणि दृष्टिकोनाच्या आधारावर व्यक्तींना गट कृतिशील करतात. कोणत्याही प्रसंगी सार्वजनिक धोरण हे प्रभुत्वशाली गटाचेच हितसंबंध जपणारे असते, असे दिसते. गटसंघर्षाच्या चालू प्रक्रियेमध्ये सार्वजनिक धोरण फायद्याच्या प्रभावाकडेच झुकलेले असते आणि तोट्याच्या प्रभावाकडे दुर्लक्ष करते.

अभिजनवादी सिद्धान्त :

सार्वजनिक धोरण ही अभिजनवर्गाची निर्मिती आहे. अभिजनवर्गाची मूल्ये आणि साधने सार्वजनिक धोरणामध्ये प्रतिबिंबित झालेली असतात. या प्रारूपाच्या मते, समाज दोन गटांमध्ये विभागलेला असतो. एक सत्ता असणारा वर्ग आणि दुसरा सत्ता नसणारा वर्ग, असे दोन गट असतात. या सामाजिक रचनेमध्ये लोकसमूहामार्फत धोरण ठरविले जात नाही. सत्ताधारी अभिजनवर्गाकडून सार्वजनिक धोरण ठरविले जाते व नोकरशाहीमार्फत अंमलबजावणी केली जाते. श्रेणीबद्ध रचना या पद्धतीने सार्वजनिक धोरणांची अंमलबजावणी होते. सार्वजनिक धोरणातील बदल हे क्रांतिकारी मार्गाने होत नाहीत. सार्वजनिक धोरणात आमूलाग्र बदल होत नाहीत, तर मूळ सार्वजनिक धोरणात अंतर्गत फेरबदल केले जातात. अभिजनवादी सिद्धान्ताचे मूल्यमापन करण्यासाठी सार्वजनिक धोरण उपयोगी ठरते; कारण अभिजनवर्ग असे मानतो की, समाजातील, विविध सामाजिक Ruling Elite गटांमधील/संस्थांमधील, बहुसंख्याकांवर प्रभाव पाडून निर्णयप्रक्रियेवर वर्चस्व गाजविणारा पुढारलेल्या मूठभर लोकांचा गट आपण आहोत आणि निर्णय घेण्याची जबाबदारी आपल्यावर आहे, हा मुद्दा सार्वजनिक धोरणाच्या मूल्यमापनातून दिसतो. निर्णयनिश्चिती प्रक्रियेवरती अभिजनांचा प्रभाव असतो. खरी सत्ता त्यांच्याच हाती असते. समाजातील अभिजनवर्गाचे स्वरूप व भूमिका अभ्यासणे हा अभिजनवादी सिद्धान्ताचा हेतू असतो. थॉमस डाय आणि हर्मन झेईग्लेर (Harmon Zeigler) यांनी 'The Irony of Democracy' या ग्रंथामध्ये अभिजनवादी सिद्धान्त मांडला आहे.

(१) बहुसंख्य सत्ता नसणारे व मोजकेच किंवा सत्ता असणारे थोडे अशी समाजाची विभागणी होते.

(२) समाजासाठी मूल्यनिर्धारण करणे फारच मोजक्या लोकांच्या हाती असते. उदा. सत्ताधारी अभिजन, तज्ज्ञ सल्लागार इत्यादी.

(३) लोकसमूह धोरण निश्चित करत नाहीत. जे मोजके सत्ताधारी असतात, ते बहुसंख्य समूहामधील नसतात. सार्वजनिक निर्णयप्रक्रियेत समाजातील सामाजिक व आर्थिकदृष्ट्या उच्च असणाऱ्या वर्गातून अभिजन येतात.

(४) 'बिगरअभिजन' अभिजन बनण्यासाठी जी चळवळ करतात, ती अतिशय मंद असते. स्थिरता टिकवून ठेवण्याकडे तिचा कल असतो. क्रांती किंवा आमूलाग्र बदल करण्याचे या चळवळींकडून टाळले जाते. ज्या बिगर-अभिजनांना अभिजनवर्गाची सहमती मिळते, तेच शासकीय वर्तुळात प्रवेश करतात.

(५) सामाजिक व्यवस्थेतील मूल्यांच्या पायावर अभिजनवर्गाला संमती मिळत असते.

(६) समूहांच्या मागणीतून सार्वजनिक धोरण व्यक्त होत नाही. अभिजनवर्गाच्या मूल्याला अनुसरून सार्वजनिक धोरणांची निर्मिती होते. सार्वजनिक धोरणांमध्ये क्रांतिकारी बदल होत नाही, तर मूळ धोरणात फेररचना केली जाते.

(७) समूहांना अभिजन प्रभावित करतात. अभिजनांना समूह प्रभावित करत नाहीत. सत्तेतील अभिजन व विरोधी अभिजन आणि सामान्य समूह यांच्यातील स्पर्धा यांवर अभिजनवादी सिद्धान्त आधारलेला असतो. सत्ताधारी अभिजनवर्गाकडून सार्वजनिक धोरणांची निर्मिती होते आणि शासकीय कार्यालये आणि माध्यमे यांच्यामार्फत सार्वजनिक धोरणांची अंमलबजावणी होते.

विवेकी प्रारूप (Rational Model) :

सामाजिक, राजकीय व आर्थिक मूल्यांची प्राप्ती यांवर सार्वजनिक धोरणांची उपयुक्तता मोजावी; असे या प्रारूपाचे म्हणणे आहे. धोरण तयार करताना उपयुक्त मूल्यांचा विचार करावा. याशिवाय इतर मूल्यांचादेखील विचार करावा. किंमत आणि फायदा याआधारे सार्वजनिक धोरणाचे विश्लेषण करावे, अशी भूमिका या सिद्धान्ताची असल्यामुळे, हा सिद्धान्त उपयुक्ततावादी मूल्यात्मक संच स्वीकारतो. हर्बर्ट सायमन या विचारवंताने सार्वजनिक धोरणाचे विवेकी प्रारूप मांडले. 'The New Science of Management Decision' या ग्रंथामध्ये सायमनने सार्वजनिक धोरणाचे विवेकी प्रारूप मांडले आहे. धोरणनिश्चिती प्रक्रियेत मुख्यत: तीन कृतींचा समावेश सायमनने केला : (१) हुशार कृती (२) आराखडा कृती आणि (३) निवड कृती.

(१) **हुशार कृती :** यामध्ये तो निर्णयनिश्चिती प्रक्रियेचा समावेश करतो. निर्णय घेण्यासाठी आवश्यक असलेल्या पर्यावरणाचा शोध घेणे, ही एक हुशार कृती आहे, असे सायमनचे मत आहे.

(२) **आराखडा कृती :** संभाव्य कृतीचा शोध घेण्यासाठी संशोधन, विकास व विश्लेषण करणे, याला तो आराखडा कृती संबोधितो.

(३) **निवड कृती :** उपलब्ध असलेल्या अनेक पर्यायांमधून कृती करण्यासाठी विशिष्ट पर्यायाची निवड करणे, यास तो निवड कृती म्हणतो. सायमनचे विवेकीप्रारूप हे प्रक्रियाप्रारूप आहे. धोरणनिश्चितीतील अनेक टप्प्यांकडे हा दृष्टिकोन लक्ष वेधतो.

हे प्रारूप वास्तववादी नाही, अशी टीका यावर केली जाते; तर सायमन असे म्हणतो की, प्रशासकाला निर्णयनिश्चिती प्रक्रियेमध्ये अनेक समस्यांना सामोरे जावे लागते. माहिती, वेळ व निधी ह्या मुख्यमर्यादा या प्रारूपाला आहेत, असे स्वत: सायमनचे मत आहे. असे असले, तरी सर्वांचे लक्ष या प्रारूपाने वेधून घेतले, कारण त्यातील नीटनेटकेपणा व सांख्यिकी पद्धतीने दुरुस्त करण्याची क्षमता होय. आजच्या संगणकीय युगामध्ये प्रेरणा देणारी माहिती, तसेच माहितीवर आधारलेली निर्णयनिश्चिती प्रक्रिया, यांमुळे सायमनचे प्रारूप सर्वांत जास्त लोकप्रिय ठरले.

व्यवस्था सिद्धान्त (System Theoretical Model) :

अब्राहम कपलान, जेम्स ॲन्डरसन, डेव्हिड इस्टन यांनी व्यवस्थासिद्धान्त मांडला आहे. त्यांनी सार्वजनिक धोरणाचे विश्लेषण व्यवस्थासिद्धान्ताच्या चौकटीत केले. 'American Ethics and Public Policy' या ग्रंथात अब्राहम कपलान यांनी सार्वजनिक धोरणाचे विश्लेषण व्यवस्थासिद्धान्तातून केले. डेव्हिड इस्टन यांच्या नावाशी व्यवस्थासिद्धान्त जोडलेला आहे. इस्टनने प्रामुख्याने राज्यव्यवस्था आणि तिचे पर्यावरण यांच्यातील आंतरसंबंधांवर लक्ष केंद्रित केले आहे. राजव्यवस्थेच्या कक्षा (boundaries) संकल्पनात्मक पातळीवर स्पष्ट करताना, राजकीय क्षेत्राची व्याख्या सार्वजनिक धोरणाच्या संदर्भात इस्टन यांनी केली आहे. समाजासाठी अधिकारपूर्ण धोरण ठरविणे आणि ते अमलात आणणे, या प्रक्रिया ठळकपणे प्रभावित करणाऱ्या सर्व प्रकारच्या कृती राजकीय क्षेत्रात येतात. समाजासाठी होणारी धोरणांची निर्मिती किंवा अंमलबजावणी यांच्याशी आपल्या हालचाली ज्या-ज्या वेळी संबंधित असतात, तेव्हा आपण राजकीय कृती करीत असतो. त्यांचाच समावेश सार्वजनिक धोरण संकल्पनेत केला जातो. 'संपूर्ण समाजासाठी अधिकारयुक्त मूल्यनिर्धारण करणे' हे राजकीय व्यवस्थेचे सर्वांत महत्त्वाचे कार्य असते. किंबहुना, या कार्याशी ज्या-ज्या कृतींचा संबंध येतो, त्या सर्वांना मिळूनच राज्यव्यवस्था ही संज्ञा वापरली जाते. अधिकारयुक्त मूल्यनिर्धारण हा राज्यशास्त्राचा मुख्य अभ्यासविषय ठरतो. अधिकारयुक्त धोरणांची निर्मिती करणे, हा प्रत्येक समाजापुढे महत्त्वाचा प्रश्न असतो. दंडशक्तीचा अधिमान्य वापर करून किंवा धाक दाखवून ऐक्य आणि संपोषणाची कार्ये पार पाडणाऱ्या आंतरक्रियांचा संच म्हणजे राजकीय व्यवस्था होय. या पद्धतीने सार्वजनिक धोरणनिश्चिती होते. आकृती क्र. ४.३ वरून असे दिसते की, समाजांतर्गत व समाजबाह्य अशा दोन प्रकारच्या पर्यावरणांतून सार्वजनिक धोरणांच्या मागण्या केल्या जातात. पर्यावरणाकडून राज्यसंस्थेकडे सार्वजनिक धोरणाची मागणी होते. यास 'आदान' असे संबोधिले जाते. मागणी करणे व पाठिंबा देणे, हे त्यांचे दोन

आविष्कार असतात. राज्यव्यवस्थेमध्ये मागण्यांचे रूपांतर धोरणनिर्णयांमध्ये होते. त्यांना 'प्रदान प्रक्रिया' संबोधिले जाते. रूपांतराच्या या प्रक्रियेमध्ये माहितीचे प्रत्यादान (Information Feedback) राज्यव्यवस्थेला उपयुक्त ठरते. म्हणजे समोर आलेल्या मागण्यांबरोबरच राज्यकर्त्यांना मिळालेली सविस्तर माहिती लक्षात घेऊन, सार्वजनिक धोरणांवर निर्णय घेतले जातात. राज्यव्यवस्थेचा प्रत्येक निर्णय नव्या मागण्यांना जन्म देत असतो, यालाच 'प्रत्यादान परिणाम' (Feedback Effect) असे म्हणतात. उदा. शासनाने आठमाही पाणीपुरवठ्याचे सार्वजनिक धोरण निश्चित केले की, शेतकरी बारामाही पाणीपुरवठ्याची मागणी करतात. अशा पद्धतीने इतरही निर्णय होतात. आदान व प्रदान यांच्यात संतुलन असते, तोपर्यंत त्या राज्यव्यवस्थेचा कारभार सुरळीत चालतो. मात्र, आदाने खूप आणि प्रदाने मात्र तुरळक असे झाले, तर राज्यव्यवस्था खिळखिळी होऊन मोडकळीस येऊ शकते. सार्वजनिक धोरणांसंदर्भात आदाने आणि प्रदाने निर्माण होतात. त्यामुळे आदाने आणि प्रदाने निर्माण होण्याची प्रक्रिया आणि रूपांतर-प्रक्रिया यांचा तपशीलवार विचार करून, राजकीय प्रक्रियांचा आदान-प्रदानांच्या चौकटीत विचार करणे इष्ट होय. इस्टनने ही पद्धत स्वीकारलेली दिसते. आदानांचे प्रदानांमध्ये होणारे रूपांतर आणि त्यांद्वारे निर्माण होणारे राजकीय व्यवस्थेचे अस्तित्व-सातत्य ह्याचा ह्या विश्लेषणात अभ्यास केला जातो. कोणत्याही समाजाच्या/प्रदेशाच्या राजकीय प्रक्रियेचा ह्या पद्धतीने अभ्यास करता येतो, हा तिचा महत्त्वाचा फायदा होय. यावरून असे दिसते की, व्यवस्थाविश्लेषणात सार्वजनिक धोरणशास्त्राचे विश्लेषण येते.

वाढीचे प्रारूप (Incremental Model) :

डेव्हिड ब्रेरीब्रूक (David Braybrook) आणि चार्ल्स लिंडब्लम (Charles Lindblom) यांनी सार्वजनिक धोरणाचे वाढीचे प्रारूप मांडले. वेळ, माहिती, किंमत व राजकारण यांचा प्रभाव लोकप्रशासनावर पडतो; याकडे या तज्ज्ञांनी लक्ष वेधले. लोकप्रशासन तज्ज्ञांची कार्ये व मर्यादा यांकडे लिंडब्लमने लक्ष वेधले. संबंधित काही मूल्ये व संबंधित काही पर्यायी धोरणे यांकडे या प्रशासनतज्ज्ञांनी लक्ष दिले नाही. मागण्या आणि हितसंबंध यांच्यातील संघर्षाच्या परिस्थितीमध्ये जुळवून घेण्यासंबंधीच्या संसूचनांचा अभाव, यासंबंधी या प्रारूपावर भर देण्यात आला आहे. जागतिक प्रशासनातील धोरणकर्ते अस्तित्वात असलेला कार्यक्रम व अंदाजपत्रकीय प्रक्रियाच सुरू ठेवतात. अस्तित्वात असलेल्या धोरणामध्ये भर घालणे किंवा त्यांमध्ये सुधारणा करण्याचाच प्रयत्न केला जातो. भूतकाळामध्ये घेतल्या गेलेल्या निर्णयांच्या आधारे हा दृष्टिकोन एक यशस्वी धोरणाचे चित्र तयार करतो. त्यामुळे प्रत्यक्ष व्यवहारामध्ये

ही धोरणे उपयोगी पडतात. पायाभूत भविष्यकालीन निवड म्हणून भूतकालीन निर्णयाकडे पाहिले जात नाही. सरकारी पातळीवर प्रत्यक्षात काय चालले आहे, याबद्दल या प्रारूपामध्ये विश्लेषण केले जात असल्याने, हे प्रारूप लोकप्रिय ठरले आहे. वास्तविक, जीवनानुसार प्रशासकीय परिस्थिती अनुसरली पाहिजे, यावर हे प्रारूप भर देते. जुळवून घेण्याच्या क्षमतेमध्ये वाढ करूनच लोकशाही धोरणांमध्ये बदल घडवून आणता येईल. राजकीय सोईनुसार धोरणाच्या मुद्द्यांचे विश्लेषण करून त्याला आकार प्राप्त करून दिला जातो. धोरण निश्चित करणारी प्रक्रियादेखील राजकीय सोईनुसार स्वत:ला बदलवते. त्यामुळे धोरणांमध्येदेखील बदल होतो. या प्रभावाखाली धोरणविश्लेषण प्रक्रिया घडत असते; म्हणूनच वाढीचे प्रारूप हे सर्वांत प्रभुत्वशाली ठरते. राजकीय सोईनुसार धोरणामध्ये परिवर्तन होते, हा मुद्दा मार्टिन रिन यांनी 'सामाजिक शास्त्र आणि सार्वजनिक धोरण' या पुस्तकात मांडला आहे. राजकीय सौदेबाजीतून चांगले व उपयोगी असे निष्कर्ष निर्माण होतात. वाढीचे प्रारूप वास्तविकतेचे वर्णन करते. सार्वजनिक धोरणात संपूर्णपणे बदल करणे शक्य नाही. सार्वजनिक धोरणांमध्ये सुधारणा घडवून आणणे, ही प्रदीर्घ चालणारी प्रक्रिया असली, तरीसुद्धा ती उपयुक्त आहे. सार्वजनिक धोरणप्रक्रियेमध्ये कठिनता किंवा समस्या आहेत. त्यामध्ये सुधारणा होणे गरजेचे आहे. ज्ञानाद्वारे या समस्यांवर उपाय शोधता येईल. या समस्या सोडविण्यासाठी संघटित शक्तीची गरज आहे, असे या प्रारूपाचे म्हणणे आहे.

खेळी सिद्धान्त :

निर्णयप्रक्रियेचा अभ्यास करण्याची गणितात विकसित झालेली एक पद्धत म्हणजे 'खेळी सिद्धान्त' होय. निर्णयप्रक्रियेच्या विश्लेषणात खेळी सिद्धान्त उपयुक्त ठरू शकतो. वॉन न्युमन (Von Neumann) आणि मॉर्सेन्स्टर्न (Morsenstern) यांनी 'थिअरी ऑफ गेम्स अँड इकॉनॉमिक बिहेव्हियर' या पुस्तकात खेळी प्रारूप मांडले. 'दोन व्यक्ती शून्य बेरीज' असे परिस्थितीचे वर्णन खेळी सिद्धान्त करतो. म्हणजेच एका व्यक्तीला संपूर्ण फायदा मिळतो व दुसऱ्यांचा पूर्ण तोटा होतो. खेळामध्ये अनेक खेळाडू असतात, परंतु तोटा सर्वांमध्ये समान पद्धतीने विभाजित केला जातो; तर काही वेळेस अनेक खेळाडूंमध्ये फायदा आणि तोटा समान पद्धतीने विभागला जात नाही. याचाच अर्थ दोनच कर्ते असलेली परिस्थिती किंवा अनेक कर्ते असलेली परिस्थिती यांसाठी वेगवेगळे 'खेळ' वापरले जातात. निर्णयनिश्चितीमध्ये गणिती प्रारूपाचा वापर करण्यावर हा सिद्धान्त भर देतो. आंतरराष्ट्रीय संबंधांच्या अभ्यासामध्ये निर्णयनिश्चितीचा खेळी सिद्धान्त प्रसिद्ध आहे. प्रादेशिक, आंतरराष्ट्रीय संघर्षामध्ये व

शास्त्रस्पर्धेच्या परिस्थितीमध्ये या सिद्धान्ताला महत्त्व आहे. 'अंडरस्टँडिंग पब्लिक पॉलिसी' या पुस्तकात डाय म्हणतात की, खेळी सिद्धान्त हे धोरणनिश्चितीचे शिक्षित प्रारूप व सारांश आहे. लोक कोणत्याप्रकारे निर्णय घेतात, याचे वर्णन हा सिद्धान्त करत नाही. विवेकी असतानादेखील स्पर्धात्मक किंवा कठीण परिस्थितीमध्ये कोणत्या निर्णयाची बाजू घेतात, हे बघितले जाते. खेळी प्रारूपाचा वापर केवळ स्पर्धात्मक परिस्थितीमध्येच केला जातो. राजकीय आणि सामाजिक संबंधांमधील स्पर्धेवर आधारित निर्णयांचा अभ्यास ह्या सिद्धान्ताद्वारे करता येतो. संबंधित कर्ते विशिष्ट परिस्थितीत अगदी तर्कशुद्धरीतीने वागल्यास, कोणती कृती करतील, याविषयी ह्या सिद्धान्ताद्वारे अंदाज करता येतो. विशिष्ट कृतींच्या संभाव्य लाभांचे विश्लेषण करता येते. कृती करणाऱ्या व्यक्ती तर्कशुद्ध निर्णय घेतील, असे मानून त्यांच्या कृतींची कल्पना करणे आणि ह्या कृतींच्या परिणामांचे संख्यात्मक मोजमाप करणे, ही या सिद्धान्ताची वैशिष्ट्ये होत. धोरणनिश्चिती प्रक्रियेत या प्रारूपाचे मर्यादित महत्त्व आहे. स्पर्धात्मक निर्णयप्रक्रियेच्या परिस्थितीमध्ये हा सिद्धान्त उपयोगी ठरतो. समिती अवस्थेमध्ये या सिद्धान्ताची उपयुक्तता जास्त असते. सार्वजनिक धोरणनिश्चितीमध्ये एका व्यक्तीच्या निवडीला महत्त्व असत नाही; तर दुसरे काय करतात, यावर चांगले परिणाम किंवा निष्कर्ष अवलंबून असतात.

राज्यशास्त्र व लोकप्रशासन यांच्यातील संवाद : सार्वजनिक धोरण

सार्वजनिक धोरण विद्याशाखा ही आंतरविद्याशाखीय प्रकारची आहे. त्यामुळे राज्यशास्त्र, अर्थशास्त्र, समाजशास्त्र, तत्त्वज्ञान यांमध्ये विकास पावलेल्या संकल्पना व सिद्धान्त सार्वजनिक धोरणांच्या अभ्यासाचा भाग ठरतात. याशिवाय सार्वजनिक क्षेत्र, खासगी क्षेत्र, सार्वजनिक-खासगी भागीदारी, सार्वत्रिक हित, सार्वजनिक कल्याण, गट सिद्धान्त, अभिजन सिद्धान्त, विवेकी सिद्धान्त, खेळी सिद्धान्त, व्यवस्था सिद्धान्त, धोरण विश्लेषण अशा विविध संकल्पना व सिद्धान्तांची निर्मिती सार्वजनिक धोरण या विद्याशाखेत झाली आहे. या संकल्पना व सिद्धान्तांवरून असे दिसते की, लोकप्रशासन, अर्थशास्त्र, व्यवस्थापन, वाणिज्य शाखा यांच्या तुलनेत सार्वजनिक धोरण विद्याशाखा राज्यशास्त्राच्या गाभ्याच्या अभ्यासक्षेत्रातील आहे.

सार्वजनिक धोरण व लोकप्रशासन यांचा संबंध हा धोरणाची आखणी झाल्यानंतर अंमलबजावणी या पातळीवर येतो. त्यामुळे लोकप्रशासनाच्या तुलनेत ही विद्याशाखा जास्त राज्यशास्त्रकेंद्रित दिसते. शासनाच्या धोरणाच्या अंमलबजावणी क्षेत्राबद्दलचा अभ्यास हा या विद्याशाखेचा मुख्य भाग आहे. म्हणजेच धोरणांची कार्यवाही, सेवकवर्ग व श्रेणीबद्ध रचना हा लोकप्रशासनाचा गाभा आहे. काटेकोरपणे हे धोरण

ठरविण्याच्या प्रक्रियेपासून प्रशासन अलिप्त असले, तरी प्रत्यक्षात प्रशासकीय क्षेत्रातील तज्ज्ञ अधिकारी सार्वजनिक धोरण-निश्चितीवर प्रभाव पाडतात. या पातळीपुरता मर्यादित संबंध सार्वजनिक धोरण व लोकप्रशासनाचा येतो. परंतु, अमेरिकेत डवॉइट वॉल्डो यांनी लोकप्रशासन हा विषय राज्यशास्त्र व व्यापारी प्रशासनापासून वेगळा करण्यासाठी प्रयत्न केले. त्यामुळे सार्वजनिक धोरण हा अभ्यासविषय लोकप्रशासनाकडे सरकला. या घटनेचे परिणाम म्हणून अनेक सार्वजनिक धोरणांचा संबंध अभ्यासक लोकप्रशासनाशी जोडतात व राज्यशास्त्राच्या राजकीय प्रक्रियेपासून या उपशाखेला अलिप्त करतात. या प्रक्रियेमुळे राज्यशास्त्राचा विकास खुंटतो आणि सार्वजनिक धोरण म्हणजे प्रशासकीय कामकाज, या चौकटीत बंदिस्त केले जाते. थोडक्यात, सार्वजनिक धोरण या उपविद्याशाखेचा पहिला धागा हा राज्यशास्त्रात आहे. नंतर अंमलबजावणीच्या पातळीवर या विद्याशाखेचा संबंध लोकप्रशासनाशी येतो. यावरून असे म्हणता येते की, राज्यशास्त्र व लोकप्रशासन यांना जोडणारा पूल सार्वजनिक धोरण हा विषय आहे. अमेरिकेत लोकप्रशासन हा विषय राज्यशास्त्र विद्याशाखेच्या बाहेर जाण्यास १९४० पासून प्रारंभ झाला होता. कारण Public Administration Review हे स्वतंत्र नियतकालिक १९४० पासून प्रसिद्ध होऊ लागले. यामुळे लोकप्रशासन ही व्यवस्थापनाची की राज्यशास्त्राची एक उपशाखा, अशी द्विधा मन:स्थिती वाढलेली दिसते. थोडक्यात, लोकप्रशासनाने व्यवस्थापनाची उपशाखा व्हावे की, राज्यशास्त्राची एक उपशाखा व्हावे, हा लोकप्रशासनापुढील मुद्दा आहे. परंतु, मुख्य मुद्दा असा आहे की, सार्वजनिक धोरण या उपशाखेला राज्यशास्त्राच्या अभ्यासकांनी द्विधा मन:स्थितीमध्ये ढकलावे का, हा नैतिक प्रश्न आहे. परंतु, यापेक्षा जास्त महत्त्वाचा प्रश्न, सार्वजनिक धोरण उपशाखेच्या अभ्यासातून लोकप्रशासन व राज्यशास्त्र या दोन शाखांना सांधता येते, असा व्यवहारी विचार करता येतो का, असा विचार राज्यशास्त्राच्या अभ्यासकांनी करणे जास्त योग्य ठरते.

सार्वजनिक धोरणांची निश्चिती, अंमलबजावणी व मूल्यमापन शासनसंस्था आणि बिगरसरकारी घटक अशा दोन घटकांमार्फत होते. कायदेमंडळ, कार्यकारी मंडळ व न्यायमंडळ हे तीन घटक शासनसंस्थेच्यावतीने सार्वजनिक धोरणात भूमिका पार पाडतात ; तर दबावगट, प्रसारमाध्यमे, स्वयंसेवी संघटना इत्यादी घटक बिगरसरकारी घटक म्हणून सार्वजनिक धोरणाला आकार देण्याचा प्रयत्न करतात. सार्वजनिक धोरणप्रक्रियेत राजकीय घटक प्रभावी की बिगरराजकीय घटक प्रभावी, असा मुद्दा अमेरिकेसह भारतासारख्या विकसनशील देशांमध्ये निर्माण झाला आहे. सार्वजनिक धोरणप्रक्रियेवर नोकरशाही, बाजारपेठ, जागतिक आर्थिक प्रवाह, तज्ज्ञ सल्लागार,

वित्तसंस्था, न्यायसंस्था, स्वयंसेवी संघटना यांचा प्रभाव वाढत जातो; तसतसे सार्वजनिक धोरण राजकारणाच्या कक्षेबाहेर जात आहे. यामुळे सत्तांतरानंतरही सार्वजनिक धोरण बदलत नाही.

कायदेमंडळ, कार्यकारी मंडळ, राजकीय पक्ष, निवडणुका, मंत्रिमंडळ, दबाव गट ही खरी राजकीय व्यासपीठे सार्वजनिक धोरणनिश्चितीच्या सीमावर्ती भागाकडे सरकली आहेत; तर नोकरशाही, बाजारपेठ, जागतिक आर्थिक प्रवाह, तज्ज्ञ सल्लागार, वित्तसंस्था व न्यायसंस्था ही बिगरराजकीय व्यासपीठे धोरणप्रक्रियेत मध्यवर्ती भूमिका पार पाडत आहेत. हा मुद्दा भारतात १९९० नंतर स्पष्टपणे दिसून येऊ लागला. या पार्श्वभूमीवर सार्वजनिक धोरणनिश्चितीच्या सरकारी व बिगरसरकारी माध्यमांचे विश्लेषण करणे आवश्यक ठरते. परंतु, यापेक्षा जगभरातील कायदेमंडळे, कार्यकारी मंडळे, राजकीय पक्ष, सामाजिक चळवळी या निव्वळ राजकीय घटकांची सार्वजनिक धोरण ठरविण्यातील भूमिका दुय्यम होत आहे का आणि न्याय मंडळ, तज्ज्ञ सल्लागार, वित्तसंस्था, नोकरशाही, स्वयंसेवी संघटना या बिगरराजकीय घटकांनी सार्वजनिक धोरण ठरविण्याच्या राजकीय घटकांच्या अधिकार व सत्तेवर ताबा मिळविला आहे का, असे नवे प्रश्न सार्वजनिक धोरण कोणी ठरवावे, या संदर्भात निर्माण झाले आहेत. हे प्रश्न राज्यशास्त्राच्या दृष्टिकोनातून मूलभूत प्रश्न म्हणून पुढे येत आहेत.

संदर्भसूची :

भारत सरकार विधी व न्याय मंत्रालय, २००६, भारताचे संविधान, महाराष्ट्र राज्य (सहावी आवृत्ती) मुंबई.

Dye, Thomas R., 1972, Understanding Public Policy, Prentice Hall, Englewood Cliff.

Henry Nicholas, Public Administration & Public Affairs (Ninth Edition) Prentice Hall of India, New Delhi.

Maheshwari S.R., 1976, Indian Administration, Orient Longman.

प्रकरण १२

राजकीय भूगोल

डॉ. सुधाकर डी. परदेशी
डॉ. सुचित्रा परदेशी

भूगोलशास्त्राची सुरुवात जरी प्राचीन अभिजात काळापासून झालेली असली, तरी एक आधुनिक शास्त्र म्हणून भूगोलाचा विकास युरोप खंडात व विशेषत: जर्मनीत इ.स.१७५० ते १९०० या कालखंडात झाला. भूगोल विषय हा विविध क्षेत्रांतील भेदांच्या कार्यकारणसंबंधांनुसार केलेला अभ्यास होय; कारण जगाच्या वेगवेगळ्या प्रदेशांतील गोष्टी ह्या वेगवेगळ्या असतात किंवा त्या कोणत्यातरी कारणांमुळे किंवा परिस्थितीमुळे झालेल्या असतात. या विभिन्न गोष्टींचे स्वरूप कसे आहे? त्या गोष्टींत भिन्नता का आढळते? वैचारिक आणि व्यावहारिक हेतूंच्या दृष्टीने या गोष्टी भिन्न का आहेत व त्यांचे संबंध कोणत्या प्रकारचे आहेत? हे समजून घेण्याची सतत गरज असते. या सर्व अभ्यासासाठी विविध क्षेत्रांचे स्वरूप कसे आहे, हे समजून घेणे आवश्यक ठरते. त्यातून भूगोलाच्या विविध शाखांचा विकास होऊन 'राजकीय भूगोल' सारखी महत्त्वपूर्ण शाखा अस्तित्वात आली.

राज्यसंस्था व भौगोलिक परिस्थिती यांच्यातील परस्परसंबंधांचा अभ्यास करणारे शास्त्र, म्हणजे 'राजकीय भूगोल' होय. साम्राज्ये, राज्यसंस्था, प्रांत, वसाहती, शहर हे राजकीय घटक आहेत व त्यांच्यावर या भौगोलिक परिस्थितीचा परिणाम होत असतो. राज्यसंस्थेची निर्मिती, विकास, देशाच्या सीमा, आंतरराष्ट्रीय राजकारण, संसूचन प्रक्रिया, देशाचे प्रशासकीय व प्रादेशिक विभाजन, नागरिकांचे सामाजिक

जीवन, साधनसंपत्तीचे वाटप इ. गोष्टींवर भौगोलिक परिस्थितीचा कोणता व कसा परिणाम होतो; याचा अभ्यास या शास्त्रात होतो (राज्यशास्त्र कोश, २४०).

भारतीय उपखंडात पौराणिक काळापासून राजकीय व्यवस्था, राज्य, शासनसंस्था, यांविषयीचा विचार मांडलेला दिसतो. ह्या सर्व गोष्टी राजकीय भूगोलाचीच विविध अंगे आहेत. उदाहरणादाखल 'कौटिल्याचे अर्थशास्त्र', 'चाणक्य नीती', एवढेच नव्हे, तर श्री छत्रपती शिवाजी महाराजांच्या काळातील मराठी साम्राज्याचा विस्तार, आरमाराची उभारणी इत्यादी अनेक घटनांत राजकीय भूगोलाच्या विविध अंगांचा अभ्यास झालेला दिसतो.

इतिहास :

भारताप्रमाणेच प्राचीन संस्कृती असलेल्या ग्रीसमध्येदेखील 'राज्य' व 'शासन' यांच्याशी संबंधित विविध घटकांचा अभ्यास झालेला दिसतो. यात प्रामुख्याने प्रोटोगोरस, गार्गियस यांचे राजशास्त्राचे तत्त्वज्ञान; प्लेटो, ॲरिस्टॉटल यांचे योगदान यांचा मुख्यत्वे समावेश होतो.

सर विल्यम पेट्टी यांनी १७ व्या शतकात राज्यशास्त्राचा भौगोलिक दृष्टिकोनातून प्रथमच विचार मांडल्याने त्यांना राजकीय भूगोलाचे संस्थापक मानले जाते. त्यानंतर १८ व्या शतकात राजकीय क्षेत्रांचा वापर करून बुशिंग यांनी प्रादेशिक वर्णन केलेले आढळते. 'इमॅन्युअल कांट' यांनी राजकीय भूगोलाचा भूगोल विषयाच्या वर्गीकरणात समावेश केला. याशिवाय भूगोल विषयात जग व जगाचा विचार, त्यातील राजकीय विभागांच्या परिभाषेत न करता, त्यापेक्षा अधिक वास्तव व शाश्वत अशा नैसर्गिक विभागांच्या परिभाषेतच करावा, अशा मागणीच्या स्वरूपात राजकीय भूगोलाचा प्राथमिक उल्लेख आढळतो. थोडक्यात, भूगोलात जगाची विभागणी राजकीय हद्दीनुसार न करता देशाच्या नैसर्गिक सीमांनी केली जावी, अशा मागणीच्यारूपाने या संकल्पनेचा उदय झालेला दिसतो. या संकल्पनेची खरी सुरुवात स्ट्रॅबोच्या (६४ इ. उ.) विचारातून झालेली दिसते.

त्यानंतरच्या काळात राजकीय भूगोलाचा अभ्यास पूर्णतः वेगळा केलेला दिसत नाही. सोळाव्या शतकापासूनच भूगोलतज्ज्ञ व विधितज्ज्ञांनी या विषयाबद्दल विचार करण्यास सुरुवात केली होती. त्या काळात राजकीय विषयांची माहिती पुरविणे एवढेच भूगोलतज्ज्ञांचे काम होते. त्यानंतरच्या काळात गेटरर (१७२७– १७९९) या जर्मन भूगोलतज्ज्ञाने भौगोलिक प्रदेशाची परिणामकारक विभागणीपद्धत शोधून काढली. त्यासाठी त्यांनी पर्वतरांग प्रणालींचा आधार घेतला. त्याआधारेच त्यांनी जगाचे विभाजन 'भूखंडे' व 'प्रदेश' अशा दोन प्राकृतिक विभागांत केले. गेटरर

यांच्या या योगदानाचा दीर्घकालीन परिणाम दिसून येतो. याशिवाय फ्रेडरिक रसेल (१८६१-१९४७) यांनी 'सरहद्दीचे स्वरूप' याचा विश्लेषणात्मक अभ्यास केला आणि त्याचा राजकीय भूगोलाच्या अभ्यासात उपयोग केलेला दिसतो. व्हेसिंजर आणि व्हीटलसी यांनी राजकीय भूगोलाचा जाणीवपूर्वक अभ्यास करून, सामान्य प्रादेशिक अभ्यास कसा संपन्न होतो, हे दाखवून दिले. झिंगर यांनी 'सरहद्दीचे स्वरूप' याचा विश्लेषणात्मक अभ्यास केला, तर झ्योलस यांनी प्रदेशाबरोबरच त्याच्या सारस्वरूपाचे वर्णन केलेले आहे. श्लूटर ओटो यांनी राष्ट्र व राष्ट्रीयता या क्लिष्ट संकल्पनांची चर्चा प्रथमत: केली. त्यानंतर त्याने 'राज्यांसह लोकसंख्येचे वितरण व संस्कृतीचा विकास यांवरील भौगोलिक परिस्थितीचा प्रभाव', तसेच 'पूर्वीच वितरण झालेले समाजगट' आणि 'राज्य व भूमी यांचा सुसंवाद' अशा विषयांचे विवेचन केलेले दिसते.

पसार्ज (१८६६-१९५८) या जर्मन भूगोलतज्ज्ञाने भूगोल व राजकीय भूगोलातील तांत्रिक व प्रायोगिक अशा दोन्ही प्रकारच्या लोकांच्या समस्यांचे विवेचन वारंवार केलेले आढळते. पसार्जने त्यांच्या 'निकटपूर्वेचा राजकीय भूगोल' या ग्रंथात त्यांनी राजकीय भूगोलाची व्याख्या पुढीलप्रमाणे सांगितली आहे. 'एखादे क्षेत्र (म्हणजेच त्यातील सगळ्या भूक्षेत्र दृश्यांची गोळाबेरीज) आणि त्यातील राजकीय संघटना यांच्यातील परस्परसंघटनांचा अभ्यास म्हणजे राजकीय भूगोल होय.' ब्रुन्हेसन (१८६९-१९३२) या फ्रेंच भूगोलतज्ज्ञांनी राजकीय भूगोलावर दोन ग्रंथ प्रसिद्ध केले.

ब्रिटिश भूगोलतज्ज्ञ हेल्फोर्ड मॅकिंडर (१८६१-१९४७) यांनी १९०४ मध्ये प्रथमच मर्मभूमी सिद्धान्त मांडला. या सिद्धान्तानुसार सागरी साम्राज्याचा अस्त होऊन भूसाम्राज्ये उदयास येतील व जो कोणी 'युरो-आशिया'च्या मर्मभूमीवर सत्ता राखेल, तोच जगावर नियंत्रण करू शकेल. मर्मभूमीची ही संकल्पना आल्फेड थेयर महन यांच्या सागरी शक्ती या संकल्पनेच्या पूर्णत: विरुद्ध होती. असे असले, तरीही मॅकिंडर यांच्या मर्मभूमी सिद्धान्ताचा प्रभाव शीतयुद्ध काळातदेखील सिद्ध झाला.

मर्मभूमी सिद्धान्तानुसार जग चार भागांत विभागले गेले.
१) मर्मभूमी - पूर्व युरोप व पश्चिम आशिया
२) जागतिक द्वीप - युरोशिया व आफ्रिका
३) परिघीय द्वीप - ब्रिटिश बेटे, जपान, इंडोनेशिया व ऑस्ट्रेलिया (बाह्य द्वीप)
४) नवे जग - अमेरिकन राष्ट्र.

मॅकिंडरच्या मतानुसार जो कोणी मर्मभूमीवर नियंत्रण करेल, तो जगावर नियंत्रण करेल. मॅकिंडरने वरील शब्दांत व्हर्सायच्या तहासारख्या घटनांवर राजकीय प्रभाव टाकण्यासाठी सूचना केल्या होत्या; ज्यानुसार सोव्हिएट संघराज्य व जर्मनी यांना मर्मभूमीवर नियंत्रण करण्यापासून रोखण्यासाठी त्यांमध्ये Buffer state तयार केले गेले.

याच काळात फ्रेडरिक रॅटझेल (१८४४-१९०४) या जर्मन भूगोलतज्ज्ञाने देश/राष्ट्र या संकल्पनेवर आपले विचार मांडले. त्यांच्या विचारांनुसार देश हे एखाद्या जिवासारखे वाढणारे असतात व त्याच्या सीमा ह्या तात्पुरत्या / बदलणाऱ्या असतात. हा विचार नाझीवादाने प्रभावित होता व त्यामुळे या विचारांचे परिणाम दुसऱ्या महायुद्धापूर्वीच्या काळात प्रामुख्याने जाणवले.

Lebensraum - निवासक्षेत्र / अधिवास ही संकल्पनादेखील रॅटझेल यांनी मांडली. अधिवास म्हणजे असे क्षेत्र की, जे राष्ट्राशी आत्मिकतेने / आत्मीयतेने आध्यात्मिकतेशी जुळलेले आहे व जेथून लोक आपला निर्वाह करू शकतात व शेजारील अविकसित देशांचा शोध घेऊन त्या देशात आपल्या संस्कृतीद्वारे सुयोग्य बदल घडवून आणू शकतात.

रॅटझेल यांच्या 'पॉलिटिश जिऑग्राफी' (Political Geography) या ग्रंथामुळे त्यांचे नाव अजरामर झाले. या ग्रंथाचे नऊ विभाग आहेत. त्यात त्यांनी खालील संकल्पना मांडल्या-

१) देश व भूप्रदेश यांचे परस्परावलंबन.

२) देशांच्या वाढीवर स्थलांतराचा परिणाम.

३) देशांची अभिक्षेत्रीय वाढ (Spatial Growth).

४) देशाच्या वर्गीकरणात भौगोलिक स्थानाची संकल्पना.

५) क्षेत्र (Area) संकल्पना.

६) सीमा व सरहद्दी संकल्पना.

७) देशांच्या अभिक्षेत्रीय विकासात किनारी प्रदेशांचे महत्त्व.

८) देशांच्या अभिक्षेत्रीय विकासात पाणी व जलाशयांचे महत्त्व.

९) देशाच्या अभिक्षेत्रीय विकासात पर्वत व मैदानांचे महत्त्व.

रॅटझेल यांनी स्पष्ट केलेले भौगोलिक विचार राजकीय भूगोलशास्त्राच्या अभ्यासकांना मार्गदर्शक ठरले. असे विचार प्रथमच मांडले गेल्यामुळे राज्यशास्त्राची व्याप्ती वाढली, तसेच या शास्त्राच्या अध्ययनात भूप्रदेश लोकसंख्या स्थलांतर क्षेत्र अधिवास व जैवआवास क्षेत्र इत्यादी नव्या संकल्पना समाविष्ट झाल्या.

रॅटझेल यांच्या राजकीय भूगोलातील काही संकल्पना पुढीलप्रमाणे आहेत–

१) **स्थान (Location) :** देशांच्या भौगोलिक स्थानांचा त्यांच्या विकासाशी व स्थैर्याशी संबंध असतो.

२) **अभिक्षेत्र (Space) :** अभिक्षेत्र व लोकसंख्येची घनता या दोन्ही घटकांना देशांच्या विकासात महत्त्वाचे स्थान असते.

३) **शहरे :** शहरे व महानगरांचा देशाच्या विकासात महत्त्वाचा वाटा असतो.

४) **व्यापार व वाहतूक मार्ग :** देशातील व्यापार व वाहतुकीमुळे विविध प्रदेशात देवाणघेवाण वाढून परस्परांशी संबंध वाढतो.

५) **बंदरे** व त्यांच्या पार्श्वभूमीनुसार रॅटझेलने पुढील पाच प्रकार केले. १) नैसर्गिक पार्श्वभूमी २) राजकीय पार्श्वभूमी ३) बाजारपेठ व वाटप ४) उत्पादन पार्श्वभूमी ५) वाहतूक पार्श्वभूमी इत्यादी.

६) **राज्य व भूप्रदेश :** रॅटझेलने राज्य व भूप्रदेश यांमधील संबंधांचे महत्त्व जाणून त्याचे विवेचन राजकीय भूगोलात केले.

याशिवाय या आधी नमूद केलेल्या राज्याचे जैविक स्वरूप आणि जैविक अधिवासक्षेत्र या संकल्पनादेखील मांडल्या.

रूडाल्फ कजेलेअन हे स्वीडिश राजकीय शास्त्रज्ञ फेडरिक रॅटझेलचे शिष्य होते. केजेलेअन याने प्रथमच (Geopolitics) 'भूराजनीती' हा शब्द आणला. केजेलेअन यांच्या लिखाणाचा प्रभाव जनरल कार्ल हौशोफर यांच्या (Geopolitics) 'भूराजनीती'च्या लिखाणावर व अप्रत्यक्षपणे नाझीच्या परराष्ट्र धोरणावर पडला / झाला. यानंतरच्या काळात जनरल कार्ल हौशोफर (१८६९–१९४६) या जर्मन शास्त्रज्ञांच्या भूराजनीती (Geopolitik) चे लेखन रॅटझेल व कजेलेअन यांच्या विचारांचे विस्तारित स्वरूप होते. हौशोफरच्या म्युनिक स्कूलने प्रामुख्याने भूगोलाचा अभ्यास केला, कारण त्याचा संबंध युद्ध आणि साम्राज्याची संरचना यांच्याशी आहे. १९३५ मध्ये हौशोफरने भूराजनीती (Geopolitik) ही संकल्पना पुढीलप्रमाणे मांडली– 'केवळ जर्मन राष्ट्राच्या सीमाक्षेत्रातील जमीन व मातीच्या नव्हे, तर त्यापलीकडे जनता आणि सांस्कृतिक भूमीच्या अधिकारांचे संरक्षण करण्याचे कर्तव्य म्हणजेच भूराजनीती होय'.

हौशोफरसाठी देशाचे अस्तित्व हे जीवित स्थान व त्याच्या धोरणात्मक आधारावर अवलंबून असते. त्याप्रमाणे जर्मनीच्या संरक्षणासाठी शेजारील छोट्या देशांचा (तटस्थ राष्ट्रांचा) उपयोग करावा. अशा छोट्या राष्ट्रांना जर्मनीच्या अखत्यारित आणावे, असे देश ज्यांना जर्मनीकडून संरक्षण दिले जाऊ शकेल.

वरील तज्ज्ञांनी राजकीय व भौगोलिक विज्ञानात अनेक संकल्पना जागतिक दृष्टिकोनातून मांडल्या. दुसऱ्या महायुद्धपूर्व काळात राजकीय भूगोल प्रामुख्याने जागतिक सामर्थ्यासाठीची धडपड व देशाच्या राजकीय नीतीवर प्रभाव टाकणाऱ्या गोष्टींशी निगडित होते.

शीत काळातील सीमांवरील शांतता व पर्यावरणीय निश्चयवाद यांमुळे राजकीय भूगोलाचे महत्त्व मोठ्या प्रमाणावर कमी झाल्याचे ब्रायन बेरी यांनी १९६८ मध्ये आपल्या Moribund backwater या लेखनात मांडले; परंतु मानवी भूगोलातील इतर शाखांमध्ये होणारा विकास राजकीय भूगोलतज्ज्ञांनी दुर्लक्षित केला. या सर्वांमुळे या काळातील राजकीय भूगोल अधिक विस्तृत / व्यापक होता; पण सांख्यिकीवर आधारित सर्वसाधारण अभ्यासावर मात्र अतिशय थोडे काम झाले. १९७६ पर्यंत साधारणपणे हीच परिस्थिती होती. तेव्हा रिचर्ड मूर यांनी राजकीय भूगोल फिनिक्स पक्षासारखे असल्याचे मत मांडले.

व्याख्या :

१) 'राजकीयदृष्ट्या संघटित झालेले प्रदेश, त्या प्रदेशांची नैसर्गिक साधनसामग्री, भौगोलिक विस्तार व त्यांच्या विशिष्ट भौगोलिक स्वरूपाची कारणमीमांसा यांचा अभ्यास म्हणजे राजकीय भूगोल होय.'

२) 'राजकीय क्रिया-प्रतिक्रियांचे स्थळांच्या संदर्भात केलेले विश्लेषण म्हणजे राजकीय भूगोल.' - केस्पर्सन व मिंधी

३) 'राजकीय भूगोल म्हणजे राज्यसंस्था व पृथ्वी यांच्या परस्परसंबंधांचा अभ्यास होय. यामुळे विविध राज्यसंस्थांचे जे आंतरराष्ट्रीय संबंध असतात, त्यांचे भूवैज्ञानिक दृष्टिकोनातून वितरणात्मक स्पष्टीकरण करण्यास साहाय्य होते. राष्ट्रीय कार्याची समर्पक अजमावणी करण्याची ही एक पद्धत आहे.' - कार्लसन

४) 'राजकीय पद्धतीवर जे स्थलीय घटकांचे परिणाम झालेले असतात, त्यांच्या विश्लेषणाचा अभ्यास म्हणजे राजकीय भूगोल होय.' - कोहेन

५) 'राष्ट्राराष्ट्रांतील डाव व प्रतिडाव यांवर भौगोलिक परिस्थितीच्या होणाऱ्या परिणामांचा अभ्यास म्हणजे राजकीय भूगोल होय.' - व्हॉल्कनबर्ग

६) 'राजकीय भूगोल हे राजकीयदृष्ट्या संघटित झालेले प्रदेश, त्यांची साधनसंपत्ती व विस्तार आणि त्यांनी धारण केलेल्या विशिष्ट भौगोलिक रूपांच्या कारणमीमांसांशी संबंधित आहे.' - पौंडस, एन. जे. सी. - १९७२

राजकीय भूगोलाचे स्वरूप व व्याप्ती :

१९७० च्या उत्तरार्धापासून राजकीय भूगोलाचे पुनर्जीवन झाल्याचे दिसते व तेव्हापासून हा विषय अतिशय गतिशील स्वरूपाचा झाला आहे. या विषयाचा पुनरुद्धार प्रामुख्याने पॉलिटिकल जिऑग्राफी क्वाटरली व त्याच्या विस्तारित द्वैमासिक प्रकाशनामुळे झालेला दिसतो. उदाहरणादाखल रॉन जे. जॉन्स्टन यांचे (Electoral Geography) मतदानाचा भूगोल, तसेच रॉबर्ट सॅचे 'क्षेत्रीयता ही वागणुकीचा मार्ग' आणि पीटर टेलर (२००७) यांचे 'जागतिक प्रणाली' सिद्धान्ताचे काम हे मार्क्सीझम संरचनेनुसार आहे. सद्यःस्थितीत हरितराजकारणाच्या भूगोलास (Geography of Green Politics) पसंती वाढत आहे. तसेच पर्यावरणीय आंदोलनासाठी भू-राजनीती, सध्याची राज्यांची स्थिती व अधिक व्यापक राजकीय संघटना, ज्या सध्याच्या व भविष्याच्या पर्यावरणीय समस्यांवर विचार मांडतात. यावरून असे लक्षात येते की, राजकीय भूगोलामुळे पारंपरिक राजकीय विज्ञानाची व्याप्ती अधिक विस्तारली गेली व तो दैनंदिन जीवनाचा भाग बनला.

मानवी समाज म्हणजेच लोकसंख्येच्या प्रचंड वाढीमुळे मर्यादित असलेली साधनसंपत्ती आणखीनच अपुरी पडू लागते व त्यामुळे विषमता, तणाव, वाद जन्माला येतात. त्यात काही देश वरचढ क्षमतांमुळे अधिक साधनसामग्री स्वतःकडे घेतात. हे देश नैसर्गिक स्थान, प्रावीण्य, समाजाची शारीरिक व बौद्धिक अनुकूलता या कारणांमुळे वरचढ ठरतात. अशावेळी कमकुवत देशांच्या / राष्ट्रांच्या / समूहांच्या हितरक्षणासाठी राज्यसंस्था जन्माला येतात. या राज्यसंस्था राजकीय भूगोलाच्या अभ्यासाचा केंद्रबिंदू आहेत व त्यामुळेच हा विषय बहुआयामी, विस्तृत आणि सतत विस्तारणारा आहे. (विस्तारत जाणारा आहे.)

२००६ च्या गणनेनुसार जगात १९६ देश असून, त्यांना प्राप्त भौगोलिक स्थिती, शासनपद्धती, समाजरचना, देशाची कार्यक्षमता, तसेच आर्थिक व सामाजिक जडणघडण यांमध्ये भिन्नता आढळते. याचाही अभ्यास राजकीय भूगोलात केला जातो.

भौगोलिक भिन्नतेमुळे मानवाच्या सामाजिक, सांस्कृतिक, शारीरिक व मानसिक स्थितीमध्ये फरक आढळतो. त्याचा परिणाम स्थानिक राजकीय संस्थांवरही होत असल्याने देशांचे / राज्यांचे क्षेत्रीय विभाजन / वर्गीकरण होते. अशा वर्गीकरणास भौगोलिक सीमा आपोआपच प्राप्त होतात. या सीमांचे भौगोलिक महत्त्व खूप असते. या सर्व बाबींचा अभ्यास राजकीय भूगोलात केला जातो.

राजकीय भूगोलाचे स्वरूप राज्यसंस्थेच्या अस्तित्वाशी संबंधित आहे. विशिष्ट

भूप्रदेश व तेथे राहणारा समाज (जनता), त्यांच्यातील समाजगट यांमुळे राज्यसंस्था अस्तित्वात येतात. भूप्रदेश – राज्य / देश, समाज याशिवाय राज्यसंस्थांचे अस्तित्वच नाही. राज्यसंस्थेवर स्थानिक निसर्गाचा व पर्यावरणाचा म्हणजेच भौगोलिक परिस्थितीचा प्रभाव / परिणाम होत असल्याने, एकाच प्रकारची शासनपद्धती / शासनधोरणे सर्वत्र लागू होऊ शकत नाहीत. त्यामुळेच जगात राजसंस्थांची / शासनपद्धतींची विविधता आढळते. (राजेशाही, सरंजामशाही, हुकूमशाही, संसदीय लोकशाही, अध्यक्षीय लोकशाही, साम्यवादी शासनपद्धती इत्यादी.)

राजकीय भूगोलाचा संबंध भौगोलिक व सामाजिक घटकांशी असल्याने राजकीय भूगोलाचे स्वरूप परिवर्तनीय आहे. राजकीय भूगोलाचा संबंध लोकसंख्या, संपर्कसाधने, समाजातील विविध घटना, त्यांचे समाजावरील परिणाम, स्थलांतरे, नवराष्ट्रनिर्मिती, सीमाबदल, साधनसंपत्तीचा शोध, शक्तिकेंद्रे, आर्थिक विकास, अर्थसंबंध, आंतरराष्ट्रीय संबंध इत्यादींशी असल्याने तो गतिमान आहे.

राजकीय भूगोलाची अभ्यासक्षेत्रे :

१) अनेक देशांच्या प्रादेशिक संघटना, औपचारिक (उदा. युरोपियन युनियन) का व कशा निर्माण झाल्या?

२) देश व त्यांच्या पूर्वीच्या वसाहतीतील संबंध कालानुरूप पुढे कसे नेले जातात/ जातील? उदा. नववसाहतवाद.

३) शासन व जनतेतील संबंध.

४) देशांतील परस्परसंबंध, ज्यांत आंतरराष्ट्रीय व्यापार व करार येतात.

५) सीमारेषा आखणे, सीमारेषांचे कार्य व संरक्षण.

६) भूगोलाचा राजकीय सूचनांवरचा परिणाम / प्रभाव.

७) राजकीय शक्तींचा भौगोलिक प्रभाव.

८) मतदानाच्या / निवडणूक निकालांचा अभ्यास.

राजकीय भूगोलाच्या उपशाखा :

राजकीय भूगोलाच्या प्रमुख शाखा पुढीलप्रमाणे आहेत–

अ) टीकात्मक / दोषदर्शी राजकीय भूगोल

ब) भू-राजनीती

क) निवडणूक भूगोल

अ) टीकात्मक / दोषदर्शी राजकीय भूगोल : पारंपरिक राजकीय भूगोलाची टीका व आधुनिक कल यांच्याशी टीकात्मक राजकीय भूगोलाचा संबंध आहे. यात प्रामुख्याने 'आधुनिकतेनंतरचा प्रवाह', 'संरचनेनंतरचा प्रवाह' व वसाहतीनंतरच्या सिद्धान्तावर आधारित मते आहेत. या अभ्यासात खालील उदाहरणांचा समावेश होतो.

१) नारीवादी भूगोल (Feminist Geography)

२) वसाहतवादानंतरचे सिद्धान्त इत्यादी.

ब) भू-राजनीती : या शब्दाचा प्रथम वापर २० व्या शतकाच्या सुरुवातीस रुडाल्फ जेलेन या स्वीडिश शास्त्रज्ञाने केला. स्थानिक व आंतरराष्ट्रीय राजकीय व प्रादेशिक संबंधाचा ऊहापोह करणारा सिद्धान्त म्हणजेच भू-राजनीती होय. एखाद्या क्षेत्राची राजकीय शक्ती वापरणे; त्या क्षेत्राचे राजकीय विश्लेषण, भविष्य इत्यादींचा समावेश भू-राजनीतीच्या क्षेत्रात होतो.

भौगोलिक घटकांचा वापर करून आंतरराष्ट्रीय डावपेचांचे विश्लेषण, आंतरराष्ट्रीय राजकीय धोरणे समजून घेणे व त्याबद्दलचे आडाखे आखणे इ. समावेश भू-राजनीती भूगोलात होतो. यातील भौगोलिक घटकांत त्या देशाचे स्थान, विस्तार, हवामान, भू-स्वरूप, लोकसंख्या, नैसर्गिक साधनसंपत्ती व तंत्रज्ञान विकास इत्यादी गोष्टींचा समावेश होतो.

अभ्यासात्मक दृष्टिकोनातून भू-राजनीतीत प्रामुख्याने भूगोल, इतिहास, सामाजिक विज्ञान यांचा क्षेत्रीय राजकारणाच्या संदर्भानुसार वेगवेगळ्या स्तरांवर समावेश होतो. हा अभ्यास बहुविद्याशाखीय आहे. यात प्रामुख्याने सामाजिक शास्त्रे, विशेषत: राजकीय भूगोल, आंतरराष्ट्रीय संबंध, राजकीय व आंतरराष्ट्रीय कायद्याची क्षेत्रीय परिमाणे इत्यादींचा समावेश होतो.

प्रमुख विचारधारा व सिद्धान्त :

अ) जर्मन भू-राजनीती : या विचारधारेत मुख्यत: १) फ्रेडरिक रॅटझेल २) हेन्रिक डॅकेल यांच्या सिद्धान्तांचा समावेश होतो.

ब) अँग्लो-अमेरिकन विचाधारा : यात प्रामुख्याने १) अफ्रेड थेऊर महन व एमिल रेह यांच्या सिद्धान्तांचा समावेश होतो. मॅकिंडर व स्पाईकमनचे सिद्धान्तदेखील याच विचारधारेत येतात.

क) फ्रेंच विचारधारा : यात मॉंटेस्क्यू यांच्या 'Spirit of the law' ग्रंथाचा समावेश होतो, ज्यात त्यांनी मानव व समाजावरील हवामानाचा परिणाम विशद केला आहे.

ड) रशियन भू-राजनीती विचारधारा : रशियन भू-राजनीती विचारधारा प्रामुख्याने विस्तारवादी ॲलेक्झांडर डगिनच्या विचाराने प्रभावित आहे.

संदर्भसूची :

मराठे मा. स. (१९९९) – भूगोलाचे स्वरूप रूपांतरित (Hartshone R. (१९६०) The Nature of Geography, महाराष्ट्र राज्य साहित्य आणि संस्कृती मंडळ, मुंबई.

व्होरा राजेंद्र, सुहास पळशीकर (१९८७), राज्यशास्त्रकोश, दास्ताने रामचंद्र आणि कं. पुणे.

Henry D. (1996) - Justice, Nature and the Geogrphy of difference, Oxford Blackwell, London.

Johnston R. J. (1979) - Political, Electoral & Spatial Systems, Oxford claredon Press, London.

Keche K. M. & Savadi A. B. - Bhuvidnyan Vikas (Marathi), C. Jamnadas & Company, Mumbai.

विभाग पाच

राज्यशास्त्राच्या संदर्भात अभ्यासपद्धती

प्रकरण १३

अनुमानपद्धती

डॉ. प्रकाश पवार

प्रस्तावना :

संशोधन या प्रक्रियेचे अर्थ लक्ष वेधक आहेत. संशोधनाला ज्ञानाचा विस्तार संबोधिले जाते. त्यामुळे संशोधन वस्तुनिष्ठ स्वरूपाचे असते, तसेच ते क्रमबद्ध स्वरूपाचेही असते. संशोधनात प्रतिकृती हा गुण असतो.

संशोधन हे तार्किक आणि वैज्ञानिकदेखील असते. यथार्थता व नि:पक्षपातीपणा संशोधनात असतो. संशोधन विश्वासयोग्य असते. त्या काळाचा गुण संशोधनात असतो. या संशोधनाच्या गुणवैशिष्ट्यांमुळे संशोधनप्रक्रियेत तथ्यांचे किंवा घटनांचे निरीक्षण किंवा वर्णन केले जाते, यास संशोधनप्रक्रिया संबोधिले जाते. संशोधनाच्या प्रक्रियेतून प्रयत्नपूर्वक संकलित केलेल्या तथ्यांचे सूक्ष्मदृष्टीने किंवा चिकित्सकपणे परीक्षण व विश्लेषण करून, नवी तथ्ये किंवा सिद्धान्त मांडले जातात. अर्थातच स्थूलपणे नवीन आणि विस्तृत तत्त्वांचे संशोधन हा त्यास अर्थ प्राप्त होतो. त्यामुळे इंग्रजीत त्यास 'डिस्कव्हरी ऑफ फॅक्ट्स' असे म्हटले जाते. सूक्ष्मपणे संशोधनात ज्ञात साहित्याचे पूनर्मूल्यांकन आणि नव्या व्याख्या केल्या जातात. संशोधनांची मुख्य प्रेरणा कार्यकारणसंबंध (Causal relationship) समजून घेणे ही असते.

राज्यशास्त्रात राजकीय विश्लेषणाच्या पद्धती म्हणून तर्कशास्त्र अभ्यासपद्धती (Logic), सर्वेक्षण अभ्यासपद्धती (Survey Method), साकलिक तथ्य किंवा माहिती (Using aggregate data) व क्षेत्रीय अभ्यास (Field Study) यांचा उपयोग केला

जातो. या पद्धती राज्यशास्त्रात विशेष प्रसिद्ध आहेत. या पद्धतीचा वापर संशोधन करण्यासाठी केला जातो. तसेच तथ्याचे परीक्षण करण्यासाठी केला जातो. ज्ञानप्राप्तीची साधने म्हणून यांना राज्यशास्त्र विषयात विशेष महत्त्व आहे. या अभ्यासपद्धतीचा वापर करून ज्ञाननिर्मिती केली जाते. सर्वेक्षण, क्षेत्रीय अभ्यास व साकलिक तथ्य या आधुनिक राजकीय विश्लेषणाच्या पद्धती आहेत. राजकीय विश्लेषण करण्याची हत्यारे किंवा साधने म्हणून त्यांच्याकडे पाहिले जाते. पारंपरिक राज्यशास्त्राची राजकीय विश्लेषणाची तर्कशास्त्र, तत्त्वज्ञान किंवा विचारप्रणाली ही हत्यारे किंवा साधने होती; परंतु त्याआधारे अचूकपणे राजकारणाचे विश्लेषण करता येत नव्हते; म्हणून आधुनिक राजकीय सत्ताव्यवहार समजून घेण्यासाठी सर्वेक्षण, क्षेत्रीय अभ्यास व साकलिक तथ्य या विश्लेषणाच्या तिन्ही पद्धती उपयुक्त आहेत, असा दावा केला गेला. राजकीय सामाजिकीकरण कसे घडून येते, याचे विश्लेषण करताना त्या संदर्भाचा पुरावा काय, हा प्रश्न निर्माण होत होता. जेव्हा राजकीय प्रक्रियेचे विश्लेषण केले जाते, त्या वेळी त्याला पुरावा असणे गरजेचे असते. तथ्यनिष्ठ राजकारणापेक्षा अनुभवनिष्ठ राजकारणावरती आधुनिक विश्लेषणाने भर दिला. लोकशाही चांगली की वाईट, हे तपासून पाहायचे असेल, तर तथ्य गोळा करणे व त्या आधारे मत मांडणे महत्त्वाचे ठरते. समाजव्यवस्थेमध्ये व राजकीय व्यवस्थेमध्ये निर्माण होणाऱ्या समस्यांचे विश्लेषण करण्यासाठी, राज्यशास्त्रामध्ये विश्लेषणाच्या अनेक पद्धती वापरल्या गेल्या. त्यांमध्ये साकलिक माहिती, सर्वेक्षण, क्षेत्रीय अभ्यास या तीन पद्धतींचा समावेश होतो. पारंपरिक राज्यशास्त्राची राजकीय विश्लेषणाची तर्कशास्त्र ही अभ्यासाची पद्धती होती. त्या आधारे अचूकपणे राजकारणाचे विश्लेषण करता येत नव्हते, हा या पद्धतीवर आक्षेप होता. या मुद्द्यावर ही पद्धत बदनाम झाली. तिच्याबद्दल पूर्वग्रह निर्माण झाले. त्यामुळे तर्कशास्त्र या राजकीय विश्लेषणपद्धतीनुसार अभ्यास केला जात नाही, असा ग्रह बळावला आहे. तो ग्रह अर्थातच पूर्ण सत्य नाही, हे अभ्यासकांनी तपासावे. म्हणून येथे तर्कशास्त्रासह सर्वेक्षण अभ्यासपद्धती (Survey Method), साकलिक तथ्य किंवा माहिती (Using aggregate data) व क्षेत्रीय अभ्यास (Field Study) यांचा राज्यशास्त्राच्या संदर्भात आढावा घेतला आहे.

तर्कशास्त्र : विधानांच्या किंवा अनुमानांच्या विश्लेषणाचे शास्त्र :

तर्कशास्त्र ही बौद्धिक प्रक्रिया आहे. तिचा वापर तत्त्वज्ञान, संख्याशास्त्र व संगणकशास्त्र यांमध्ये व्यापक प्रमाणावर केला जातो. विशिष्ट अशी विचार करण्याची पद्धती किंवा मार्ग म्हणजे तर्कशास्त्र होय. कल्पनांचा विचार करण्याच्या किंवा मूल्यमापन करण्याच्या औपचारिक शास्त्रीय पद्धतीस तर्कशास्त्र संबोधिले जाते. ही

पद्धत सामाजिक शास्त्रांमध्ये वापरली जाते. अर्थातच राज्यशास्त्रात तर्कशास्त्राचा अभ्यासपद्धती म्हणून उपयोग करण्याची परंपरा फार प्राचीन आहे. उदा. प्राचीन काळात प्लेटो व ॲरिस्टॉटल यांनी राज्यशास्त्रात ज्ञानप्राप्तीचे साधन म्हणून तर्कशास्त्राचा वापर केला होता. अर्थात, ज्ञानप्राप्तीत तर्कशास्त्राचे स्थान अत्यंत महत्त्वपूर्ण आहे. राज्यशास्त्राच्या अभ्यासाची पूर्वतयारी म्हणून तर्कशास्त्राचा अभ्यास आवश्यक आहे, असा ॲरिस्टॉटलच्या मताचा अर्थ होता. तर्कशास्त्र हा ज्ञानाचा विभाग नसून ते ज्ञानप्राप्तीचे साधन आहे, असे ॲरिस्टॉटल मानत असे. त्यामुळे ॲरिस्टॉटलने तर्कशास्त्रावर लिहिलेल्या पुस्तकांना अभ्यासपद्धतीवाचक अर्थ दिले गेले. त्यांच्या ग्रंथसंग्रहाला 'ऑर्गनन' (कारणग्रंथ) असे संबोधिले जाते. ॲरिस्टॉटल तर्कशास्त्राला 'लॉजिक' न संबोधिता ॲनॅलिटिक्स म्हणजेच 'विश्लेषणशास्त्र' संबोधित होता. यातून विधानांच्या व अनुमानांच्या विश्लेषणाचे शास्त्र असे दोन अर्थ प्राप्त होतात (पहा रेगे मे. पुं., विश्वकोश, खंड १, पृष्ठ ७५६). याचा अर्थ तर्कशास्त्राचा अभ्यासपद्धती म्हणून राज्यशास्त्रात वापर करण्याचा विचार फार जुना आहे. आधुनिक काळातदेखील तर्कशास्त्राचा अभ्यासपद्धती म्हणून विचार जे. एस. मिल यांनी केला होता. जे. एस. मिल यांनी राजकीय विचारांची मांडणी करताना तर्कशास्त्राचा वापर केला होता.

तर्कशास्त्र हे अनुमानांचे शास्त्र आहे. अनुमान तर्कशास्त्रातील एक महत्त्वाची संकल्पना आहे. अर्थात, ही ज्ञानप्राप्ती ज्या साधनांद्वारे होते, त्या साधनांमध्ये अनुमान हे एक महत्त्वाचे ज्ञानसाधन आहे. प्रत्यक्ष किंवा शब्दांपासून मिळणाऱ्या ज्ञानापेक्षा अनुमानप्रमाणाने मिळणारे ज्ञान फारच विस्तृत स्वरूपाचे असते. अनुमान म्हणजे व्यंजक विधानांपासून व्यंजित विधानांची बुद्धीस झालेली उपलब्धी असते. हाच अर्थ दुसऱ्या पद्धतीने मांडता येतो. तो म्हणजे पुरेशा पुराव्यावरून काढला जाणारा अंदाज किंवा निष्कर्ष होय. अनुमान ही विचारप्रक्रिया असून, त्यात एका किंवा अनेक सत्य मानलेल्या गृहीत विधानांवरून दुसऱ्या नवीन विधानाकडे आपला विचार जातो.

अनुमानात काही विधाने सत्य म्हणून स्वीकारलेली असतात किंवा तात्पुरती सत्ये मानलेली असतात. त्यांच्यापासून इतर काही विधाने आपण तयार करतो. म्हणजेच अनुमानात स्वीकारलेली विधाने सत्य असली, तर इतर कोणती विधाने सत्य असली पाहिजेत, हे पाहतो. अनुमानात काही विधाने सत्य म्हणून स्वीकारलेली असतात किंवा गृहीत धरलेली असतात, त्यांना त्या अनुमानाची आधारविधाने म्हणतात. आधारविधानांपासून जे विधान तयार केलेले असते, त्याला अनुमानाचा निष्कर्ष म्हणतात. अनुमानाची आधारविधाने स्वीकारलेली असली, तर त्यांचा निष्कर्षही स्वीकारावा लागतो. तेव्हा ते अनुमान प्रमाण आहे, असे म्हणतात.

तर्कशास्त्रात अनुमानांच्या वेगवेगळ्या प्रकारांचे वर्गीकरण करून त्यांच्या स्वरूपाचे विश्लेषण केले जाते. पारंपरिक तर्कशास्त्रात अनुमानाचे 'विगामी' किंवा 'निगामी' असे वर्गीकरण केले जाते. आधुनिक तर्कशास्त्रात अनुमानविचार हा भाषेच्या तार्किक स्वरूपाचा सखोल व सूक्ष्म अभ्यास करून मांडला आहे (सुर्वे, भा. ग. विश्वकोश, खंड १, पृष्ठ २३४).

तर्कशास्त्रातील अनुमाने :

तर्कशास्त्रात 'विगामी' व 'निगामी' अशी दोन महत्त्वाची अनुमाने होती. प्लेटो व ॲरिस्टॉटल यांच्या संशोधनात अनुमान हे एक महत्त्वाचे ज्ञानसाधन होते.

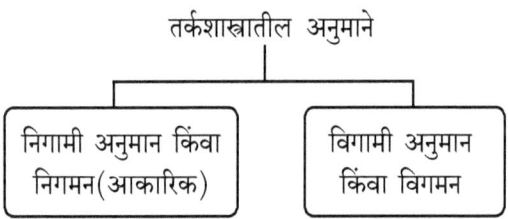

निगामी अनुमान किंवा निगमन (Deduction) **:**

अनुमानांमध्ये निगामी अनुमान किंवा निगमन हा एक अनुमानाचा महत्त्वाचा प्रकार आहे. ॲरिस्टॉटलप्रणीत तर्कशास्त्र निगामी होते. निगामी अनुमानाचे वैशिष्ट्य म्हणजे, जेव्हा ते प्रमाण असते, तेव्हा त्यांचा निष्कर्ष त्यांच्या आधारविधानांपासून अनिवार्यपणे तयार होतो. अर्थातच त्यांची आधारविधाने सत्य असली, तर त्यांचा निष्कर्षही सत्य असावाच लागतो. निगमनाचा निष्कर्ष त्यांच्या आधारविधानांच्या आशयात अंतर्भूत असतो. निगमनाने केवळ आशय व्यक्त करण्यात येतो.

उदा. क, ख, ग, घ, ड .... यांना दोन हात आहेत.

क, ख, ग, घ, ड .... मनुष्य आहे.

निष्कर्ष-माणसाला दोन हात असतात.

निगमन या प्रक्रियेत सामान्यीकरणाच्या सिद्धान्ताच्या ज्ञानावर आधारित विशेष तथ्यांचा शोध घेतला जातो.

उदा. सर्व माणसे बुद्धिमान असतात.

सर्व प्रवासी माणसे आहेत.

निष्कर्ष-सर्व प्रवासी बुद्धिमान आहेत.

अशा प्रकारच्या निगामी अनुमानाच्या आधारे राज्यशास्त्रात राजकीय तथ्यांचे सामान्यीकरण केले जाते. त्यामध्ये पुन्हा सुक्ष्मपणे वैश्विक विशेषीकरण आणि अस्तित्ववाचक विशेषीकरण केले जाते.

विगामी अनुमान किंवा विगमन (Induction) :

चिकित्सेमधून विगामी तर्कशास्त्राचा उदय झाला. विगामी अनुमान म्हणजे वैज्ञानिक पद्धतीची मीमांसा असते. जॉन स्टुअर्ट मिल (१८०६-७६) चा 'अ सिस्टिम ऑफ लॉजिक' हा ग्रंथ विगामी अनुमानावरील मध्यवर्ती ग्रंथ मानण्यात येतो.

एका प्रकारच्या विशिष्ट वस्तूंचे किंवा घटनांचे निरीक्षण केले असता त्या प्रकारच्या सर्व निरीक्षित वस्तूंमध्ये किंवा घटनांमध्ये एक वैशिष्ट्य समान आहे, असे आढळून आले, तर यापासून त्या प्रकारच्या सर्व निरीक्षित आणि अनिरीक्षित वस्तूंमध्ये किंवा घटनांमध्ये ते वैशिष्ट्य असले पाहिजे, या स्वरूपाचे जे अनुमान करतो; त्याला विगामी अनुमान किंवा विगमन म्हणतात. विगमनाचे आधारविधान सत्य म्हणून स्वीकारले, पण त्याचा निष्कर्ष नाकारला, तर ते आत्मघाती ठरत नाही. विगामी अनुमाने प्रमाण ठरत नाहीत, पण काही विगामी अनुमाने स्वीकारार्ह असतात आणि काही नसतात, असा भेद आपण करतो. यास विगामी तर्कशास्त्र म्हटले जाते. (रेगे, मे.पुं., खंड ७ : २१५). येथे राज्यशास्त्राचे नियम शोधून काढणे असा अर्थ होतो. राजकीय घटनांचे केलेले निरीक्षण व विश्लेषण आणि स्वत: केलेले प्रयोग ह्यांच्या आधारावर असे सामान्यनियम राजशास्त्रात प्रस्थापित केले जातात; पण निरीक्षणाने आणि प्रयोगाने जी माहिती मिळते ती विशिष्ट घटनांविषयीची असते. तिच्या आधारावर जेव्हा आपण सामान्यनियम प्रस्थापित करतो, तेव्हा विगमनाचा आश्रय आपण घेत असतो; पण राज्यशास्त्रात निरीक्षण अधिक पद्धतशीरपणे, सूक्ष्मपणे व काटेकोरपणे करतो. ज्या नियमांना अनुसरून राजकीय घटना घडून येतात त्यांचा शोध घेताना, ज्यांचे निरीक्षण करता येत नाही अशा घटनांची परिकल्पना केली जाते. परिकल्पनांना अनुसरून सर्व संबंधित राजकीय घटनांचा सुसंगतपणे उलगडा करता येतो की नाही, ह्याचे परीक्षण आपण करतो; अशारीतीने शोधून काढलेल्या नियमांना शक्यतो एका व्यवस्थेत ओवण्याचा प्रयत्न आपण नेहमी करतो. हे कार्य विगामी तर्कशास्त्राचे असते. म्हणजेच राज्यशास्त्राच्या संदर्भात राज्यशास्त्राचे पद्धतिशास्त्र हाही विगामी तर्कशास्त्राचा एक भाग आहे.

प्रकरण १४

सर्वेक्षण : नमुनापाहणी

डॉ. नितीन बिरमल

दुसऱ्या महायुद्धानंतर सर्वेक्षणपद्धत वापरण्याचा कल वाढत गेला. या अभ्यासपद्धतीचे महत्त्व वर्तनवादी क्रांतीच्या उदयानंतर जास्त वाढले. समकालीन युगात सर्वेक्षण संशोधन हा एक मुख्य उद्योग झाला आहे. यास व्यावसायिक स्वरूप आले आहे. फ्रान्स, नॉर्वे, जर्मनी, इटली, नेदरलॅण्ड आणि ब्रिटन येथे सर्वेक्षण संशोधन संस्था स्थापन झाल्या. १९३९-१९४० या दरम्यान समाजशास्त्रातील जर्नलमध्ये १८टक्के लेख सर्वेक्षण पद्धतीचा वापर करून लिहिले होते. १९९४-१९६५मध्ये यामध्ये वाढ झाली (५५ टक्के). यानंतर सामाजिक शास्त्रामध्ये ही पद्धत वापरणाऱ्यांची संख्या वाढत गेली. (पाहा- W. Lawrence Neuman, २०१२ : २७५). संसूचन, शिक्षण, अर्थशास्त्र, राज्यशास्त्र, सामाजिक मानसशास्त्र आणि समाजशास्त्र या विषयांमध्ये या संशोधनपद्धतीचा वापर विद्यापीठामध्ये केला गेला. कॅलिफोर्निया येथे Survey Research Centre, शिकागो येथे National Opinion Research Centre (NORC) आणि Michigan येथे Institute for Social Research (ISR) या सर्वेक्षणसंस्था स्थापन झाल्या होत्या. यावरून असे दिसते की, सर्वेक्षण संशोधन या पद्धतीस फार मोठी प्रसिद्धी मिळाली आहे. या पद्धतीचा वापर सामाजिक शास्त्रांमध्ये व्यापक प्रमाणावर केला जातो.

राजकीय प्रक्रियेचा अभ्यास करण्याचा एक प्रकार म्हणून सर्वेक्षणाकडे पाहिले जाते. वर्तनवादी क्रांतीमुळे राजकीय कृती आणि दृष्टिकोन यांच्या अभ्यासासाठी राज्यशास्त्रात सर्वेक्षणपद्धतीचा व्यापक प्रमाणावर उपयोग केला गेला. या अभ्यासपद्धतीचा वापर करून राजकीय वर्तन-प्रक्रियेची माहिती अनेक देशांमध्ये संकलित केली गेली. नव्वदीच्या दशकानंतर भारतामध्ये लोकशाहीविषयक (निवडणुकांचे विश्लेषण) अभ्यास करण्यासाठी या पद्धतीचा मोठ्या प्रमाणावर उपयोग करण्यात आला. सर्वेक्षणात मुलाखतींचे तंत्र वापरले जाते. याबरोबरच प्रश्नावली तयार करून माहिती गोळा केली जाते. या पद्धतीचा वापर करून सीएसडीएस (दिल्ली) या संस्थेने माहितीचे संकलन केले आहे. यातून दक्षिण आशियातील लोकशाहीच्या तुलनात्मक अभ्यासाला चालना मिळाली आहे. सर्वेक्षण हा संशोधनप्रकार जास्त प्रसिद्ध असल्यामुळे त्याबद्दलचे गैरसमजदेखील जास्त आहेत. सर्वेक्षण अभ्यासपद्धतीमध्ये अभ्यास करण्याच्या एकूण समूहामधून काहींची निवड करून मुलाखतींद्वारे तथ्य संकलन करणे, त्यानंतर त्यांचे वर्गीकरण केले जाते. सर्वेक्षणामध्ये सांख्यिकी पद्धतीने माहिती गोळा केली जाते व तिची मांडणी केली जाते. म्हणजेच माहितीचे सांख्यिकी विश्लेषण करून त्याआधारे अभ्युपगम चाचणी केली जाते. शिवाय नवीन अभ्युपगमाची बांधणी केली जाते. अर्थातच विशिष्ट लोकसंख्येच्या विशिष्ट घटकांचा किंवा गुणधर्मांचा अभ्यास या पद्धतीचा वापर करून केला जातो. निवडलेल्या लोकसमूहाच्या सर्वच लोकांची पाहणी करता येत नाही. संशोधनातील ही व्यावहारिक मर्यादा असते; म्हणून नमुना निवडून नमुनापाहणी केली जाते (पळशीकर सुहास, १९९८ : ३३६-३३७). मोठ्या प्रमाणावर नमुनापाहणीचाच वापर केला जातो. लोकसमूहांचे वर्तन, दृष्टिकोन, लोकमत, व्यक्तिवैशिष्ट्ये, अपेक्षा व त्यांचे ज्ञान या मुद्द्यांचा अभ्यास केला जात होता. या प्रकारचा अभ्यास करण्याची तंत्रे या अभ्यासपद्धतीत आधुनिक व आधुनिकोत्तर पद्धतीच्या तंत्रज्ञानाप्रमाणे बदलत गेली. संगणक, संघटना किंवा संस्था, माहितीबँक, निधी आणि अभ्यासपद्धती शास्त्र असा मोठा बदल झाला आहे.

१. सर्वेक्षणाची उद्दिष्टे :

१. मोठ्या जनसंख्येविषयी सामान्यीकरण करणे, हे सर्वेक्षणाचे एक उद्दिष्ट असते. उदा. भारताची लोकसंख्या किती? त्यामध्ये गावांची, तालुक्यांची, जिल्ह्यांची, प्रशासकीय विभागांची लोकसंख्या किती?

२. तथ्याचे सांख्यिकी सादरीकरण करणे हे सर्वेक्षणाचे एक उद्दिष्ट असते. उदा. मिळालेली आकडेवारीतील माहिती टक्केवारीच्या भाषेत सांगणे.

३. कृती आणि दृष्टिकोन यांचे परस्परसंबंध शोधणे, हे सर्वेक्षणाचे एक उद्दिष्ट असते.

४. कृती व सामाजिक, आर्थिक घटक यांच्यातील परस्परसंबंध शोधणे हे सर्वेक्षणाचे एक उद्दिष्ट असते. उदा. कोणती भाषा बोलणारे लोक कोणाच्या पाठीमागे आहेत किंवा कोणत्या जातीगटाचा कोणत्या पक्षाला पाठिंबा आहे.

२. सर्वेक्षणाचे किंवा नमुनापाहणीचे प्रकार :

१. **सामाजिक व आर्थिक पाहणी :** सर्वेक्षण हा एक अभ्यासपद्धतीचा प्रकार आहे. या पद्धतीचा वापर करून १९३० मध्ये धनंजय गाडगीळ यांनी पुणे शहराची सामाजिक व आर्थिक पाहणी असा अभ्यास केला होता. अशा प्रकारचा अभ्यास राज्यशास्त्र व लोकप्रशासन विभाग, पुणे विद्यापीठ यांनी केला. आज या पद्धतीचा वापर करून अनेक अभ्यास केले जात आहेत.

२. **लोकमताची पाहणी :** राजकीय व बिगरराजकीय अशा दोन प्रकारे लोकमताची पाहणी करता येते. उदा. एखादा समाज कोणत्या पक्षाला मतदान करतो, हा लोकमताच्या पाहणीचा राजकीय अभ्यास असतो. याशिवाय बिगरराजकीय लोकमताच्या पाहण्या केल्या जातात. उदा. चित्रपट महिन्यातून किती वेळा पाहता? अशी नियमित पद्धतीने पाहणी केली जाते.

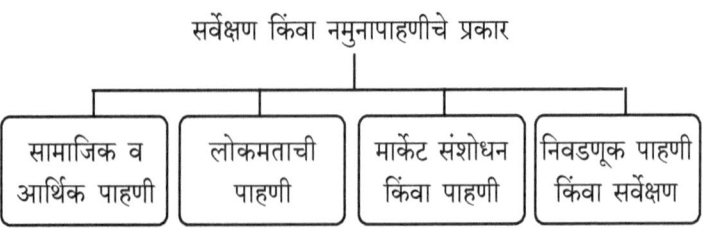

३. **मार्केटसंशोधन किंवा पाहणी :** उत्पादन खपवण्यासाठी कंपन्या व व्यापारी यांच्याकडून मार्केटसर्वेक्षण केले जाते.

४. **निवडणूक पाहणी किंवा सर्वेक्षण :** निवडणूक पाहणी किंवा सर्वेक्षण हे सर्वेक्षण तीन प्रकारे केले जाते.

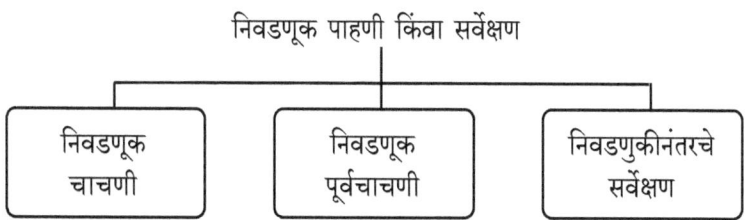

१) **निवडणूक चाचणी :** निवडणुकीच्या अगोदर, तसेच मतदान केंद्रांतून मतदान करून बाहेर आल्यानंतर मतदारांचे सर्वेक्षण केले जाते. निवडणुकीचा अंदाज व्यक्त करण्यासाठी ही पद्धत वापरली जाते. ही पद्धत अमेरिकेत उदयाला आली. भारतामध्ये १९८९ नंतर प्रसिद्धी माध्यमांनी निवडणूक चाचणी घेण्यास सुरुवात केली. याला कारण, भारतासारख्या अवाढव्य देशामध्ये मतदान व मतमोजणी यांमध्ये अंतर असते. मतदारांमध्ये कोणता पक्ष सत्तेवर येणार, हा एक महत्त्वाचा चर्चेचा मुद्दा असतो. मतदारांची ही गरज ओळखून प्रसिद्धीमाध्यमांनी या चाचणीला प्राधान्य दिले. या अभ्यासातून जास्त पैसा माध्यमांना मिळू लागला. त्यानंतर २४ तास बातम्या देणारी माध्यमे उदयाला आली. त्यांनी निवडणूक चाचणी हा उपक्रम १९८९ नंतर राबविला आहे.

२) **निवडणूकपूर्व चाचणी :** मतदानाच्या आधी राजकीय पक्षांना व उमेदवारांना माहिती देणाऱ्या, तटस्थपणे सर्वेक्षण करणाऱ्या संशोधन संस्थांना महत्त्व आले. लोकांच्या समस्या, नेत्यांबद्दलची माहिती, प्रचार काय व कोठे करायचा, निवडणुकीआधी लोकांचा काय कल होता, तो निवडणुकीनंतर काय राहिला, हे तपासता येते.

३) **निवडणुकीनंतरचे सर्वेक्षण :** आपल्याला कोणी मते दिली, हे राजकीय पक्षांना व नेत्यांना समजते.

सर्वेक्षण करण्याची पद्धत :

सर्वेक्षण पद्धतीचा उपयोग करतानादेखील आरंभी अभ्युपगम निश्चित करावा लागतो. अभ्युपगमांमधून चलनिश्चिती होते. चलावर संशोधनकर्त्यांचे नियंत्रण असावे लागते. त्यानंतरचा टप्पा म्हणजे मेल, मुलाखत, टेलिफोन यांपैकी सर्वेक्षणाची कोणती पद्धत वापरली जाणार, हे ठरवले जाते. या दोन गोष्टी निश्चित झाल्यानंतर सर्वेक्षण करण्यासाठी चांगली प्रश्नावली तयार करावी लागते. प्रश्नावली संशोधनाचे उपकरण असते. प्रश्नावलीचे महत्त्व तथ्यसंकलन करणे आणि संख्याशास्त्रीय आकडे एकत्रित करणे हे असते. प्राथमिक तथ्यांचे संकलन करण्यासाठी प्रश्नावलीचे मोठे योगदान असते. प्रश्नावलीत साधे, सोपे आणि स्पष्ट प्रश्न असावे लागतात. प्रश्नावलीची भाषा सरळ असावी लागते. प्रश्नांची संख्या मोठी किंवा लहान नसावी. प्रश्नांची व्यवस्था अशी केलेली असावी की, नंतर त्यांचे विश्लेषण करणे सोपे होईल. विशेष म्हणजे संशोधनविषयाशी संबंधित प्रश्नावली असावी. प्रश्नावली जितकी काळजीपूर्वक तयार केली जाते, तितकी ती तथ्यांची साधनसामुग्री संकलित करण्यास जास्त उपयुक्त ठरते. त्यामध्ये स्वत: प्रश्न तयार करावे लागतात. प्रश्न दोन प्रकारचे असतात–

१) बंदिस्त प्रश्न, म्हणजे उत्तरकर्त्याला केवळ पर्यायामधून एक पर्याय निवडायचा असतो. उदा. केंद्रसरकारच्या कारभारविषयक तुमचे मत पुढीलपैकी सांगा. कारभार खूप चांगला, कारभार चांगला, कारभार बरा आहे, कारभार चांगला नाही. मात्र, काही सर्वेक्षणांत खुले प्रश्न विचारले जातात. त्यामुळे बंदिस्त विरोधी खुले प्रश्न असा एक वाद या मुद्द्यावर होतो.

२) व्यक्तिगत किंवा कौटुंबिक माहितीचे प्रश्न : यातून उत्तरकर्त्याची सामाजिक, आर्थिक माहिती मिळविता येते. मुलाखतदार निश्चित केला जातो. त्यानंतर प्रश्नावलीचे प्रारूप तयार केले जाते. विशिष्ट लोकसमूहाला लक्ष्य संशोधनात केले जाते. त्या लोकसमूहातील नमुना निवडला जातो. नमुन्याचा आकार व नमुनानिवड या दोन प्रक्रिया केल्या जातात. माहितीचे संकलन कसे केले जाणार, हे ठरविले जाते. मुलाखती घेणे आणि काळजीपूर्वक माहिती संकलन करणे हा या प्रक्रियेतील महत्त्वाचा भाग असतो. मिळालेली माहिती कोडमध्ये रूपांतरित करून संगणकावर भरली जाते. माहितीची पुनर्तपासणी केली जाते. यानंतर माहितीचे संख्याशास्त्रीय विश्लेषण केले जाते. माहितीचे मोजमाप केले जाते. माहितीच्या सारण्या तयार

केल्या जातात. संशोधन अहवाललेखनाची पद्धत निश्चित केली जाते. साधे निष्कर्ष, चिकित्सक निष्कर्ष किंवा मूल्यमापनात्मक निष्कर्ष नोंदविले जातात. तथ्यांची तपासणी केली जाते. अशी मोठी प्रक्रिया संशोधनात राबविली जाते (पाहा-W. Lawrence Neuman, २०१२ : २७६-२७७).

सर्वेक्षणपद्धतीच्या मर्यादा :

सर्वेक्षणपद्धतीवर महत्त्वाचे दोन आक्षेप घेतले जातात. एक-सर्वेक्षणांमधून मिळालेल्या माहितीचे अन्वयार्थ लावणे हे किचकट व अवघड काम असते. या पातळीवर संशोधक फार प्रयत्न करत नाहीत. दोन-सर्वेक्षणे केवळ माहिती संकलित करतात. माहितीसंकलनाच्या पुढे जाऊन सिद्धान्त तयार केले जात नाहीत (पळशीकर सुहास, १९९८ : ३३६-३३७). या दोन मर्यादा आहेत. परंतु, सीएसडीएसच्या डेटा बँकेचा वापर करून लोकशाहीतील विविध संकल्पनांचे नवे अर्थ लावले गेले आहेत. त्यामधूनच लोकशाहीचादेखील नवा अर्थ व सिद्धान्त त्यांनी विकसित केला आहे. त्यामुळे वर नोंदविलेल्या दोन मर्यादा संशोधक पार करू शकतो. मात्र, सर्वेक्षण निष्काळजीपणे केले, तर त्यांच्यातून तथ्यांचे परीक्षण करता येत नाही. सिद्धान्त तयार करता येत नाहीत. यासाठी सर्वेक्षण करण्यासाठी वैज्ञानिक व तांत्रिक कौशल्य वापरण्याची क्षमता विकसित करावी लागते.

प्रकरण १५

साकलिक माहिती आणि क्षेत्रीय अभ्यासपद्धती

डॉ. वैशाली पवार

प्रस्तावना :

राज्यशास्त्र विषयाचे संशोधन करण्यासाठी आणि विश्लेषण करण्यासाठी साकलिक माहिती आणि क्षेत्रीय अभ्यासपद्धती यांचा वापर केला जातो. या दोन पद्धतींच्या आधारे राज्यशास्त्राचा अभ्यास करण्याची परंपरा फार जुनी आहे. साकलिक माहिती गोळा सरकार करते, तर क्षेत्रीय अभ्यासपद्धतीनुसार माहितीचे संकलन संशोधक करतो. या दोन्ही पद्धतींचे विश्लेषण पुढीलप्रमाणे केले आहे.

भाग १

साकलिक तथ्य किंवा माहिती (Using aggregate data) :

साकलिक तथ्य किंवा माहिती ही संपूर्ण समाजाबद्दलची असते. सरकार किंवा शासनसंस्था या महत्त्वपूर्ण यंत्रणांच्या मार्फत तथ्य किंवा माहिती गोळा केली जाते. साकलिक माहितीचे स्रोत संशोधक स्वतः निर्माण करत नाहीत, तर सरकार किंवा शासनसंस्था ते शोधून ठेवतात. याचाच अर्थ, सरकार जी माहिती गोळा करते, ती माहिती साकलिक माहिती असते. तसेच ती माहिती औपचारिकदेखील असते. सरकार साकलिक माहिती गोळा करून प्रसिद्ध करते. त्याची काही उदाहरणे खालीलप्रमाणे –

१) भारतीय जनगणना अहवाल

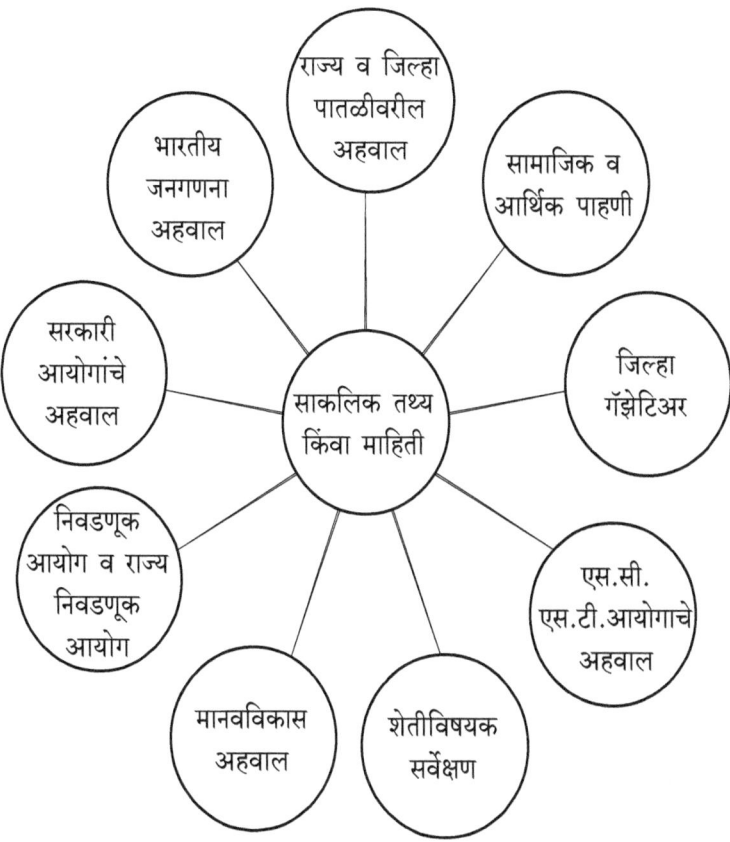

राज्य व जिल्हा पातळीवरील अहवाल

सामाजिक व आर्थिक पाहणी

भारतीय जनगणना अहवाल

सरकारी आयोगांचे अहवाल

साकलिक तथ्य किंवा माहिती

जिल्हा गॅझेटिअर

निवडणूक आयोग व राज्य निवडणूक आयोग

एस.सी. एस.टी.आयोगाचे अहवाल

मानवविकास अहवाल

शेतीविषयक सर्वेक्षण

२) राज्य व जिल्हा पातळीवरतीदेखील जनगणना अहवाल सरकार प्रसिद्ध करते.

३) भारतीय निवडणूक आयोग व राज्य निवडणूक आयोग.

४) सामाजिक आणि आर्थिक पाहणी.

५) जिल्हा गॅझेटिअर.

६) मानवविकास अहवाल.

७) शेतीविषयक सर्वेक्षण.

८) एस. सी., एस. टी. आयोगाचे अहवाल.

९) वेगवेगळ्या संदर्भांमध्ये सरकारने नेमलेल्या आयोगांचा अहवाल. उदा. सच्चर कमिटीची माहिती.

सरकार माहिती गोळा करते, संकलित करते व प्रसिद्धदेखील करते. यातून राजकारणाला आवश्यक असणारी माहिती किंवा तथ्ये मिळत जातात व त्यांच्या आधारे राजकीय प्रक्रियेचे विश्लेषण करता येते. या माहितीच्या आधारे राजकीय तथ्ये तपासून घेता येतात. पूर्वीच्या राजकीय तथ्यांचे पुनर्परीक्षण करता येते. शिवाय तथ्यांच्या आधारे विधान करण्यासाठी किंवा ज्ञान निर्माण करण्यासाठी संख्याशास्त्रीय पुरावे देता येतात.

१) साकलिक माहितीमुळे सर्व समाजाबद्दलची अधिकृत माहिती मिळते.

२) ठराविक कालखंडानंतर सरकार नवी माहिती प्रसिद्ध करते. त्यामुळे नवी व जुनी माहिती यांची तुलना करणे शक्य होते. उदा. दर दहा वर्षांनंतर भारतीय जनगणना अहवाल प्रकाशित केला जातो. त्यामुळे तुलना करता येते.

३) साकलिक माहितीमध्ये अभ्यास करणाऱ्याला हव्या त्या घटकाची माहिती मिळते. उदा. विभाग, जिल्हा, गाव, शहर, जात, धर्म अशा प्रत्येक घटकाची माहिती मिळते.

४) साकलिक माहिती फुकट मिळते. तशीच ती सहजरीत्या उपलब्धदेखील असते.

साकलिक माहितीच्या मर्यादा (Limitation of Aggregate data) :

१) साकलिक माहिती परिपूर्ण नसते. ज्या ठिकाणावरून ही माहिती मिळविली जाते, तेथून १००% सत्य माहिती गोळा केली जाईल किंवा होईल, असे म्हणता येत नाही. म्हणजेच तिच्या माहितीच्या स्रोताबाबत अनेक आक्षेप आहेत.

२) शासकीय पातळीवरती जी माहिती गोळा केली जाते, त्या संकलन पद्धतीमध्येदेखील चुका किंवा दोष आहेत. उदा. गरिबीची व्याख्या सरकार वेगवेगळ्या पद्धतीने देते. दारिद्र्यरेषेबद्दलचा वाद चालूच आहे. रेशनिंग दुकानामधील वस्तू कोणाला द्यायच्या, याच्या संदर्भामध्ये वाद आहेच. त्याचबरोबर बी.पी.एल.चा वाद सुरूच आहे. १९९० पूर्वी बौद्ध हे अनुसूचित जातींमध्ये गणले जात नव्हते, त्यामुळे त्यांची संख्या कमी राहिली. २००१ च्या जनगणनेमध्ये मात्र बौद्धांचा समावेश अनुसूचित जातींमध्ये झाल्याने त्यांची संख्या वाढली. या उदाहरणावरून शासकीय पातळीवरती जी माहिती गोळा केली जाते, त्या संकलनपद्धतीमध्येदेखील चुका किंवा दोष आहेत, असे दिसते.

३) जी माहिती सरकार गोळा करत नाही, ती माहिती उपलब्ध होत नाही. उदा. १९३१ च्या जनगणनेनंतर जातीनिहाय जनगणना बंद झाली. त्यामुळे जातीची माहितीच उपलब्ध होत नाही.

४) सरकार काही वेळेस गुप्ततेचे तत्त्व पाळण्यासाठी बरीचशी माहिती देतच नाही. राजकीयदृष्ट्या संवेदनशील विषयांची माहिती सरकार देत नाही. त्यामुळे परिपूर्ण अभ्यास करता येत नाही.

साकलिक माहितीमधून कोणकोणत्या प्रकारची तथ्ये मिळतात, असा प्रश्न उपस्थित करता येतो. साकलिक माहितीमधून स्थूलपणे पुढीलप्रमाणे तथ्ये मिळतात.

१) हिंसेबद्दलची माहिती मिळते.

२) सरकारी योजना व त्यावरील खर्चविषयक तथ्ये मिळतात. उदा. जवाहरलाल नेहरू पुनर्निर्माण योजना.

३) दंगलीबद्दलची माहिती मिळते.

४) न्यायालयीन निर्णयांबद्दलची माहिती मिळते.

५) निवडणुकीसंदर्भातील माहिती मिळते-मतांची टक्केवारी.

६) विधिमंडळातील कामकाजाची माहिती मिळते.

साकलिक माहितीमधून स्थूलपणे मिळणाऱ्या तथ्यांवरून असे दिसते की, साकलिक तथ्यांना मर्यादा आहेत. साकलिक माहितीतून कोणती तथ्ये मिळत नाहीत, यांची यादी पुढीलप्रमाणे करता येते.

१) सरकारी योजनांचे लाभधारक कोण, कोणत्या जातीच्या लोकांना त्याचा फायदा झाला, ही माहिती मिळत नाही.

२) निवडणुकीमध्ये कोणत्या जातीने कोणाला मतदान केले, हे समजत नाही.

३) स्थानिक पातळीवरील राजकारण कसे घडते, हे कळत नाही.

सारांश :

साकलिक माहिती सरकार गोळा करते व प्रसिद्धही करते. त्यामुळे ती अधिकृत असते. त्याआधारे आधुनिक राजकीय प्रक्रियेचे विश्लेषण करता येते. संपूर्ण समाजाबद्दलची माहिती यातून मिळते, तरी ती किती खरी, याबाबत साशंकता असते. एकूणच आधुनिक राजकीय विश्लेषणामध्ये साकलिक माहितीला महत्त्वपूर्ण स्थान आहे, परंतु त्याबरोबरच तिला मर्यादादेखील आहेत. ही मर्यादा ओलांडण्यासाठी सर्वेक्षण पद्धतीचा वापर केला जातो.

भाग २

क्षेत्रीय अभ्यास (Field Study) **:**

आधुनिक राजकीय विश्लेषणामध्ये क्षेत्रीय अभ्यास ही एक गुणात्मक अभ्यासपद्धती वापरली जाते. एखाद्या ठिकाणचा अभ्यास करून त्या आधारे संपूर्ण समाजाबद्दलचे निष्कर्ष मांडले जातात. क्षेत्रीय अभ्यासामध्ये सांख्यिकी माहिती नसते. एखाद्या समूहाच्या बाहेरील अभ्यासकाने त्या छोट्या समूहामध्ये जाऊन दीर्घकाळ निरीक्षण करून, अभ्यास करण्याच्या पद्धतीला 'क्षेत्रीय अभ्यास' असे म्हणतात.

क्षेत्रीय अभ्यासाचे प्रकार :

क्षेत्रीय अभ्यासपद्धतीमध्ये निवासी क्षेत्रीय अभ्यास व सहभागी क्षेत्रीय अभ्यास ही दोन तंत्रे वापरली जातात.

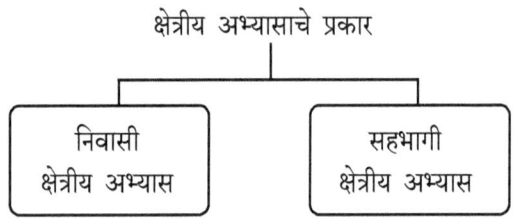

१) निवासी क्षेत्रीय अभ्यास : प्रत्यक्ष निरीक्षण हे एक ज्ञानप्राप्तीचा स्रोत आहे. संशोधक एखाद्या ठिकाणी जाऊन, तेथे राहून त्यांच्या विषयाशी संबंधित घटनांचे व व्यवहाराचे निरीक्षण करून तथ्यसंकलन करतो. तेव्हा संशोधकास काळजीपूर्वक ऐकण्याचे कौशल्य असावे लागते. क्षेत्रीय टिपणे तयार करावी लागतात. अशा पद्धतीने जो अभ्यास केला जातो, त्यास 'निवासी क्षेत्रीय अभ्यास' असे म्हटले जाते. या प्रकारचा अभ्यास जास्त विश्वसनीय मानला जातो.

२) सहभागी क्षेत्रीय अभ्यास : संशोधक एखाद्या समाजाचे निरीक्षण करण्यासाठी त्या समाजाचा भाग किंवा सदस्य म्हणून तेथेच राहातो. त्या समाजाच्या प्रत्येक दिवसांच्या कामात सहभागी होतो. त्यातून संशोधक त्या समाजाचे निरीक्षण करतो. त्या अभ्यासाला 'सहभागी क्षेत्रीय अभ्यास' असे म्हणतात.

क्षेत्रीय अभ्यासपद्धतीची वैशिष्ट्ये :

सौक्ष्मिकपणे राजकीय प्रक्रियेचा अभ्यास करण्यासाठीची उद्दिष्टे क्षेत्रीय अभ्यासपद्धतीत आढळतात. व्यक्ती, छोटे गट यांच्या राजकीय वर्तनाचे विश्लेषण

करण्यासाठी, शहरांचा किंवा गावाच्या राजकीय प्रक्रियेचा अभ्यास करण्यासाठी ही क्षेत्रीय अभ्यासपद्धती जास्त महत्त्वाची ठरते. व्यक्ती व तिच्या सभोवतालच्या परिस्थितीच्या संदर्भात राजकीय वर्तनाचे स्पष्टीकरण करणे, स्थानिक राजकीय प्रक्रियेचा अभ्यास करण्यासाठी ही पद्धत वापरली जाते. तिची उद्दिष्टे पुढीलप्रमाणे आहेत-

१) सखोल अभ्यास करणे.
२) स्थानिक राजकीय प्रक्रिया समजून घेणे.
३) दीर्घकाळच्या निरीक्षणावरून वर्तनाचे आकृतिबंध समजून घेणे.
४) वेगवेगळ्या समूहांचे हितसंबंध व राजकारण यांच्यातील परस्परसंबंध शोधणे, कर्ते घटक समजून घेणे, संघटन कसे केले जाते, हे अभ्यासणे.
५) राजकीय जागृतीचे मार्ग अभ्यासणे.
६) राजकीय वर्चस्वाचे आधार समजून घेणे.
७) विविध अंगी व सखोल अभ्यास करणे.

क्षेत्रीय अभ्यास करण्याच्या पद्धती :

१) तटस्थपणे निरीक्षण करून अभ्यास करणे.
२) सहभागी निरीक्षण करून अभ्यास करणे. उदा. सभांना उपस्थित राहणे.
३) तपशीलवार मुलाखती घेणे व मुलाखतीची टिपणे तयार करणे.
४) गटचर्चा घडवून आणणे.
५) स्थानिक दस्तऐवज किंवा पत्रव्यवहार तपासणे. स्थानिक नकाशे व चित्र काढणे. यांचा क्षेत्रीय अभ्यास करण्याच्या पद्धतीमध्ये समावेश केला जातो.

क्षेत्रीय अभ्यासाच्या चौकटी :

१) वर्णनपर क्षेत्रीय अभ्यास : काही अभ्यास हे एखाद्या घटनेचे किंवा स्थानाचे वर्णन करून केले जातात. त्यांना 'वर्णनपर क्षेत्रीय अभ्यास' असे म्हटले जाते.
२) गृहीतकाच्या आधारे क्षेत्रीय अभ्यास : विशिष्ट प्रश्नावरती गृहीतकांच्या आधारे अभ्यास करण्याच्या पद्धतीला गृहीतकांच्या आधारे क्षेत्रीय अभ्यास असे म्हटले जाते. यामध्ये प्रश्नावली तयार करून अभ्यास केला जातो.

क्षेत्रीय अभ्यासाचे वर्गीकरण :

१) निवडणूक अभ्यास : निवडणूक लागण्याअगोदर निवडणुकीच्या वेळी व निवडणुकीनंतर जो अभ्यास केला जातो, त्यास निवडणूक अभ्यास असे म्हटले जाते. हा क्षेत्रीय अभ्यासाचा महत्त्वपूर्ण प्रकार आहे.

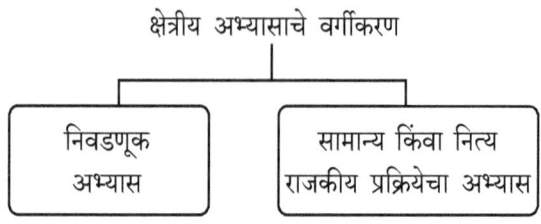

२) सामान्य किंवा नित्य राजकीय प्रक्रियेचा अभ्यास : राजकीय प्रक्रिया कशी घडते, तिच्यावरती कोणते घटक परिणाम करतात, यांचा यामध्ये अभ्यास केला जातो. कार्टर व लिगो यांनी नित्य राजकीय प्रक्रियेचा अभ्यास केलेला आहे; तर रजनी कोठारी, योगेंद्र यादव, सुहास पळशीकर, राजेश्वरी देशपांडे, नितीन बिरमल, प्रकाश पवार यांनी निवडणुकांच्या राजकारणाचा अभ्यास केलेला आहे.

क्षेत्रीय अभ्यासाचे महत्त्व/फायदे :

१) राजकीय प्रक्रियेचे तपशील समजतात. यामुळे प्रत्यक्ष राजकारण समजते.

२) क्षेत्रीय अभ्यासातून वस्तुनिष्ठ माहिती मिळते.

३) कर्ता व भावना यांच्यामधील परस्परसंबंध काय आहेत, हे समजण्यासाठी हा अभ्यास उपयुक्त आहे.

क्षेत्रीय अभ्यासाच्या मर्यादा / तोटे :

१) क्षेत्रीय अभ्यास करण्यासाठी निरीक्षणशक्ती व परिपक्वता उच्च दर्जाची असावी लागते. अशाप्रकारची समता संशोधकाकडे नसल्यास सुमारदर्जाचे संशोधन होते. याकरिता तटस्थपणा हे कौशल्य असावे लागते. अन्यथा केवळ मताचे संकलन होते.

२) वास्तव समजून घेणे गरजेचे असते.

३) अभ्यासाच्या क्षेत्रनिवडीमध्ये पक्षपात होऊ शकतो.

४) या प्रकारच्या अभ्यासात पुनरावृत्ती होण्याची शक्यता असते.

सारांश :

आधुनिक राजकीय विश्लेषणामध्ये क्षेत्रीय अभ्यासाला महत्त्वाचे स्थान आहे; कारण यातून सखोल अभ्यास करता येतो. राजकीय प्रक्रियेवरती प्रभाव टाकणाऱ्या अनेक घटकांचा अभ्यास करता येतो.

संदर्भसूची :

रेगे मे. पुं., आकारिक तर्कशास्त्र, विश्वकोश, खंड १, प्रज्ञापाठशाळा वाई, सातारा.

रेगे मे. पुं., तर्कशास्त्र पारंपरिक, विश्वकोश, खंड १, प्रज्ञापाठशाळा वाई, सातारा.

रेगे मे. पुं., तर्कशास्त्र, विश्वकोश, खंड १, प्रज्ञापाठशाळा वाई, सातारा.

व्होरा राजेंद्र व पळशीकर सुहास, १९९८, राज्यशास्त्रकोश, दास्ताने प्रकाशन, पुणे.

सुर्वे, भा. ग., अनुमान, विश्वकोश, खंड १, प्रज्ञापाठशाळा वाई, सातारा, पृष्ठ २३.

Gerard Guthrie, 2010, Basic Research Methods : An Entry to Social Science Research, Sage Pub. Delhi.

Kumar Ranjit, 2011, Research Methodology, Second Edition, Pearson, Noida, Delhi.

W. Lawrence Neuman, 2012 : Social Research Methods : Quantitative and Qualitative Approaches, Sixth Edition, Pearson, Noida, Delhi.

संपादक परिचय

डॉ. प्रकाश पवार

पुणे विद्यापीठातील 'राज्यशास्त्र व लोकप्रशासन विभाग' येथून एम.ए.चे शिक्षण पूर्ण केले. 'अखिल भारतीय मराठा महासंघ : एक चिकित्सक अभ्यास' हा विषय घेऊन एम.फिल.ही पदवी प्राप्त केली. त्यानंतर 'नवहिंदुत्ववादी संघटनांचा एक अभ्यास' हा विषय घेऊन पुणे विद्यापीठातर्फे पीएच.डी. ही पदवी प्राप्त केली.

अण्णासाहेब मगर महाविद्यालय, हडपसर, पुणे येथे सध्या राज्यशास्त्र विषयाचे सहयोगी प्राध्यापक म्हणून ते कार्यरत आहेत. 'महाराष्ट्राचे राजकारण : राजकीय प्रक्रियेचे स्थानिक संदर्भ' या पुस्तकात 'बहुजन पक्ष' या विषयावर त्यांनी लेख लिहिला आहे; तसेच 'महाराष्ट्राच्या नव्या राजकारणाची पुनर्रचना : मतदारसंघाची पुनर्रचना व सार्वजनिक धोरण' आणि 'समकालीन राजकीय चळवळी' या पुस्तकाचे ते लेखक आहेत. महाराष्ट्रातील नवहिंदुत्ववादी संघटना आणि जाती व जातिसंघटना यांविषयी त्यांचा विशेष अभ्यास आहे. रमेश चव्हाण संपादित रा. ना. चव्हाण यांचे 'महाराष्ट्र आणि मराठे' व यशवंतराव चव्हाण यांचे 'राजकारण' या पुस्तकांसाठी त्यांनी प्रस्तावनालेखन केले आहे. त्याचप्रमाणे 'समाजप्रबोधनपत्रिका' यामध्ये निवडणूक या विषयावर त्यांचा लेख प्रसिद्ध झाला आहे. याशिवाय ई. टीव्ही., झी २४ तास, आय.बी.एन. लोकमत व स्टार माझा या वृत्तवाहिन्यांवर 'निवडणूक व जातींमधील सत्तासंघर्ष' या विषयावर अभ्यासक म्हणून दर्जेदार विश्लेषण.

लेखक परिचय

डॉ. सुहास पळशीकर

महाराष्ट्राच्या राजकीय प्रक्रियेचे चिकित्सक अभ्यासक म्हणून डॉ. सुहास पळशीकर परिचित आहेत. १९९५ पासून दिल्लीच्या सी.एस.डी.एस. या संशोधन संस्थेबरोबर महाराष्ट्र पातळीवर निवडणूकविषयक सर्वेक्षणांचे ते संयुक्तपणे आयोजन करीत आले आहेत. 'समकालीन भारतीय राजकारण' या पुस्तकाचे ते लेखक आहेत. 'महाराष्ट्रातील सत्तांतर' या पुस्तकाचे ते सहलेखक आहेत. 'महाराष्ट्रातील सत्तासंघर्ष' आणि 'इंडियन डेमॉक्रसी : मीनिंग्ज अँड प्रॅक्टिसेस' या पुस्तकांच्या संपादकांपैकी ते एक आहेत. भारतीय राजकारणावरील त्यांचे इंग्रजी लेख विविध लेखसंग्रहांमध्ये सातत्याने प्रकाशित झाले आहेत. डॉ. सुहास पळशीकर हे पुणे विद्यापीठात राज्यशास्त्राचे प्राध्यापक आहेत. 'समाजप्रबोधनपत्रिका' या नियतकालिकाचे ते माजी संपादक आहेत.

डॉ. राजेंद्र व्होरा

महाराष्ट्राच्या राजकीय प्रक्रियेचे एक चिकित्सक अभ्यासक म्हणून डॉ. राजेंद्र व्होरा हे परिचित होते. पुणे विद्यापीठात 'राज्यशास्त्र व लोकप्रशासन' या विषयाचे ते प्राध्यापक होते.

'समाजप्रबोधनपत्रिका' या नियतकालिकाचे ते माजी संपादक होते. 'महाराष्ट्रातील सत्तांतर' या पुस्तकाचे सहलेखक व 'इंडियन डेमॉक्रसी : मीनिंग्ज अँड प्रॅक्टिसेस' या पुस्तकाच्या संपादकांपैकी ते एक होते. त्यांचे भारतीय राजकारणावरील इंग्रजी व मराठी लेख विविध लेखसंग्रहांमध्ये प्रकाशित झालेले आहेत. 'मुळशी सत्याग्रह' या पुस्तकाचे ते लेखक आहेत.

डॉ. जयंत लेले

डॉ. जयंत लेले हे कॅनडा येथील क्विन्स विद्यापीठातील राज्यशास्त्र विषयाचे सेवानिवृत्त प्राध्यापक आहेत. त्यांनी महाराष्ट्रातील राजकीय प्रक्रियेचा सखोल अभ्यास केलेला आहे.

डॉ. जयंत लेले, हे 'इलीट प्यूरॅलिझम अँड क्लास रुल : पॉलिटिकल

डेव्हलपमेंट इन महाराष्ट्र', 'हिंदुत्व दि इमर्जन्स ऑफ द रायट' या पुस्तकांचे लेखक आहेत. त्यांचे 'महाराष्ट्रातील निवडणूक आणि मराठ्यांचे धुरीणत्व', 'कास्ट, क्लास अँड डॉमिनन्स : पॉलिटिकल मोबिलायझेशन इन महाराष्ट्र', 'चव्हाण अँड द पॉलिटिकल इन्टीग्रेशन ऑफ महाराष्ट्र', इत्यादी संशोधनपर लेख प्रसिद्ध झालेले आहेत.

डॉ. नितीन बिरमल

गेली वीस वर्षे महाराष्ट्राच्या राजकारणाविषयी विविध संशोधनप्रकल्पांशी संलग्न. निवडणूकविषयक अभ्यासांखेरीज महाराष्ट्राच्या राजकीय अर्थव्यवस्थेचा अभ्यास हा त्यांच्या अभ्यासाचा एक महत्त्वाचा भाग आहे. त्यांनी महाराष्ट्र फाऊंडेशनसाठी पुणे शहराच्या औद्योगिक विकासाचे विश्लेषण करणारा संशोधनप्रकल्प (१९९९) पूर्ण केला आहे. डॉ. बिरमल हे डॉ. बाबासाहेब आंबेडकर महाविद्यालय, येरवडा, पुणे येथे राज्यशास्त्राचे अध्यापक म्हणून कार्यरत आहेत. त्यांनी सर्वेक्षण पद्धतीने निवडणुकींचा अभ्यास केला आहे. Economical & Political Weekly, समाजप्रबोधनपत्रिका, वाटसरु या नियतकालिकांत त्यांचे विविध संशोधनपर लेखन प्रसिद्ध झालेले आहे.

डॉ. नीता बोकील

डॉ. नीता बोकील या एच. व्ही. देसाई कॉलेज, पुणे येथे राज्यशास्त्राच्या अध्यापिका आहेत. त्यांनी 'राजकीय इतिहास' या विषयामध्ये पीएच.डी. प्राप्त केली असून त्यासंबंधीचे त्यांचे 'महाराष्ट्राचा राजकीय इतिहास' हे पुस्तक प्रसिद्ध झालेले आहे.

डॉ. वैशाली पवार

पुणे विद्यापीठातील 'राज्यशास्त्र व लोकप्रशासन विभाग' येथून एम.ए.चे शिक्षण पूर्ण केले आहे. 'पिंपरी-चिंचवड शहराचे राजकारण' हा विषय घेऊन त्यांनी एम.फिल.ही पदवी प्राप्त केली आहे. त्यानंतर 'पश्चिम महाराष्ट्रातील महापालिकांचे राजकारण' या विषयाचा सखोल अभ्यास करून पुणे विद्यापीठातर्फे पीएच.डी. प्राप्त केली आहे.

अखिल भारतीय मराठा शिक्षण परिषदेचे श्री. शाहू मंदिर महाविद्यालय, पर्वती, पुणे येथे 'राज्यशास्त्र व लोकप्रशासन' या विषयाच्या अध्यापिका म्हणून त्या कार्यरत आहेत. 'महाराष्ट्राचे राजकारण : राजकीय प्रक्रियेचे स्थानिक संदर्भ' या

संदर्भग्रंथात 'पश्चिम महाराष्ट्रातील महापालिकांचे राजकारण' या विषयावर, 'वसा यशवंतरावांचा वारसा शरद पवारांचा' या पुस्तकात 'शहरी विकासाचे राजकारण' या विषयावर, समाजप्रबोधनपत्रिका, पुरोगामी सत्यशोधक व परिवर्तनाचा वाटसरु या नियतकालिकांमध्ये निवडणूक या विषयावर त्यांचे वेळोवेळी लेखन प्रसिद्ध झाले आहे. तसेच त्यांचे 'महिलांच्या सत्तासंघर्षाचा आलेख' हे पुस्तकही प्रकाशित झाले आहे.

डॉ. सुधाकर परदेशी

डॉ. सुधाकर परदेशी गेल्या १५ वर्षांपासून पुणे विद्यापीठातील भूगोल विभागात अध्यापक म्हणून कार्यरत आहेत. त्यांनी 'फिजिबिलीटी ऑफ रेनवॉटर हारवेस्टिंग' या विषयावर पुणे विद्यापीठातून पीएच.डी. प्राप्त केली आहे. त्यांनी इस्रोच्या Indian Institute of Remote Sensing (IIRS), डेहराडून येथील केंद्रातून एम.टेक ही पदवी प्राप्त केली आहे.

डॉ. सुधाकर परदेशी यांनी अनेक राष्ट्रीय, आंतरराष्ट्रीय चर्चासत्रांत सहभागी होऊन शोधनिबंध सादर केले आहेत. अलीकडेच त्यांनी चिली येथे युनेस्कोद्वारा आयोजित आंतरराष्ट्रीय परिषदेत शोधनिबंधाचे वाचन केले. त्यांचे जवळजवळ १० शोधनिबंध राष्ट्रीय, आंतरराष्ट्रीय स्तरांवर प्रकाशित झाले आहेत.

डॉ. सुधाकर परदेशी यांनी एक लघू संशोधनप्रकल्प पूर्ण केला असून, त्यांचे दोन दीर्घ संशोधनप्रकल्प सध्या सुरू आहेत.

डॉ. सुधाकर परदेशी हे सध्या ८ विद्यार्थ्यांना पीएच.डी.साठी मार्गदर्शन करीत आहेत.

डॉ. सुचित्रा परदेशी

डॉ. सुचित्रा परदेशी, गेली १५ वर्षे प्राध्यापक म्हणून पुणे जिल्हा शिक्षणमंडळात कार्यरत आहेत. सध्या त्या अण्णासाहेब मगर महाविद्यालय, हडपसर येथे भूगोल विभागात कार्यरत आहेत. त्यांनी 'जिओमॉरफिक कॅरॅक्टरिस्टिक्स ऑफ कास प्लॅट्यू' (कास पठार, सातारा)' या विषयावर पुणे विद्यापीठातून पीएच.डी.चे संशोधन पूर्ण केले आहे.

त्यांनी अनेक राष्ट्रीय, आंतरराष्ट्रीय चर्चासत्रांमध्ये सहभागी होऊन शोधनिबंध सादर केले असून त्यांचे ८ शोधनिबंध प्रकाशित झाले आहेत.

डॉ. सुचित्रा परदेशी यांचा एक लघु संशोधनप्रकल्प पूर्ण झाला असून दोन दीर्घ संशोधनप्रकल्प सुरू आहेत.